ஒரு சிறிய விடுமுறைக்கால காதல் கதை

எஸ். ராமகிருஷ்ணன்

தேசாந்திரி பதிப்பகம்

தேசாந்திரி பதிப்பக வெளியீடு: 68

ஒரு சிறிய விடுமுறைக்கால காதல்கதை நாவல்
எஸ்.ராமகிருஷ்ணன்

இரண்டாம் பதிப்பு: ஜனவரி 2023

தேசாந்திரி பதிப்பகம்,
டி-1, கங்கை அப்பார்ட்மெண்ட்,
110, 80 அடி ரோடு, சத்யா கார்டன்,
சாலிக்கிராமம், சென்னை 600 093,
தொலைபேசி: 044 23644947.
விலை: ரூ.230

Oru siriya vidumuraikkala kadhal kathai- Novel
S.Ramakrishnan ©

Second Edition: Jan 2023, Pages: 224
Size: Demy 1x8, Paper: 18.6 kg maplitho

Published by :
Desanthiri Pathippagam
D-1, Gangai Apartments,
110, 80-Feet Road, Satya Garden, Saligramam,
Chennai - 600 093, Ph: 044 2364 4947
Email : desanthiripathippagam@gmail.com
www.desanthiri.com

ISBN: 978-93-87484-89-4

Book Design: R.Hariprasad
Wrapper Design: Manikandan
Printed by: Ramani Print Solution, Chennai.

Price: Rs. 230

முன்னுரை

உப பாண்டவம் துவங்கி இடக்கை வரையிலான எனது நாவல்கள் யாவும் தீவிரமான கதைக்களத்தைக் கொண்டவை. நிறைய கதாபாத்திரங்கள், கிளைக்கதைகள் என விரிபவை. ஆனால் இந்த நாவல் அவற்றிலிருந்து முற்றிலும் மாறுபட்டது.

இது ஒரு எளிய காதல் கதை.

இதில் நான் பார்த்த, கேட்ட, அறிந்த காதல் கதைகளின் நிகழ்வுகளை சாறெனக் கலந்திருக்கின்றன. நான் பழகிய ஊர் இதன் பின்புலமாகியிருக்கிறது. பதினைந்து வயதில் இருக்கும் எவருக்கும் இயல்பாகத் தோன்றும் காதல் உணர்வுதான் இந்நாவலின் அடிப்படை.

பெண்கள் வெள்ளை நிறத்தில் சிறிய கைக்குட்டை வைத்திருப்பார்களே, மூலையில் ரோஜாப்பூ போட்ட கைக்குட்டை, அது எவ்வளவு அழகானதோ, கச்சிதமானதோ. அப்படியே இந்நாவலை எழுதிவிட ஆசைப்பட்டேன்.

இந்த நாவல் காதலை மட்டுமில்லை, கோடை காலத்தையும் கொண்டாடுகிறது. முழுப்பரீட்சை விடுமுறைக்கு தாத்தா, பாட்டி வீட்டிற்கோ, மாமா வீட்டிற்கோ போகாதவர் எவர் இருக்கிறார்கள்? அந்த நினைவுகளே இக்கதையை முன்னெடுத்துச் செல்கின்றன.

ரஷ்ய எழுத்தாளர் இவான் துர்கனேவின் கதைகளைத் தொடர்ந்து வாசித்துக் கொண்டிருந்தேன். காதலின் வலியை, மகிழ்ச்சியை அவர் போல உணர்ந்து எழுதியவர் எவருமில்லை

தஸ்தாயெவ்ஸ்கியின் வெண்ணிற இரவுகள் எனக்கு மிகவும் பிடித்த புத்தகம். இந்த இரண்டு எழுத்தாளுமைகளுமே இந்நாவல் எழுதுவதற்கான உத்வேகத்தை கொடுத்தார்கள்.

உலகப்போரைப் பற்றிக்கூட எழுதிவிடலாம். காதலை எழுதுவது எளிதானதில்லை. அது ஒரு சவால். ஒரு சின்னஞ்சிறிய காதல் கதையை எழுதியிருக்கிறேன். காதலுற்றவர்களுக்கும், காதலின் பிரிவில் வாழ்பவர்களுக்கும், காதலிக்க நினைப்பவர்களுக்கும்,

காதலித்து திருமணம் செய்து கொண்டு அதன் மாறா நினைவுகளில் வாழுகிறவர்களுக்கும் பிடிக்குமென்றே நினைக்கிறேன்.

சென்னை   மிக்க அன்புடன்
ஆகஸ்ட் 22 2019   எஸ்.ராமகிருஷ்ணன்

எஸ். ராமகிருஷ்ணன்

எஸ். ராமகிருஷ்ணன், விருதுநகர் மாவட்டம் மல்லாங்கிணறு கிராமத்தில் 1966இல் பிறந்தார். முழுநேர எழுத்தாளரான இவர் தற்போது சென்னையில் வசிக்கிறார்.

சிறுகதைத் தொகுப்புகள்: எஸ். ராமகிருஷ்ணன் கதைகள், நடந்து செல்லும் நீரூற்று, பதினெட்டாம் நூற்றாண்டின் மழை, அப்போதும் கடல் பார்த்துக்கொண்டிருந்தது, நகுலன் வீட்டில் யாருமில்லை, புத்தனாவது சுலபம், வெளியில் ஒருவன், காட்டின் உருவம், தாவரங்களின் உரையாடல், வெயிலைக் கொண்டு வாருங்கள், பால்யநதி, மழைமான், குதிரைகள் பேச மறுக்கின்றன, காந்தியோடு பேசுவேன், நீரிலும் நடக்கலாம், என்ன சொல்கிறாய் சுடரே, தனிமையின் வீட்டிற்கு நூறு ஜன்னல்கள்,சிவப்பு மச்சம்.

நாவல்: உப பாண்டவம், நெடுங்குருதி, உறுபசி, யாமம், துயில், நிமித்தம், சஞ்சாரம், இடக்கை, பதின்.

கட்டுரைத் தொகுப்புகள்: விழித்திருப்பவனின் இரவு, இலைகளை வியக்கும் மரம், என்றார் போர்ஹே, கதாவிலாசம், தேசாந்திரி, கேள்விக்குறி, துணையெழுத்து, ஆதலினால், வாக்கியங்களின் சாலை, சித்திரங்களின் விசித்திரங்கள், நம் காலத்து நாவல்கள், காற்றில் யாரோ நடக்கிறார்கள், கோடுகள் இல்லாத வரைபடம், மலைகள் சப்தமிடுவதில்லை, வாசகபர்வம், சிறிது வெளிச்சம், காண் என்றது இயற்கை, செகாவின் மீது பனி பெய்கிறது, குறத்தி முடுக்கின் கனவுகள், என்றும் சுஜாதா, கலிலியோ மண்டியிடவில்லை, சாப்ளினுடன் பேசுங்கள், கூழாங்கற்கள் பாடுகின்றன, எனதருமை டால்ஸ்டாய், ரயிலேறியகிராமம், பிகாசோவின் கோடுகள், இலக்கற்ற பயணி, செகாவ் வாழ்கிறார், ஆயிரம் வண்ணங்கள்.

திரைப்பட நூல்கள்: பதேர் பாஞ்சாலி—நிதர்சனத்தின்

பதிவுகள், அயல் சினிமா, உலக சினிமா, பேசத்தெரிந்த நிழல்கள், இருள் இனிது ஒளி இனிது, குற்றத்தின் கண்கள் பறவைக் கோணம், சாமுராய்கள் காத்திருக்கிறார்கள். நான்காம் சினிமா,

குழந்தைகள் நூல்கள்: கால் முளைத்த கதைகள், ஏழு தலைநகரம், கிறுகிறு வானம், லாலிபாலே, நீளநாக்கு, தலையில்லாத பையன், எனக்கு ஏன் கனவு வருது, காசுகள்ளன், பம்பழாபம், சிரிக்கும் வகுப்பறை, அக்கடா, எலியின் பாஸ்வேர்ட், பறந்து திரியும் ஆடு.

உலக இலக்கியப் பேருரைகள்: ஆயிரத்தொரு அரேபிய இரவுகள், ஹோமரின் இலியட், ஷேக்ஸ்பியரின் மெக்பத், ஹெமிங்வேயின் கடலும் கிழவனும், தஸ்தாயெவ்ஸ்கியின் குற்றமும் தண்டனையும், லியோ டால்ஸ்டாயின் அன்னா கரீனினா, பாஷோவின் ஜென் கவிதைகள்.

வரலாறு: எனது இந்தியா, மறைக்கப்பட்ட இந்தியா, கோடுகள் இல்லாத வரைப்படம்.

நாடகத் தொகுப்பு: அரவான், சிந்துபாத்தின் மனைவி, சூரியனைச் சுற்றும் பூமி.

நேர்காணல் தொகுப்பு: எப்போதுமிருக்கும் கதை, பேசிக்கடந்த தூரம்.

மொழிபெயர்ப்புகள்: நம்பிக்கையின் பரிமாணங்கள், ஆலீஸின் அற்புத உலகம், பயணப்படாத பாதைகள்.

தொகை நூல்: அதே இரவு அதே வரிகள் (அட்சரம் இதழ்களின் தொகுப்பு), வானெங்கும் பறவைகள்.

ஆங்கிலத்தில் வெளிவந்துள்ள நூல்கள்: Nothing but water, Whirling swirling sky, The Final Solitude.

இணையதளம்: www.sramakrishnan.com

மின்னஞ்சல்: writerramki@gmail.com

காதலைக் கொண்டாடிய இவான் துர்கனேவிற்கும்
அவர் எழுதிய ஆஸ்யா சிறுகதைக்கும்

அத்தியாயம் 1

பேருந்தின் கண்ணாடி ஜன்னலையும் மீறி குளிரடித்தது.

பேருந்தினுள் அனைவரும் உறங்கியிருந்தார்கள். என்னால் உறங்க முடியவில்லை. கிறிஸ்துமஸிற்காக ஊருக்குப் போய்க் கொண்டிருக்கிறேன்.

கடந்த சில வருஷங்களாகவே கிறிஸ்துமஸ் கொண்டாட கர்நாடகாவின் சித்தாபுரா என்ற சிறிய ஊருக்குச் செல்கிறேன்.

நான் கிறிஸ்துவனில்லை, ஆனால் கிறிஸ்துமஸை விரும்புகிறவன்.

கடந்த கால நினைவுகள் என்னை இவ்வளவு தூரம் இழுத்துக் கொண்டு செல்கின்றன.

காபிதோட்டங்களும், மிளகு கொடிகளும் அடர்ந்த மலைப்பகுதியது. பேருந்து மெதுவாகச் சென்று கொண்டிருந்தது. கண்ணாடி ஜன்னலுக்கு வெளியே இருளுக்குள் மங்கலாகத் தெரியும் வீடுகள், உறங்கும் மனிதர்கள், உயர்ந்து நிற்கும் தைல மரங்கள், பேரமைதி கவிழ்ந்த நிலை. சாலை தெரியாத பனிப்புகை. மரங்கள் குளிரில் ஒடுங்கி நிற்கின்றன.

குளிர்காற்று பேருந்தின் கண்ணாடியைத் தட்டி எதையோ சொல்ல முயற்சிக்கிறது.

என்னிடம்தான் பேச விரும்புகிறதோ, என்னவோ.

மனிதர்களை விடவும் இயற்கை அதிகம் புரிதல் கொண்டது. மனித ரகசியங்களை அறிந்தது.

காற்றுக்குத் தெரியாத ரகசியம் என்ன இருக்கிறது.

காற்றில்கூட ஆண், பெண் இருப்பதாகப் படித்திருக்கிறேன். அது நிஜம்தானா.

எந்தக் காற்று ஆண்? எந்தக் காற்று பெண்?

நிச்சயம், மலை நகரங்களில் வீசும் காற்று பெண்தான். இல்லாவிட்டால் இத்தனை குளுமை இருக்காது.

பேருந்தின் கண்ணாடி ஜன்னலைத் தட்டி பனிக்காற்று என்னதான் சொல்ல விரும்புகிறது?

கொந்தளித்துக் கொண்டிருக்கும் என் மனதின் விம்மல்களைக் குளிரச் செய்வதுதான் அதன் நோக்கமா?

இருளை வெறித்துப் பார்த்தபடியே வந்தேன். இன்னும் சில மணி நேரங்கள் மீதமிருக்கின்றன. காலை வந்தவுடன் இந்தக்காட்சிகள் மாறிவிடும்.

ஒவ்வொரு முறை சித்தாபுரா வரும்போதும் நான் இரண்டு உருவம் போலாகிவிடுகிறேன். ஒன்று எனது இப்போதைய வயது. மற்றொன்று பதினைந்து வயதுப் பையன். அப்பையன் எனக்குள் விழித்துக் கொண்டேயிருக்கிறான். அவனது குரலை, ஏக்கத்தை, ஆசைகளை என்னால் கடந்து போக முடியவில்லை. இந்தக் கண்ணாடி, குளிர்காற்றை தடுத்து நிறுத்தி வைத்திருப்பதைப் போல அவனது ஆசைகளை நான் தடுத்து வைத்திருக்கிறேன் அவ்வளவே.

மழை காணாத கரிசலில் பிறந்த என்னால் குளிரைத் தாங்கமுடியாது. இப்போதும், அணிந்திருந்த சிவப்பு ஸ்வெட்டரை மீறிக் குளிரடிக்கிறது.

டிசம்பர் மாதத்தில் கர்நாடக மலைப்பகுதியே மாய லோகமாகிவிடுகிறது. எங்கும் அடர்பசுமை. குளிர், குளிர், குளிர்! எத்தனை குளிராடைகள் அணிந்திருந்தாலும் உடலில் ஊசி போலக் குத்தும் குளிர்காற்று. வளைவுகளில் பேருந்து மிக மெதுவாகச் சென்று கொண்டிருந்தது. பகலாக இருந்தால் பசுமை வெளியினை ரசிக்கலாம். . .

இத்தனை குளிரையும் மீறி மனதில் வெம்மை கொதித்துக் கொண்டிருந்தது. அது கடந்தகால நினைவுகளின் கொந்தளிப்பு. நினைவுகள் ஏன் இப்படி வதைக்கின்றன. கடந்துபோன நிகழ்வுகள் ஏன் திரும்பத்திரும்ப மனதில் நாடகமாக நிகழ்ந்த வண்ணம் இருக்கின்றன.

கண்களை அழுத்தி மூடிக் கொண்டேன்.

அதோ தூரத்தில் வெயிலடிக்கிறது.

அடர்த்தியான மஞ்சள் நிற வெயில்

கரிசல் கிராமங்களுக்கே உரித்தான அடர் மஞ்சள் வெயில்.

எனது கிராமம் வெயிலில் ஒளிர்கிறது.

கிளை விரியும் வீதிகள் துல்லியமாகத் தெரிகின்றன. செங்கொண்டைச் சேவல் ஒன்று ஒரு கோழியைத் துரத்தி ஓடிக் கொண்டிருக்கிறது. அதன் வாலில் வெயில் மினுங்குகிறது. தலையைத் திருப்பி வெயிலை முறைத்தபடியே ஓடுகிறது சேவல். கோழி தன் ஆசையை மறைத்துக் கொண்டு வெயிலைக் கொத்துகிறது. அது ஒரு காதல் நாடகம். வெயிலில் சேவல்களுக்கு புணர்ச்சி ஏக்கம் அதிகமாகிறது போலும்.

யாரோ ஒரு பெண் கல்திருகையில் மாவு திரித்துக் கொண்டிருக்கிறாள்.

முகத்தில் வழியும் வியர்வையைக் கூட அவள் துடைக்கவில்லை. கூந்தல் வழியாக வெயில் உடலில் இறங்குகிறது. காற்றில்லாத பகல்வேளை. திருகையிலிருந்து பறக்கும் மாவு அவளது பாதங்களில் கோலம் வரைந்திருக்கிறது. கையெடுத்துக் கும்பிடுவது போல மரங்கள் வான் நோக்கி நிற்கின்றன. வெயிலுக்கு ஏது கருணை. வெயில் பிடிவாதமான மனிதனைப் போன்றது. பேராசைக்காரரின் கைகளைப் போல உலகையே வாரிக் கொள்ளக்கூடியது.

கோடைகால பகலுக்கென தனியே அமைதி உருவாகிறது. அதுவும் பிற்பகலில் வீதி கொள்ளும் அமைதி என்பது பெருந்தியான நிலையைப் போன்றதே.

வீதியில் ஒரு ஆட்டுக்குட்டி துள்ளிக் கொண்டிருக்கிறது. அதற்கு இரவைப் பிடிக்காது. பகலைத் தின்னும் ஆடது. அதன் காதுகள் மடித்த இலையொன்றை போல அசைகின்றன. முறுக்கேறிய வெயிலைக் கண்டு பூனைகள் பித்தேறியது போல சப்தமிடுகின்றன. அழுகுரல் போன்ற சப்தமது. வெயிலின் சோகம்தான் அந்த சப்தமோ என்னவோ.

கொல்லத்து ஓடு வேய்ந்த வீட்டின் மீதிருந்து ஒரு காகம் உலர்ந்த வீதியை பார்த்துக் கொண்டிருக்கிறது. துரத்தியடிக்கப்பட்டப் பிச்சைக்காரனின் வைராக்கியத்தைப் போல அந்தக் காகம் பசியை மறைத்துக் கொண்டு வீட்டினை வெறித்துப் பார்த்துக் கொண்டிருக்கிறது. அதன் கரைதலை யார் கேட்கப்போகிறார்கள். கரிசல் கிராமங்களில் காலையிலே உணவு தயாரிப்பது முடிந்து

விடுகிறது. மதியம் சமையலறையில் ஆள் நடமாட்டமேயிருக்காது. மாலை வீடு திரும்பிய பிறகுதான் அடுப்பு பற்ற வைப்பார்கள். பாதி இருட்டில் தான் சோறு வெந்து கொண்டிருக்கும். சில நாட்கள் அசதியில் சாப்பிட மறந்து உறங்கியும் விடுவார்கள்.

பசித்த போதும் குரல் கொடுக்காத காகங்கள் கரிசலில் மட்டும் தான் இருக்கிறதா.

வெயில் வெயில் வெயில்!

பேரலை ஒன்றைப் போல வெயில் வானிலிருந்து எழுகிறது. ஊரைக் கடந்து போகிறது.

முதுகில் படும் வெயிலைப் பொருட்படுத்தாமல் பையன்கள் மைதானத்தில் சைக்கிள் ஓட்டி விளையாடிக் கொண்டிருக்கிறார்கள். அவர்களில் நானும் ஒருவன்.

என் தலையின் மீது வெயில் பெரிய இறக்கையுடன் செல்லும் பறவையைப் போல கடந்து போகிறது. நான் வெயில் காலத்தில் பிறந்தவன். உலகில் நான் கண்ட முதற்காட்சி வெயில் வரைந்த சித்திரங்களே.

என் ரத்தத்தினுள் வெயில் ஓடுகிறது. நான் வெயிலால் வளர்க்கப்பட்டவன்.

வியர்த்து வழியும் முகத்துடன் அதோ கருவாடு விற்பவன் சைக்கிள் ஓட்டுகிறான். உலர்ந்த மீன்களின் கண்களில் கடல் உறைந்து போயிருக்கிறது. “கிரீச், கிரீச்” என அவனது சைக்கிள் மதிய நேரத்தின் தியானநிலையை கலைக்க முற்படுகிறது. அந்த வியாபாரி குரல் கொடுக்கவில்லை. அவனது பசியை நினைவுபடுத்துவது போல சைக்கிள் சப்தமிடுகிறது.

தொலைதூர சாலையில் தபால்காரர் மெதுவாகத் தனது சைக்கிளில் போகிறார். அவரது பையிலிருந்த கடிதங்களில் ஒன்று ஊரைப் பிரிந்தவனின் வேதனையைச் சொல்லக்கூடியது. அவன் தப்புத்தப்பான எழுத்துகளால் மனதை வெளிக்கொட்டியிருக்கிறான். படிக்கத் தெரியாத அவனது அம்மா அந்த போஸ்ட் கார்டினை வெறித்து பார்த்தபடி இருப்பாள். அந்த சொற்களின் வழியே அவனது முகம் தென்படக்கூடுமோ, என்னவோ. அந்த கடிதம் அம்மாவிற்கு எழுதப்பட்டிருந்தாலும் தனக்குத் தானே ஆறுதல்த் தேடிக் கொள்வது தான். வெயிலால் வளர்க்கபட்டவர்கள் இப்படித்தானே நடந்து கொள்வார்கள்.

கோடை விடுமுறை என்பது எத்தனை மகிழ்ச்சியானது.

எவ்வளவு நீண்டது. எத்தனை அனுபவங்களைத் தரக்கூடியது.

கோடை, ஏன் இவ்வளவு மகிழ்ச்சியை அள்ளித்தருகிறது?.

கோடைகாலமென்பது சூரியனின் மூர்க்கம் உச்சமடையும் காலம்.

பித்தேறிய சூரியன் தனது உக்கிரமான கிரணங்களால் பூமியை சுத்தம் செய்கிறான். ஆமாம், கோடை தரும் பிரகாசத்தைப் போல உலகில் எதுவுமில்லை. கோடையின் பிற்பகலை விட நீண்டது உலகில் இல்லை.

வெயிலின் வேகம் கண்டு ஜன்னல் கதவுகள் நடுங்குகின்றன. உறுதியில்லாத எதையும் சூரியன் விடுவதில்லை. முரட்டுச் சூரியனை நாங்கள் அரவணைத்துக் கொள்கிறோம். அதன் சூட்டினை எங்கள் சிரசில் ஏற்றிக் கொள்கிறோம். வெயில் எங்கள் மனதை உறுதிப்படுத்துகிறது. வெயில் எங்கள் உடலைப் பதப்படுத்துகிறது.

வெயிலில் வளர்ந்தவர்களுக்கு இருக்கிற தைரியம், நிழலில் வளர்ந்தவர்களுக்குக் கிடையாது என்பார்கள் கிராமவாசிகள்.

வெயிலால் வளர்க்கப்பட்டவன் என்பதால் மலைப் பிரதேசங்களுக்குப் போகையில் ஏன், இவ்வளவு குளிர்கிறது என்று எரிச்சலாக இருக்கும்.

எப்போது விடியும், எப்போது சூரியனைக் காணமுடியும் என்று ஏக்கமாக இருக்கும்.

அதுவும் டிசம்பர் மாதத்தில் கூர்க் மலைப்பகுதியினுள் போனால் சூரியனைக் காணவே முடியாது. தயங்கித் தயங்கி மேகங்களுக்குள் வெளிப்படும் சூரியன் பாதிக்கண்ணைத் திறந்து வைத்திருப்பது போல மெதுவாக வெயிலைப் பரவவிடும்.

மலைப்பிரதேசங்களுக்கு வரும் சூரியன் வேறுதானோ?

கரிசலின் முரட்டு சூரியனின் கடைசித் தம்பி தான் இந்த சூரியனோ, என்னவோ. வெளியே குளிர் அதிகமாக அதிகமாக மனதில் வெயில் நீளுகிறது. மனம் ஏன் கோடைகாலத்தை பற்றியே நினைத்துக் கொண்டிருக்கிறது. நகரவாசிகள் கோடையை வெறுக்கிறார்கள். கோடையிடமிருந்து தப்பிவிட முயற்சிக்கிறார்கள். ஆனால், தன்னை போல சிலரோ, கோடை தான் அழகு என

நினைக்கிறார்கள். வளர்ந்த விதம் அப்படி, உடல்வாகு அப்படி. மனநிலை அப்படி.

கோடைவெயிலில் சித்தம் கலங்கிப் போனவர்களை நான் அறிவேன். தன்னை அறியாமல் அவர்கள் பிதற்றிக் கொண்டிருப்பார்கள். அதிலும் திருமணம் ஆகாத ஒரு பெண் வெயிலின் உக்கிரத்தில் கொச்சை கொச்சையாக கெட்ட வார்த்தைகளால் உரத்து பேசுவதைக் கேட்டிருக்கிறேன். அவளை வெயில் ஆட்டுவிக்கிறது என்றார்கள்.

என்னையும் இந்த குளிரில் வெயில் தான் ஆட்டுவிக்கிறது. இது மனதில் அடிக்கும் வெயில். கடந்து போன கோடைக்காலங்களின் ஏக்கமே என்னை வழி நடத்துகிறது.

இரவின் நீண்ட பாதையில் பேருந்து செல்லச்செல்ல மனம் பின்னோக்கிப் போய்க் கொண்டேயிருக்கிறது. நடந்துபோன நிகழ்வுகள் எதையும் மறக்கமுடியவில்லை.

ஒருவேளை மறக்க முயற்சிக்கிறேன் என்பதால்தானோ என்னவோ கூடுதலாக நினைவுக்கு வருகிறது.

நாமாக மறதியை ஏற்படுத்திக் கொள்ள முடியாது தானே. தானே மலரும் பூவைப் போன்றதுதான் மறதியும், விரும்பினால் நடந்து விடாது.

இந்த இரவு இன்னும் சில மணிநேரங்களில் விடிந்துவிடும். சித்தாபுராவின் தெருக்களில் இறங்கி நடக்கத் துவங்கியிருப்பேன். நான் தேடிப்போக வேண்டிய சாலையில் நடமாட்டம் அதிகமிருக்காது. வீடுகள் அதிகம் இல்லாத சிறிய சாலையது. பின்னிரவில் நடந்து போகிறவன் ஊரின் உண்மையான அழகினைக் காணுவான். அவன் கண்களில் தென்படும் யாவும் அழகாகவே இருக்கும். மனிதர்கள் நடமாடாதபோது வீதிகள் பேரழகு கொள்கின்றன.

சித்தாபுராவைச் சுற்றிலும் காடு. பெரிதும் சிறிதுமாக நிறைய மரங்கள். சில மரங்கள் மிக உயரமாக வளர்ந்து நிற்கக்கூடியவை. மரங்கள் சொற்கள் இல்லாமல் போதிக்க கூடியவை. மரத்தின் இலைகள் புலிகளைக் கண்டு பயப்படுவதில்ல. புயற்காற்றைக் கண்டுதான் பயப்படுகின்றன என்று படித்திருக்கிறேன்.

உயர்ந்து நின்ற மரங்களை அண்ணாந்து பார்ப்பது கடினம். மிக உயரமான மரங்களுக்குத் துணை கிடையாது. அவை வாழ்நாள் முழுவதும் தனியாகத்தான் இருக்க வேண்டும். மரங்கள்

என்றாலும் தோழமை வேண்டும்தானே. குட்டையான மரங்கள் மற்ற மரங்களுடன் போட்டியிட முடியாமல் தோற்றுவிட்டதைப் போலக் குற்றவுணர்ச்சியில் குறுகி நிற்கின்றன.

குளிர் காதுகளின் வழியே தலைக்குள் போகிறது. குளிர்ச்சி தான் நினைவுகளைத் தூண்டுகிறதா? உடல் ஒரு இடத்திலும் மனம் வேறு இடத்திலுமாக சஞ்சரிக்கச் செய்கிறதா?

கொந்தளிக்கும் மனம்தான் இப்படியான பிரம்மைகளை ஏற்படுத்துகிறது. ஆயிரம் ஜன்னல் கொண்ட வீடு போலதான் மனமும். ஒரே நேரத்தில் அத்தனை ஜன்னல்களும் திறந்து கொண்டுவிடுகின்றன. பகிர்ந்து கொள்ள முடியாத நினைவுகள் குருட்டுப் பறவைகள் போல பறக்க இயலாமல் முட்டிமோதி தடுமாறுகின்றன.

மிக உயரமான மலைப்பிரதேசங்களுக்குப் போனவுடன் ஏன் குற்றவுணர்ச்சி அதிகரித்துவிடுகிறது.

இது எனக்கு மட்டும் தான் நடக்கிற விஷயமா?

பள்ளி வயதின் கோடைவிடுமுறை நினைவுகள் மரத்தின் கிளையொன்றில் சிக்கிக் கொண்ட பட்டம் போல படபடத்துக் கொண்டேயிருக்கின்றன.

என் சந்தோஷங்கள் யாவும் கோடையில்தான் நடந்தேறின. கோடை காலத்தில்தான் நான் வாழ்க்கையின் விசித்திரங்களை கற்றுக் கொண்டேன். கோடைக்காலத்தில்தான் காதலில் விழுந்தேன். கோடை காலத்தில்தான் முதல் முத்தத்தைப் பெற்றேன். கோடை தான் பிரிவை கொண்டு வந்தது. கோடைதான் என் ஆசைகளைத் தூண்டியது. கனவு காணச் செய்தது.

கோடை சில்வியாவை நினைவுபடுத்துகிறது.

வெயிலும், மாம்பழமும், குடையும், தர்பூசணிப் பழங்களும், சர்பத்தும், இளநீரும், தேவாலயமும் சில்வியாவை நினைவுபடுத்துகின்றன. நினைவு படியாத பொருட்களே இல்லை.

கோடை வெயிலைப் போல சில்வியா எனக்குள் அழிவற்று ஒளிர்ந்து கொண்டேயிருக்கிறாள்.

சில்வியா.

என் சில்வியா.

சில்வியா, எவ்வளவு சிறிய பெயர். எவ்வளவு பெரிய வசீகரம். சில்வியா உன் பெயரை எத்தனை இடங்களில் கிறுக்கியிருக்கிறேன். எத்தனை முறை எவ்வளவு விதமாக எழுதிப் பார்த்திருக்கிறேன். பதின் வயதின் பைத்தியக்காரத்தனங்கள் இப்போது நினைக்கையில் வேடிக்கையாக இருக்கிறது. மீசை அரும்புகிற பருவத்தில் உலகம் அடர்த்தியான வண்ணத்தில் வரைந்த ஓவியம் போலிருந்தது. இன்று அப்படியில்லை கறுப்புப் படிந்த டியூப் லைட்டில் வெளிப்படும் வெளிச்சம் போல நடமாடப் போதுமான ஒளியைக் கொண்டிருக்கிறது உலகம். நினைவுகளால் வழி நடத்தப்படுகிறவர்கள், இடையன் அழைத்துச் செல்லும் ஆடுகளைப் போன்றவர்கள். அவர்கள் கண்ணை மூடிக்கொண்டும் நடக்கலாம். உன் பின்னால் அப்படிதானே நடந்தேன்.

சில்வியா.

உன்னை நினைக்க துவங்கியதும் என் கடிகாரம் பின்னால் சுற்ற ஆரம்பித்துவிடுகிறது

உன்னோடு இருந்த பொழுதுகளின் மஞ்சள் நிறம் உடலெங்கும் பரவுகிறது.

சில்வியா

நெருப்பு தொடாதவரை மெழுகுவர்த்தி மௌனமாகவே இருக்கிறது. நெருப்பைத் தீண்டியதும் அது தன்னுடைய சுடரால் காற்றோடு பேச ஆரம்பிக்கிறது. தன்னை அழித்துக் கொள்வது காதலின் இயல்பு போலும்.

சில்வியாவின் பெயரைச் சொல்வதால் மட்டும் அவள் அழகின் தங்கரேகைகளை என்னால் அடையாளம் காட்டிவிட முடியாது.

அவளது ஸ்நேக நாட்கள்தான் என் வாழ்வின் மிக உயிர்ப்பான தினங்கள்.

அந்த நாட்களில் பாதிக்கனவும், பாதிக்குழப்பமும், பாதி கிறுக்கும் பிடித்தவனாக இருந்தேன்.

மண்ணில் நடந்தபோதும் கால்கள் தரையைத் தொடவில்லை என்பதாகவே உணர்ந்தேன். அவளது வீட்டில் வளரும் வண்ண மீன்களில் ஒன்றாகவே என்னை உணர்ந்தேன்

சில்வியா...

சில்வியா...

உன் நினைவிலேயே புதைந்து கிடக்கிறேன்.

காபி தோட்டங்களுக்கு மேலாக விரிந்திருக்கும் இந்த இருண்டவானம் உன்னையே நினைவுபடுத்துகிறது.

உன்னைத் தேடி வருவதே எனது பயணத்தின் நோக்கம். '

கண்ணாடி டம்ளர் பழச்சாற்றினை மௌனமாக ஏந்திக் கொண்டிருப்பதைப் போல உன் நினைவுகளை ஏந்தி நிற்கிறேன்.

தொலைவில் ஒளிரும் ஒற்றை நட்சத்திரம் உன்னையே நினைவுபடுத்துகிறது.

இருட்டில் பறக்கும் பறவையைப் போலிருக்கிறேன்.

...

அத்தியாயம் 2

அபூர்வமாகவே ஒரு நாள் மகிழ்ச்சியோடு துவங்குகிறது. சந்தோஷமான நாளை அன்றைய காலை நேரத்து வெயில் அழகுபடுத்திவிடுகிறது. அப்படியொரு நாளில் தான் சில்வியா கோவில்பட்டிக்கு வந்திருந்தாள். தனியே அல்ல, இரண்டு தேவதைகளை உடன் அழைத்துக் கொண்டு. மூவரும் சகோதரிகள். வானுலக தேவதைகள் தனியே வரமாட்டார்கள்தானே.

கோடை விடுமுறை ஏன் கோடையிலே வருகிறது என்று நீங்கள் கவலைப்பட்டதுண்டா?

விடுமுறை நாட்களில் இரவே வராமல் பகல் நீண்டு கொண்டேயிருந்தால் நன்றாக இருக்குமே என யோசித்திருக்கிறீர்களா?

இப்படியெல்லாம் யோசிப்பவராக இருந்தால் நீங்கள் என்னைப் போன்றவர். சினிமா பார்த்து, ஊர்கதை பேசி, சலிக்கும் மட்டும் விளையாடி, புது டிரஸ் வாங்கி, ஐஸ்கிரீம் சாப்பிட்டு. பொருட்காட்சி பார்த்து உடலெல்லாம் புழுதியும் மனதில் சந்தோஷமாக கோடையை கொண்டாடுவது எவ்வளவு மகிழ்ச்சியான விஷயம்.

முழுப்பரீட்சை லீவுக்கு தாத்தா வீட்டிற்குப் போவது என்பது கொண்டாட்டத்தின் துவக்கம். நான் மட்டுமில்லை. பள்ளியில் படிக்கும் பிள்ளைகளில் பலரும் உறவினர் வீட்டிற்குக் கிளம்பிவிடுவார்கள். லீவு முழுவதும் வெளியூரில் இருந்துவிட்டு பள்ளி திறக்கும் முதல்நாளில் ஊர் வந்து சேருவார்கள். சிலர் பள்ளி திறந்து இரண்டு மூன்று நாட்களுக்குப் பின்னால் வருவதும் உண்டு.

••

என் பெயர் ராமசுப்ரமணியம்.

வீட்டில் என்னை மணி என்று கூப்பிடுவார்கள். தாத்தா ஒருவர் மட்டுமே முழுப்பெயரைச் சொல்லிக் கூப்பிடுவார். ஆச்சி என்னை பட்டு என்று செல்லமாகக் கூப்பிடுவாள். ஆசையின் அடையாளமது. எனக்கு இரண்டு சித்திகள். மாமா திருமணமாகி

திருச்சி போய்விட்டார். சித்திகள் இருவரும் என்னை சுப்ரமணி என்றே கூப்பிடுவார்கள்.

ஆனால், என்னை சுப்பி என்று அழைத்தவள் சில்வியா மட்டுமே. அவளைத் தவிர இன்றுவரை வேறு எவரும் என்னை சுப்பி என்று கூப்பிட்டதேயில்லை.

ப்ரியம் தானே பெயரைச் சுருக்கிக் கூப்பிடச் செய்கிறது.

சில்வியா என் பெயரை இப்படி சுருக்கியது எனக்குப் பிடித்திருந்தது.

எந்தப் பெயரையும் அழகாக்கிவிடக் கூடியவர்கள் பெண்கள்.

சில்வியாவை உங்களுக்குத் தெரியாது. உங்களைப் போல தான் நானும் பதினைந்தாவது வயதின் கோடைகாலம் வரை சில்வியாவை அறியாமல்தானிருந்தேன்.

விடுமுறைக்காலம் தான் அவளை அழைத்து வந்தது. அப்போது சில்வியாவிற்கு வயது பதினாலு, எனக்கு பதினைந்து.

என்னைப் போலவே எட்டாம் வகுப்பு முடித்திருந்தாள்.

நான் ஒன்றாம் வகுப்பில் இரண்டுமுறை படித்தவன். பெயிலாகிவிட்டேன் என்று சொல்ல முடியாது. ஒன்றாம் வகுப்பின் தனலட்சுமி டீச்சர் தன்னோடு இருக்கட்டும் என்று இரண்டு வருஷம் கூட வைத்துக் கொண்டாள் என்று சொல்லலாம். ஆரம்பப் படிப்பு அழுத்தமாக இருக்கட்டும் என்று அப்பா அந்த டீச்சரிடம் சொன்னாரோ, என்னவோ. ஒரே வகுப்பில் இரண்டு வருஷம் படித்தபோதும் அதே பெஞ்ச், அதே இடம், அதே சிலேட்டு, அதே பை.

அந்த டீச்சர் தன் வீட்டிலிருந்து கொண்டு வரும் கேசரியை எனக்குத் தந்திருக்கிறாள். ஒருமுறை படியாமல் சிலிர்த்து நின்ற என் தலைமயிரைச் சீவி விட்டிருக்கிறாள். தனலட்சுமி டீச்சர் கோபம் கொண்டு யாரும் பார்த்ததே கிடையாது.

சிலர் டீச்சராகவே பிறக்கிறார்கள் என்பது உண்மைதான் போலும். அதில் ஒருவர் தனலட்சுமி டீச்சர்.

எனது ஒவ்வொரு கோடை விடுமுறையும் பாட்டி வீட்டில்தான் கழியும். அப்படி எனது எட்டாம் வகுப்பு கோடை விடுமுறையில் கோவில்பட்டிக்கு வந்த போதுதான் சில்வியாவைக் கண்டேன். தேவதைக் கதைகளில்கூட கஷ்டம் நேரும்போது தேவதை

ஒரு சிறிய விடுமுறைக்கால காதல் கதை | 19

வெளிப்படுவார்கள். ஆனால், உற்சாகமான ஒரு வெயில் நாளில் சில்வியா வந்திருந்தாள். அன்றைய வெயில் அவளுக்காகக் கொஞ்சம் தணிந்து போனது. வானவில் வரக்கூடும் என யார் கண்டறிந்து சொல்ல முடியும். அப்படித்தான் சில்வியா வரப்போவதும் யாருக்கும் முன்னால் தெரியாது.

சில பெண்கள் மகிழ்ச்சியை உலகில் பரவ விடுவதற்காகவே பிறக்கிறார்கள். அப்படி பிறந்தவள்தான் சில்வியா. அவளால் சந்தோஷப்படுத்தபட்டவர்கள் அதிகம்.

சில்வியாவோடு பழகத் துவங்கியபோது அது நட்பாகத்தான் இருந்தது. பிரிவுதான் அந்த நட்பைக் காதலாக்கியது. காதலின் வலிதான் அவளைப்பற்றியே நினைத்துக் கொண்டிருக்கச் செய்தது.

நாங்கள் கோடையின்போது மட்டுமே சந்தித்துக் கொண்டோம். கோடைக்காலம்தான் எங்களின் காதற்காலம். கோடையில்தான் பிரிந்தோம். பின்பு ஒரு கோடையில்தான் சந்தித்துக் கொண்டோம். கோடையின் வெயிலுக்கு எங்களைத் தெரியும்.

காதலும் ஒரு கோடைதானே.

என் காதல்கதை சிறியது. கொஞ்சம் பழைய கதை என்றே சொல்வேன். நான் பதினைந்து வயதில் இருந்தது போலத்தானே என் அப்பாவும் இருந்திருப்பார். நாளை என் பையனும் இருப்பான். வயதின் விளையாட்டு ஒன்றுபோலத் தானே இருக்கிறது.

பதினைந்து வயதில் உலகம் மிகப்பிரகாசமாகத் தோன்றியது. குறிப்பாக காணும் பெண்கள் யாவரும் பேரழகிகளாகத் தெரிந்தார்கள். பாதரசம் போல மினுமினுப்பு. பாதரசத்தை கையில் தொட ஆசைப்படுகிறவனைப் போல நானிருந்தேன். பெண்களின் அலைபாயும் கூந்தலும், சிரிப்பும், துள்ளல் நடையும், வேடிக்கைப் பேச்சும் பித்துப்பிடிக்கச் செய்வதாக இருந்தது. என் உடலில் நிறைய கண்கள் முளைத்துவிட்டது போலிருந்தது.

அதுவரை அழகைப் பற்றி நான் யோசிக்கவேயில்லை. ஆனால், அந்த வயதில் அழகுதான் உலகின் அதிசயம் என்று உணரத் துவங்கினேன். அழகில்லாத என்னை நானே திட்டிக் கொள்ள ஆரம்பித்திருந்தேன்.

அழகான பெண்களின் கண்களை நேர்கொள்ள தயங்கி நின்றேன். பெண்களுடன் பேசத் தயக்கம். கேலி செய்யப்பட்டுவிடுவோம் என்ற பயம். ஆனால் மனதில் ஏக்கம். பெண்களுடன் கைகோர்த்து

திரிய வேண்டும் என்ற ஏக்கம். விபரீதமான கற்பனைகள். ஆசைகள். ரகசிய கனவுகளால் அலைக்கழிக்கபட்டுக் கொண்டிருந்தேன்.

பாம்பின் நாக்கு துடிப்பது போல உடலுக்குள் ஏதோ துடித்துக் கொண்டேயிருந்தது. சிலநேரம் உடல் ஒரு முட்செடி போல மாறியது.

வண்ணத்துப்பூச்சி வெயிலில் கிறங்கி ஒரே இடத்திலே மிதந்து கொண்டிருப்பதைக் கண்டிருக்கிறீர்களா. அப்படித்தான் நானிருந்தேன்.

என் உடல் பாதியும் மனம் பாதியும் ஒன்று சேர்ந்து கொண்டு என்னைப் பகடையாடிக் கொண்டிருந்தன. என் வயதிலிருந்த பெண்ணும் அதே போல உடலால் பகடையாடப்பட்டுக் கொண்டிருந்தாள் என்பது சில்வியாவோடு பேசிய போதுதான் தெரிந்தது.

ஒரு பெண்ணோடு பழகுவது பற்றி அதுவரை எனக்கிருந்த தயக்கங்களை, வீண்கற்பனைகளை அவள் அழித்தாள். நீரோடு நீர் சேர்ந்து விடுவது போன்ற விஷயமது எனப் புரிய வைத்தாள்.

பருவ வயது என்று சொல்கிறார்களே. அந்த சொல்லின் பொருளை அனுபவிக்கும் போதுதான் புரிகிறது.

சில சாக்லேட் உறைகள் தங்க ரேகைகள் போல மினுமினுப்பான காகிதம் சுற்றிக் காணப்படுமில்லையா, அது போன்றதுதான் பதினைந்து வயதின் ஆசைகளும்.

பட்டத்தை காற்று உயரஉயரப் பறக்கச் செய்வதைப் போலவே ஒரு பெண் ஆணை உயரப் பறக்க வைக்கிறாள். காற்றாக சில நேரம் பெண்ணிருக்கிறாள். சில நேரம் ஆண் இருக்கிறான்.

அந்த மகிழ்ச்சியை எப்படிச் சொற்களால் பகிர்ந்து கொள்ள முடியும்?

••

"குடைக்கம்பெனிகாரங்க வீட்டு முன்னால் இரண்டு பெண்கள் பேட்மின்டன் ஆடிக் கொண்டிருக்கிறார்கள்" என்ற செய்தியை என்னிடம் சொன்னது எதிர் வீட்டு சிறுமி வித்யா.

அப்போதுதான் எழுந்து காபி குடித்துக் கொண்டிருந்தேன். காபி டம்ளரைக் கதவோரம் வைத்துவிட்டு தலையைக் கூட சீவிக் கொள்ளாமல் வெளியே சென்றேன்.

துள்ளிக் குதித்தபடியே சில்வியா மட்டையால் இறகுப்பந்தை அடித்துக் கொண்டிருந்தாள். எதிரேயிருந்த ஜெசிந்தா அதை மடக்கி அடித்தாள். இரண்டு பெண்களின் முகத்திலும் உற்சாகம். பந்து தன்பக்கம் வருவதற்கு முன்பாகவே துள்ளிக்குதித்துக் கொண்டிருந்த சில்வியாவை வியப்போடு பார்த்துக் கொண்டிருந்தேன்.

கோடை ஒரு அழகியை எனது ஊருக்கு அழைத்து வந்திருக்கிறது.

சில்வியாவை நான் முதன்முதலாக பார்த்தபோது அவள் கறுப்பு நிற பேண்ட்டும் வெளிர்நீல நிற மேல்சட்டையும் அணிந்திருந்தாள். அவளது தலைமயிர் பாய்கட் போல வெட்டப்பட்டிருந்தது. காதில் தோடு அணிந்திருக்கவில்லை. செதுக்கியது போன்ற வட்டமுகம். சிறிய மூக்கு, திரட்சியான கழுத்து, சற்றே கனத்த பெரிய மார்புகள் கழுத்தில் வெள்ளியில் செய்த சிறிய சிலுவை தொங்கும் செயின்.

இவ்வளவு மாடர்னாக உடையணிந்த, கிராப் வெட்டிய ஒரு பெண்ணை அதுவரை கண்டதில்லை.

பாவாடை தாவணியோ, சுடிதாரோ அணிந்த பெண்கள்தான் பள்ளியில் படித்தார்கள். வீதிகளில் தென்பட்டார்கள். வீட்டிலிருந்தார்கள். ஆனால் சில்வியா போல பேண்ட் ஷர்ட் அணிந்த பெண் ஒருவருமில்லை.

சில உடைகள் அணிபவரால் அழகு பெறுகின்றன. சில்வியாவின் உடைகளும் அவளாலே அழகாகத் தெரிந்தன.

அவளை நான் கவனிப்பதை அறிந்து கொண்டவள் போல ஹாய் என்று கையை உயர்த்தினாள். நானும் அவளைப் போலவே கையை உயர்த்தினேன். ஆனால் ஹாய் என்ற சொல் தொண்டையிலே நின்றுகொண்டது.

தலைகவிழ்ந்து கொண்டு தயங்கித் தயங்கிப் பேசும் உள்ளூர் பெண்களைப் போலின்றி நேருக்கு நேராக முகத்தைப் பார்த்துப் பேசுகிறவளாக இருந்தாள் சில்வியா. அவளை சகோதரிகள் சில்வி என்று அழைத்தார்கள்.

சில்வி என்பது எத்தனை அழகான பெயர். எத்தனை சிறிய பெயர்.

நான் மனதிற்குள்ளாக சில்வி சில்வி என்று அழைத்து பார்த்துக் கொண்டேன்.

அவர்கள் பேட்மின்டன் ஆடுவதைப் பார்த்துக் கொண்டு நின்றிருந்தேன். பந்து காற்றில் பறந்து என் காலருகே வந்து விழுந்தது. அதை எடுத்து வீசும்படி கண்ஜாடை காட்டினாள் சில்வியா.

அந்த இறகுப்பந்தை கையில் எடுத்து அவளை நோக்கி வீசி எறிந்தேன்.

தேங்க்ஸ் என்றாள். அந்த நன்றியை சிரிப்பில் தோய்த்து எடுத்துக் கொடுத்தாள்..

சில்வியாவின் வேகத்திற்கு ஜெசிந்தாவால் ஆட முடியவில்லை. அவள் பாதியிலே "ஐ ஆம் டயர்டு" என்று மெல்லிய குரலில் சொன்னாள்.

அப்போது சில்வியா என்னைப் பார்த்து "நீ ஆடுவியா" எனக்கேட்டாள்.

இதுவரை பேட்மின்டன் ஆடியதில்லை. ஆனால் ஆடத்தெரிந்தவன் போல தலையசைத்தேன்.

மறுநிமிசம் ஜெசிந்தாவிடமிருந்த ராக்கெட் என்னிடம் வந்தது.

நாங்கள் விளையாட ஆரம்பித்தோம். ஒரு நிமிசம் போதும் வாழ்க்கை அழகாகிவிடும் என்பது எத்தனை உண்மை. அந்த ராக்கெட்டைக் கையில் பிடித்தபோது நான் தரையில் காலூன்றவில்லை. மிதந்தேன். ஆனால் மனதில் எங்கே அவமானப்பட்டுவிடுவோமோ என்ற பயம் பிறந்திருந்தது.

எனக்கு சர்வீஸ் போடத்தெரியவில்லை. காலடியிலே பந்து விழுந்தது. பந்தை அடிக்க முயன்றால் மட்டை மட்டுமே பறந்தது.

சில்வியா அதைக் கண்டு சிரித்தாள். தடுமாறி தடுமாறி சர்வீஸ் போட்டேன். அவள் பாய்ந்து அடித்து அதைப் பறக்கவிட்டாள். என்னால் அதைத் தடுக்கமுடியவில்லை. யாரோ சிரித்தார்கள். அடுத்த சர்வீஸ் சரியாகப் போட்டேன். ஆனால் அவள் முன்னால் வந்து தடுத்து ஆடினாள். அவளது பந்தை அடிக்க முடியாமல் காற்றில் மட்டை வீசினேன். மட்டை கையை விட்டுப் பறந்தது.

விளையாட்டின் போது என் கவனம் முழுவதும் அவளது உடல் மீதே இருந்தது. தரையிலிருந்து உயரே எழும் அலை போலிருந்தாள்

மணலை அலை இழுத்துப் போவது போலதான் நான் இழுபட்டுக் கொண்டிருந்தேன். அதை அவள் அறிந்தாளா எனத் தெரியவில்லை. ஆனால் அருவியை வேடிக்கை பார்க்கும்

ஒரு சிறிய விடுமுறைக்கால காதல் கதை | 23

சிறுவனைப்போல அவளையே பார்த்துக் கொண்டிருந்தேன். அவள் அதை உணர்ந்தவளை போல பந்தை சர்வீஸ் போடாமல் கையில் வைத்தபடியே என்னைப் பார்த்து சிரித்தபடியே தலையைச் சிலுப்பி என்னவென்று கேட்டாள். ஒன்றுமில்ல என தலையாட்டினேன். பந்தை அவள் வீசினாள். என்னை நோக்கி வரும் பந்தை அடிக்க முற்படுகையில் உலகம் தலைகீழாக சுழல்வது போல உணர்ந்தேன்.

மறுபடியும் சில்வியா சிரித்தாள்.

"எனக்கு விளையாடத் தெரியாது" என்று ஒத்துக் கொண்டேன்.

"நோ பிராப்ளம். சும்மா ஆடு" என்றாள்.

இரண்டு சர்வீஸ் சரியாகப்போட்டேன். சரியாகத் தடுத்து ஆடினேன். வெல்டன் என்றாள்.

நாங்கள் பேட்மின்டன் விளையாடிக் கொண்டிருக்கும்போது குமார் வேகமாக வந்தான்.

"நான் ஆடட்டுமா. நான் ஸ்கூல்ல பேட்மின்டன் பிளேயர்ய என்றான்.

அவள் "வேண்டாம்" என்றபடியே என்னோடு விளையாடினாள். குமார் என்னை முறைத்துக் கொண்டிருந்தான்.

திடீரென சில்வியா பந்தை அடிப்பதை நிறுத்திவிட்டு "போதும்" என்றாள். நான் அவளையே பார்த்துக் கொண்டிருந்தேன்.

"நீங்க வேணும்னா விளையாடுங்க" என அவளது ராக்கெட்டை குமாரை நோக்கி நீட்டினாள்

நான் "கைவலிக்குது" என்று பொய் சொன்னேன்.

சில்வியா என்னிடம் ஒரு வார்த்தை பேசவில்லை. என்னிடமிருந்த ராக்கெட்டினையும் வாங்கிக் கொண்டு மெல்லிய குரலில் ஏதோவொரு ஆங்கிலப் பாடலை முணுமுணுத்தபடியே அவளது தாத்தா வீட்டை நோக்கி சென்றாள்.

என்னைப் போலவே அவளும் கோடைவிடுமுறைக்காக வந்திருக்கிறாள். அதுவும் சென்னையில் இருந்து. வந்த முதல்நாளே அவளுடன் பழகத்துவங்கிவிட்டேன். எத்தனை அதிர்ஷ்டமான நாளிது.

அவள் வீட்டிற்குள் போன பிறகு குமார் என்னிடம் ஆதங்கமாக கேட்டான்

"ரொம்ப நேரமாக விளையாடிகிட்டு இருக்கியா"

"அரை மணி நேரமிருக்கும்" என்று பொய் சொன்னேன்

"இவ எப்போ வந்தா" என்று கேட்டான் குமார்.

"நைட்டா இருக்கும்" என்றேன்.

"நாளைக்கு நான் அவ கூட ஆடுவேன்" என்று உறுதியான குரலில் சொன்னான் குமார், அவன் கண்களில் பொறாமை வழிந்து கொண்டிருந்தது.

••

காதல்கதையைத் துவக்குவதற்கு முன்பாக என்னைப் பற்றி சொல்லிக் கொள்கிறேன். என்னுடைய அப்பா தனசேகர் அரசுப்பள்ளி ஒன்றில் தலைமை ஆசிரியராகப் பணியாற்றினார். அவரது வேலை காரணமாக நாங்கள் அருப்புக்கோட்டையை அடுத்த வேப்பனூர் என்ற சிறிய கிராமத்தில் குடியிருந்தோம்.

வேப்பனூரைச் சுற்றிலும் கரிசல் நிலம். கிழக்கே அடிவானம் வரை கரும்பரப்பு. கிழக்கே ஒரு கருப்பசாமி கோவில் இருக்கிறது. அதையொட்டி ஒரு பனைமரம். அதில் கேட்கும் மைனாவின் குரல். காற்றில் மிதந்து அலையும் பாம்புச்சட்டை. அந்தக் கிராமத்தில் தார் சாலையே கிடையாது. மண்சாலைகள். அதுவும் குண்டும் குழியுமான மண்சாலைகள்.. இருநூறு வீடுகளுக்குள் இருந்த சிறிய ஊர்.

வாடகைக்கு வீடு கிடைக்காமல் ஊரின் கணக்குப்பிள்ளை எங்களுக்குத் தன் வீட்டினைத் தந்துவிட்டு அவரது மகளோடு சேர்ந்து வசித்தார். அவ்வளவு சிறிய ஊர்.

அந்த ஊரிலிருந்து நாற்பது பேருக்கும் மேலாக சிங்கப்பூருக்கு கட்டிட வேலைக்குப் போயிருந்தார்கள். ஊரில் இரண்டு பெட்டிக்கடைகள். ஒரு பலசரக்குக் கடை. ஒரு ரேஷன் கடை. இரண்டு பொதுக்கிணறுகள். அச்சு முறிந்து நிற்கும் கோவில் தேர். நாற்பது ஆடுகள். பனிரெண்டு காளை மாடுகள். ஆறு பசுமாடுகள். எட்டு தெருநாய்கள். நாற்பது ஐம்பது எலிகள். நாலைந்து பூனைகள். ஒரு ஆந்தை. ஒரு வெருகுப்பூனை. ஒரு கோவில்கிடா. இரண்டு ஜோடி கழுதைகள் இருந்தன.

அப்பா வேலை செய்தது ஐந்து வரையுள்ள ஆரம்ப பள்ளி. ஆறாம் வகுப்பு முதல் எட்டுவரை அருகிலுள்ள தெக்கூர் அரசுப்

பள்ளியில் படிக்க வேண்டும். அதன்பிறகு அருப்புக்கோட்டையில் உயர்நிலைப்பள்ளிக்குப் போக வேண்டும்.

ஊரின் தெற்கே ஒரு கண்மாய் இருந்தது. நிறைய புளியமரங்கள் அடர்ந்த கரை. வேலிச்செடிகள் அடர்ந்த மண்பாதையொன்று வடக்கே சென்று கொண்டிருந்தது. அதன் வழியே மாட்டுவண்டிகள் மட்டுமே போய்வரும். மாலை நேர வானத்தில் கொக்குகள் கூட்டமாகத் தெற்கே போவதைப் பார்க்கமுடியும்.

அம்மாவின் பெயர் கௌரி. அம்மாவின் சொந்த ஊர் கோவில்பட்டி. ஆச்சியும் தாத்தாவும் கோவில்பட்டியில் இருந்தார்கள். ஆகவே கோடைவிடுமுறைக்கு நாங்கள் அங்கே போய்விடுவோம்.

மேற்கு போலீஸ் ஸ்டேஷனின் பின்னால் இருந்த லயன்வீடுகளில் ஒன்றாக தாத்தாவின் வீடிருந்தது. அந்த இடத்தை விஸ்வநாதன் பேட்டை என்றார்கள். அது உண்மையில் பழைய வண்டிப்பேட்டை. பருத்தியும் மிளகாய் வற்றலும், சோளமும், கம்பும், கேப்பையும் மாட்டுவண்டிகளில் ஏற்றிக் கொண்டு விவசாயிகள் கோவில்பட்டி கமிஷன் கடைகளில் விற்பதற்காக வருவார்கள். அந்த மாட்டுவண்டிகளை நிறுத்துமிடமே இந்தப் பேட்டை.

காலமாற்றத்தில் மாட்டுவண்டிகளின் வருகை நின்று போகவே அந்த இடத்தினுள் எட்டு வீடுகள் கட்டி வாடகைக்கு விட்டார்கள். இந்த எட்டு வீடுகளைத் தவிரவும் தனி வீடு ஒன்றும் அதனுள் இருந்தது. பேட்டைக்குள் இரண்டு பெரிய வேப்பமரங்களும் ஒரு வாதாமரமும், தூர்ந்துபோன கிணறும் ஒன்றுமிருந்தது. கிழக்குப் பக்கம் ஸ்டீல் பேக்டரி ஒன்றும் தீப்பெட்டி கம்பெனி ஒன்றுமிருந்தன. இது தவிர பேட்டையின் நுழைவாயிலை ஒட்டி வெங்கடேஸ்வரா லாரி புக்கிங் ஆபீஸ் இருந்தது.

லைன் வீடு என்பதால் எட்டு வீடுகளும் ஒன்றுபோல கட்டப்பட்டிருந்தன. எட்டு வீடுகளுக்கும் சேர்ந்து இரண்டு பொதுக்கழிப்பறைகள். இரண்டு குளியல் அறைகள்.

எட்டு வீடுகள் ஒன்றாக இருப்பதில் நிறைய வசதிகளும் இருந்தன என்றாலும் நிறைய பிரச்சனைகளும் இருந்தன. ஒருத்தர் வீட்டில் என்ன நடக்கிறது என்று மற்றவருக்கு நன்றாகத் தெரிந்தது அதே நேரம் ஒரு வீட்டிலிருந்து மற்ற வீட்டிற்கு தயிர், சட்னி, தோசை மாவு, பொடி, எண்ணெய், காபித்தூள், என யாவும் பரிமாற்றம் செய்து கொள்ளப்பட்டன. ஒரு வீட்டுப் பிள்ளைகள் இன்னொரு வீட்டில் சாப்பிடுவார்கள். யாருக்காவது உடல் நிலை சரியில்லை

என்றால் அடுத்தவர் கசாயமோ கஞ்சியோ வைத்து தருவார்கள். ஆனால் ஒரு வீடு இன்னொரு வீட்டைப் பார்த்துப் பொறாமைப் படுவதும், வம்பு பேசுவதும், அடுத்தவர் கஷ்டங்களைக் கண்டு ரகசியமாக சந்தோஷம் கொள்வதும் இயல்பாக இருந்தது.

எட்டுவீடுகளில் மேற்கு பார்த்த முதல் வீட்டில் எப்போதும் சண்டை நடந்து கொண்டேயிருக்கும். இரவு பத்து மணி ஆனாலும் சண்டை ஓயாது. அந்த வீட்டிலிருந்த பெண்ணின் குரல் தகரத்தை ரோட்டில் இழுத்துக் கொண்டு போவது போலிருக்கும். அவள் தான் எப்போதும் சண்டையைத் துவக்குவாள். அந்த ஆண் பாதிசண்டையில் சட்டையை மாட்டிக் கொண்டு விடுவிடுவென வெளியேறிப் போய்விடுவார். அந்த ஆள் போனபிறகும் அவள் கத்திக் கொண்டேயிருப்பாள். அந்த ஆள் திரும்பி வரும்போது லாலா கடையில் வாங்கிய பூந்திப்பொட்டலம் எப்போதும் இருக்கும். ஒரு பொட்டலம் பூந்திக்காகத்தான் இந்த சண்டையோ என்னவோ.

இரண்டாவது வீட்டில் இருந்தவர்கள் சுவரில் ஆணி அடித்துக் கொண்டேயிருப்பார்கள். என்னதான் மாட்டுவார்கள், எதற்காக ஆணி அடிக்கிறார்கள் என்று தெரியாது. அந்த வீட்டிற்குள் போனால் நூறு இருநூறு சாமிபடங்கள் மாட்டப்பட்டிருக்கும்.

மூன்றாவது வீட்டில் யானைக்கால் போல வீக்கம் கொண்ட ஒரு பெண்மணி இருந்தார். அவள் எப்போதும் அரிசியைத் தின்று கொண்டேயிருப்பாள். அவளது மகள் நன்றாக சினிமா பாட்டு பாடுவாள். ஆளும் நடிகை போலவே செக்கச்சிவப்பாக இருப்பாள்.

நான்காவது வீட்டில் குமாரும் அவனது தம்பி தங்கைகளும் இருந்தார்கள். குமாரின் அப்பா சண்முகவிலாஸ் ஹோட்டலில் பில் போடுகிறவர் ஆகவே அவர் வீடு திரும்ப இரவு பதினோரு மணியாகிவிடும். காலையில் அவர் பூசிக் கொள்ளும் திருநீறு இரவு வீடு திரும்பும்வரை அழியாமல் இருக்கும். பூனையை போல சப்தமில்லாமல்தான் குமாரின் அப்பா நடந்து வருவார். போவார்.

கிழக்கு பார்த்த ஒரு வீட்டில் இருந்த பெண் நிறைய சினிமா பார்ப்பார். பகல் காட்சி பார்த்து முடித்துவிட்டு அப்படியே மாலைக்காட்சிக்கும் போய்விடுவார். வீடு திரும்பி வரும்போது அய்யர் கடையில் வாங்கிய இட்லி பொட்டலம் இருக்கும். அந்தப் பெண்ணின் கணவர்தான் துணி துவைப்பார். தண்ணீர் பிடித்து

வைப்பார். தோசை சுடுவார். அவர்களுக்கு ஒரே பையன். அவன் எப்போதும் வீட்டில் புத்தகம் கையுமாகவே படித்துக் கொண்டிருப்பான். கோடை விடுமுறையிலும் அவன் கையில் புத்தகம் இருந்தது.

கிழக்கு பார்த்த இரண்டாவது வீடு தாத்தாவுடையது.

தாத்தா தன் வாழ்நாள் முழுவதும் வாடகை வீட்டில்தான் வசித்து வந்தார். சொந்த வீடு பற்றிய கனவுகூட அவருக்குக் கிடையாது.

தாத்தா ஒரு ஜோசியர். தாத்தா வீட்டின் முன்னால் ஒரு மரப்பெஞ்சு போடப்பட்டிருந்தது. ஆறுபேர் உட்காரும் அளவிற்கான பெரிய பெஞ்ச் அது. எப்போதும் கையில் ஜாதகங்களுடன் யாராவது மரப்பெஞ்சில் உட்கார்ந்து கொண்டிருப்பார்கள்.

தாத்தா வீட்டில் மூன்று அறைகளிருந்தன. வாசலை ஒட்டிய சிறிய அறையில் தாத்தா படிப்பதும், ஜோசியம் சொல்லுவதுமாக இருந்தார். அந்த அறை முழுவதும் பழைய பேப்பர்கள் குவிந்து கிடக்கும். தாத்தா தமிழிலும் ஆங்கிலத்திலும் வாசிக்கக் கூடியவர் என்பதால் நிறைய புத்தகங்கள் வாங்கி வைத்திருந்தார்.

தாத்தா நன்றாகப் பாடக்கூடியவர். தேவாரம் பாடும்போது அவரது கண்ணில் இருந்து கண்ணீர் வருவதைக் கண்டிருக்கிறேன். விடியற்காலை நாலு மணிக்கு எழுந்து பச்சைத் தண்ணீரில் குளித்துவிட்டு நெற்றி நிறைய திருநீறு பூசிக் கொள்வார் தாத்தா. அவர் ஒருபோதும் தட்டில் சாப்பிட்டதேயில்லை. வாழை இலையில்தான் சாப்பிடுவார். அதுவும் இரண்டு வேளைதான். இரவு உணவு கிடையாது. இரண்டு வாழைப்பழங்கள்தான் அவரது இரவு உணவு. அது போலவே வெளியூர்களுக்குப் போகையில் எந்த ஹோட்டலிலும் சாப்பிட மாட்டார். வாழைப்பழத்துடன் அவலும் பாலும்தான் அவரது உணவு.

தாத்தா மிகவும் கோபப்படுவார். இரண்டுமுறை கோபத்தில் ரேடியோவைத் தூக்கிப் போட்டு உடைத்திருக்கிறார். அவரைக் கண்டால் சித்திகள் பயப்படுவார்கள்.

நான் தாத்தாவைக் கண்டு பயப்பட மாட்டேன். காரணம், அவர் ஒருபோதும் என்னையோ என் தம்பி, தங்கைகளையோ கோவித்துக் கொண்டது கிடையாது.

சினிமாவே பார்க்காத தாத்தாவிடம் சினிமாவிற்குப் போவதற்குக் காசு கேட்டால்கூட தருவார். தாத்தாவிற்குப் பிடித்தமானவள் என்

அம்மா. தன்னுடைய தாயின் பெயரைதான் என் அம்மாவிற்கு வைத்திருக்கிறார். ஆகவே என் அம்மாமீது அவருக்குத் தனிப்பாசம்.

ஆனால் அவருக்கு என் அப்பாவைப் பிடிக்காது. அப்பாவும் தாத்தாவும் பேசிக்கொண்டதாக நினைவேயில்லை. அப்பாவின் குணம் அப்படி. அவர் தாத்தாவை விடவும் அதிகம் கோபம் கொண்டவர். ஒருமுறை பள்ளி மாணவர்களில் ஒருவன் கன்னத்தில் அவர் ஓங்கி அறையவே அவன் மயங்கி விழுந்துவிட்டான். ஊரே கூடிவிட்டது. நல்லவேளை, அவன் மயக்கம் தெளிந்துவிட்டான். பிறகு அந்தப் பையன் பள்ளிக்கே வரவில்லை. பின்னாளில் அந்தப் பையனுக்குக் காது கேளாமல் போய்விட்டது என்றார்கள்.

இந்த சம்பவம் நடந்த சில நாட்களுக்கு அப்பா எந்தப் பையனையும் அடிக்கவில்லை. ஆனால் பின்பு வழக்கம் போல பிரம்புடன் பள்ளிவளாகத்தில் கத்திக் கொண்டு திரிவதை நானே கண்டிருக்கிறேன். நெருப்பில் போட்ட மிளகாயை போலதான் அப்பா நடந்து கொள்வார். சிலரை எவராலும் மாற்றவே முடியாது. அம்மா அதை நன்றாக உணர்ந்து கொண்டிருந்தாள். நாங்கள் சில வேளை அதை உணர மறந்து வருத்தம் கொண்டிருக்கிறோம். எவரது கண்ணீரும் அப்பாவைச் சலனமடைய செய்யாது என்பதே நிஜம்.

கிழக்கு பார்த்த மூன்றாவது வீட்டில் ஆடு வளர்த்தார்கள். ஒரேயொரு கிடா. அதை ஒரு பழுப்பு நிறக் கயிற்றில் வீட்டு முன்பாகக் கட்டியிருப்பார்கள். அந்த வீட்டு வாசலில் ஒரே ஆட்டுப்புழுக்கையாக இருக்கும். அதைப்பற்றி யாராவது குறை சொன்னால் உடனே சண்டை வந்துவிடும்.

காலனி வீடுகளுக்கென்ற தனி சுபாவம் இருக்கிறது. அது மழைக்கால மேகம் போல எப்போது மழை பெய்யும், எப்போது நிற்கும் என்று தெரியாதது போல சண்டை வருவதும் அடங்குவதுமாகவே இருக்கும்.

கிழக்கு பார்த்த கடைசி வீட்டில் இருந்தது ஒரு சர்வேயர் குடும்பம். அந்த வீட்டிற்கு அடிக்கடி உறவினர்கள் வந்து கொண்டேயிருப்பார்கள். அந்த காலனியில் அதிகம் கடன் வாங்கியதும் அவர்களே. அவர்கள் வீட்டில் எப்போதும் சாப்பாட்டு பந்தி நடந்து கொண்டேதான் இருக்கும். சாப்பிட்ட இலையை யார் கண்ணிலும் படாமல் இரும்பு வாளி ஒன்றில் கொண்டு போவதே அவர்கள் வழக்கம்.

சே.. காதற்கதைக்கு எதற்கு இத்தனை பீடிகை. வீட்டைப்பற்றிச் சொல்ல ஆரம்பித்தால் அதற்கு முடிவே கிடையாது. ஒவ்வொரு குடும்பத்திலும் சொல்லித்தீராத ஆயிரம் கதைகள் இருக்கின்றன. அதை எல்லாம் தொகுத்தால் ஆயிரம் மகாபாரதம் எழுதலாம் தானே. குடும்பத்தால்தான் பலரது காதல் புதையுண்டு போயிருக்கிறது. வீடு என்பது நாலைந்து அறைகள் உள்ள சிறைச்சாலை என்றே அந்த நாட்களில் நினைத்துக் கொண்டிருந்தேன்.

அதை விடுங்கள் நம் காதல் கதைக்கு வருவோம்.

நான் தெக்கூர் பள்ளியில் எட்டாம் வகுப்பு படித்து முடித்தேன். அடுத்த வருஷம் அருப்புக்கோட்டை போக வேண்டும். கிராமப்புறப் பள்ளிகளுக்கு கோடைவிடுமுறை ஏப்ரல் முதல் தேதியிலே துவங்கிவிடும். இரண்டு மாத காலம் விடுமுறை. யார் யார் எந்த ஊருக்குப் போகப்போகிறார்கள் என்பதைப் பற்றி முன்னதாகவே பேசிக் கொண்டிருப்போம். பையன்கள் தாத்தா வீட்டிற்கும் பெண்பிள்ளைகள் மாமா வீட்டிற்கும்தான் அதிகமாக போனார்கள்.

விடுமுறைக்காக யாரும் எங்கள் கிராமத்திற்கு வந்ததாக நினைவில்லை. மழையில்லாத இந்தக் கரிசக்காட்டுக் கிராமத்திற்கு யார் வரப்போகிறார்கள்.

விடுமுறை துவங்கிய மறுநாள் அம்மாவும் நாங்களும் கோவில்பட்டிக்குக் கிளம்பிவிடுவோம். அம்மா பத்து நாட்கள் எங்களுடன் இருப்பாள். பிறகு அவள் வேப்பனூர் போய்விடுவாள்.

நானும் என் தம்பி சீனுவும் தங்கை மாலாவும் தாத்தா வீட்டில் கோடை முழுவதும் இருப்போம். விடுமுறை முடிய நான்கு நாட்கள் இருக்கும்போது எங்களை அழைத்துப் போக அப்பா வருவார். எப்போதும் மதியச்சாப்பாட்டிற்குப் பிறகுதான் கிளம்புவோம். தாத்தா வீட்டில் வாங்கிய ரப்பர் பந்தோ, மவுத் ஆர்கனோ, செஸ் போர்டோ ஏதோவொன்று உடனிருக்கும்.

விடுமுறை முடிந்து ஊர் திரும்பும்போது ஏன் லீவு முடிகிறது என்று எரிச்சலாக இருக்கும். ஊரை நெருங்க நெருங்க தொண்டையில் வலி உண்டாகும். பேருந்தை விட்டு இறங்கி மெதுவாக வீட்டினை நோக்கிப் போவேன். இனி ஒரு வருஷம் காத்திருக்க வேண்டும். நடந்த விஷயங்களை நினைத்துக் கொண்டும் பேசிக் கொண்டும் இருக்க வேண்டியதுதான் என நினைக்கும்போது வருத்தமாக இருக்கும். கோடை விடுமுறை முடியும் போது உருவாகும்

துக்கம் சொல்லில் அடங்காதது. அந்த வெறுமை போவதற்கு சில வாரங்கள் ஆகிவிடும்.

..

கோடைகாலத்திற்கென்றே தனியான சுபாவமிருக்கிறது. கோடையில்தான் எத்தனை புதிய ருசிகள். கோடையில் விளையும் பழங்கள். எப்போதும் குடிக்கும் தண்ணீர் கோடையில் புதுருசி கொண்டுவிடுகிறது. கோடையில் அபூர்வமான சில பறவைகளைக் காணமுடிகிறது. கோடையில் மட்டுமே காணப்படும் மோர்பந்தல். அங்கே கிடைக்கும் கொத்துமல்லி இலைகள் மிதக்கும் மோர்.

கோடையைப் பற்றிய ஒரு கதையை எங்கள் ஊரில் சொல்வார்கள். இயற்கைக்கு நான்கு பிள்ளைகளாம். அதில் மூத்தவன் கோடை. மூர்க்கமானவன். எவர் சொல்லையும் கேட்கமாட்டான். கோபம் கொண்டவன். அவன் நடக்கும் வழியெல்லாம் பற்றி எரியும். அடுத்தவன் வசந்தகாலம். அவன் அமைதியானவன். பூக்களை மலரச் செய்பவன். மூன்றாவது தங்கை. அவள் பெயர் மழை. அவள் நடந்தால் ஈரம் சொட்டும். அவள் தான் உலகை சந்தோஷம் கொள்ளச் செய்பவள். கடைசித் தங்கை ஊமை. அவள் பெயர் குளிர். அவள் வரும்போது உலகமே அமைதியாகிவிடும். அவள் தன் மென்கரங்களால் தொட்டு நம்மை சிலிர்க்க வைப்பாள். கோடையான அண்ணன் வெக்கையைப் பரப்பி உலகை கோபம் கொள்ளச் செய்வதால் அவனது தங்கை மழை அவன் சென்ற பாதையில் வந்து உலகைக் குளிரச் செய்து அண்ணன் மீதான கோபம் தணிப்பாளாம். இந்த நால்வரும் ஒரு தாய் வயிற்றுப்பிள்ளைகள் என்றாலும் ஒரேநேரத்தில் நாலுபேரையும் யாரும் பார்க்கவே முடியாது என்பார்கள்.

கோடைமழை சற்று ஆவேசமாகவே இருக்கும். அதற்குக் காரணம் அவள் அண்ணனைப் போலவே நடந்து கொள்கிறாள் என்பது தானாம்.

இந்தக் கதையை ஒவ்வொரு கோடையிலும் யாராவது ஒரு கிழவர் நிச்சயம் சொல்லிவிடுவார். எவ்வளவு முறை கேட்டிருந்தாலும் ஊமைப் பெண்ணாக இருந்த குளிரின்மீதுதான் கவனம் குவியும். பாவம் அவள்.

எங்கள் கிராமத்தில் இதுபோல ஆயிரம் கதைகள் உலவின. கிராமம் என்பதே கதைகளின் பிறப்பிடம்தானே

ஒரு சிறிய விடுமுறைக்கால காதல் கதை | 31

கோடையில்தான் வெள்ளரிப்பிஞ்சுகள் வருகின்றன. அதனுள் இருப்பது கோடைச்சூரியனின் ருசி. வெள்ளரியின் பற்கள் சிரிப்பதாகவே சொல்வோம். வெள்ளரியின் குளிர்ச்சி நிகரற்றது.

கோடையில்தான் மாம்பழம் வரத்துவங்குகிறது. கடைவாயில் மாம்பழச்சாறு வழிந்தோட கடித்து சாப்பிடும் ருசி கோடைக்கானதுதானே. ஆண்டு முழுவதும் இளநீர் கிடைத்தால் கோடையில் கிடைக்கும் இளநீரின் ருசி வேறில்லையா. நுங்கும் பதநீரும் கோடைக்கானவை. கல்நொங்கை கடிக்க முடியாமல் கடித்து தின்பது கோடையின் விஷேசமில்லையா. கோடை துவங்கும் போதுதான் கடவுள்கள் சந்தோஷம் அடைகிறார்கள். செண்பகவல்லி அம்பாள் உடனுறை பூவனநாத சுவாமி திருக்கோயிலில் திருவிழா. நான்கு ரத வீதிகள் வழியாக வலம் வந்து, மீண்டும் நிலையடையும் திருத்தேர், எங்கும் ஜனத்திரள்.. விதவிதமான திருவிழா கடைகள். பொருட்காட்சி.

தெய்வமும் கோடையைத்தான் விரும்புகிறது போலும்.

கோடை புதிய வணிகர்களை அழைத்துக் கொண்டு வருகிறது. அதோ சாலையில் ஒருவன் ஓலை விசிறிகளைக் குவித்துப் போட்டு விற்கிறான். அவன் கோடையில் மட்டுமே வரும் சிறுவணிகன். அந்த மரத்தடியில் ஒருவன் தூள் ஐஸ்மீது கலர் கலராக வண்ணமடித்துத் தருகிறான். அவனும் கோடை வணிகனே.

வண்ணக்குடை விற்பவன். தொப்பி விற்பவன், கறுப்புக் கண்ணாடி விற்பவன். கைக்குட்டைகள் விற்பவன், சேமியா ஐஸ், பால் ஐஸ் என கூவியபடியே வரும் சைக்கிளில் ஐஸ் விற்பவன், உப்பு மிளகாய் பொடி தூவி மாங்காய் துண்டுகள் விற்பவன், அன்னாசிபழம் விற்பவன், கரும்பு ஜூஸ் விற்பவன், ஐஸ்மோர் ரெடி என்று எழுதப்பட்ட மண்பானை கொண்ட பெட்டிக்கடை, கலர் பனியன் விற்பவன், பிளாஸ்டிக் குடம் விற்பவன் என அத்தனை பேரும் சேர்ந்ததுதானே கோடைக்காலம்.

பசுவந்தனை ரோட்டில் ஒரு கிழவன் தன் வாயில் நீளமான கத்தியை சொருகிக்காட்டி யாசகம் கேட்கிறான். அவனும் கோடையின் பிள்ளைதானே.

ஆயிர வைசிய உயர்நிலைப் பள்ளியருகே உட்கார்ந்து துப்புரவுப் பணி செய்யும் ஒரு பெண் அலுமினிய தூக்குவாளியில் உள்ள கஞ்சியை ஊறுகாய் தொட்டுக் குடிக்கும்போது வெயிலையும் சேர்த்து தொட்டுக் கொண்டுதானே குடிக்கிறாள்.

கோடைக்காலம் மிக அழகானது என்றாலும் சிறுநகரங்களின் கோடைக்காலம் பேரழகானது. கிராமத்தைப் போல அது பகலில் அமைதியாக இருப்பதில்லை. பெருநகரம் போல அதிகமான பரபரப்பும் கொள்வதுமில்லை.

அதோ கொதிக்கும் வெயிலைக் கண்டுகொள்ளாமல் இரண்டு சிறுவர்கள் ஆளுக்கொரு சேமியா ஐஸ் சாப்பிட்டபடியே சினிமா கதை பேசிக்கொண்டு நடக்கிறார்களே அதுதான் சிறுநகரின் வாழ்க்கை.

புளியமரத்தடியில் ஒரு பெண் கழுத்து வியர்வையைத் துடைத்தபடியே எவ்வளவு குடிச்சாலும் தாகம் அடங்கமாட்டேங்குது என தண்ணீர் பந்தலில் இருந்த பானையில் இருந்து நான்காவது டம்ளர் அள்ளிக் குடிக்கிறாள். கழுத்து வழியே தண்ணீர் இறங்கி மார்பினுள் ஓடுகிறது. ஈரத்தின் விரல்கள் ரகசியமாகத் தொடுவதை நினைத்து சிரித்துக் கொள்கிறாள்.

நகரப்பேருந்தில் நிறைய கூட்டம். வியர்த்து வழிகிறது. யாரோ ஒரு குழந்தை அழுகிறது. அதன் தாய் கோபம் கொள்கிறாள். ஜன்னலுக்கு வெளியே வீசிவிடுவேன் என்று மிரட்டுகிறாள். குழந்தை மேலும் அழுகிறது

சர்பத் போடும் அம்மா முன்பாக ஆளுக்கொரு டம்ளருடன் அமர்ந்துள்ளன குழந்தைகள். அவள் எலுமிச்சையை முகர்ந்து பார்க்கிறாள். எலுமிச்சைக்குள்ளிருந்த சூரியன் சோம்பல் முறித்துக் கொள்கிறது. பையன்கள் அம்மா பிழிந்து போட்ட எலுமிச்சையை எடுத்து முகர்கிறார்கள். புளிப்பு அதிகமாகிவிட்டது என முகம் சுழிக்கிறான் ஒரு சிறுவன். அம்மாவோ புளிப்பை நினைத்து சாக்கைச் சப்பு கொட்டுகிறாள். அதுவும் வெயிலின் சுபாவம் தானே.

தாகத்திற்கு தண்ணீர் தேடி தவித்த தெருநாய் கானலை நக்கி குடிக்கிறது. வேப்பமரங்கள் தன் நிழலாய் கைவிரித்து அழைக்கின்றன. தண்டவாளத்து இரும்பு கூட வெக்கை தாங்க முடியாமல் நடுங்குகிறது.

காகங்களுக்கு வெயில் உறைப்பதில்லை. அவை சாவகாசமாக நகரின் மீது பறக்கின்றன.

வீடுகளின் நீர்தொட்டியினுள் கரைந்துவிடுகிறது சூரியன்.

இரவில் குழாயில்தானே கொட்டுகிறது வெந்நீர்.

கோடையின் பாடல் மகத்தானது. கோடையில் பிறக்கும் குழந்தைகளின் ரத்தத்தில் வெயில் ஓடுகிறது. அந்தக் குழந்தைகள் தனது சின்னஞ்சிறு கண்களைச் சுருக்கிக் கொண்டு பிரகாசமான வெயிலைக் காணுகிறார்கள்.

கோடைக்கு ஆயிரம் கைகள் இருக்கின்றன. கோடையில் கேட்கும் நாதஸ்வரத்தில் கூட வெயில் வழிந்தோடுவது உங்களுக்கும் கேட்கிறது தானே.

..

கோவில்பட்டிக்குப் பேருந்தில் வந்து இறங்கியதும் வேகமாக தாத்தா வீட்டினை நோக்கி நடக்க ஆரம்பிப்பேன்.

தாத்தா வீட்டிற்கு வந்தவுடன் பரணில் போட்டு வைத்திருந்த கேரம்போர்டினைக் கீழே இறக்குவோம். மாமா விளையாடிய கால்பந்தை எடுத்துக் கொண்டுபோய் காற்று அடித்துக் கொண்டு வருவோம்.

தீயணைக்கும் படை அலுவலகத்தை ஒட்டிச் செல்லும் வீதியில் இருந்த அங்குவிலாஸ் புகையிலை ஏஜெண்ட் விஸ்வநாதன் வீட்டில் மரபீரோ நிறைய காமிக்ஸ் புத்தகங்கள் இருந்தன. அவர் மாமாவின் நண்பர் என்பதால் அங்கே போய் காமிக்ஸ் புத்தகங்களை எடுத்துக் கொண்டுவந்து படிக்கலாம். ஸ்டீல் கம்பெனியை ஒட்டியிருந்த வாதா மரத்தில் ஊஞ்சல் கட்டி விளையாடலாம் அல்லது லட்சுமி மில் மைதானத்திற்குப் போய் ஹாக்கி விளையாடலாம். இது தவிர ஐயர் கடையில் போய் சுருள் பூரி சாப்பிடவும், தள்ளுவண்டி கடையில் அல்வா திங்கவும், சரஸ்வதி விலாஸில் போய் பூரி சாப்பிடவும், நாராயணசாமி தியேட்டரில் போய் நைட் ஷோ பார்க்கவும் நேரம் சரியாக இருக்கும். அப்படித்தான் அதற்கு முந்திய கோடைக்காலங்கள் கடந்து போயின.

கோடை விடுமுறைக்கு ஊருக்குக் கிளம்பும்போது அம்மாவிடம் செலவிற்கு வைத்துக் கொள் என்று அப்பா நூறு ரூபாய் தருவார். அதில் பஸ் டிக்கெட், ஆச்சி வீட்டிற்கு வாங்கிக் கொண்டு வரும் பழங்கள், மிக்சர் சேவு உள்ளிட்ட விடுமுறைக்காலம் முழுவதற்குமான செலவுகளை நூறு ரூபாய்க்குள் முடித்துக் கொள்ள வேண்டும். அதற்கு மேல் அப்பா தரமாட்டார்.

அம்மா ஊருக்குக் கிளம்பும் போது என்னிடம் பத்து ரூபாய் கைச்செலவிற்குத் தருவாள். அதுதான் கோடை விடுமுறை

முழுவதற்குமான செலவுப்பணம். ஐம்பது ரூபாய் கிடைத்தால் எவ்வளவு நன்றாக இருக்கும் என்று நினைத்திருக்கிறேன். எனக்காவது பத்து ரூபாய், தம்பி தங்கைகளுக்கு ஐந்து ரூபாய்தான்.

மீதமுள்ள பணத்தை ஆச்சியிடம் தந்துவிடுவாள். நாங்கள் எப்போது கேட்டாலும் ஆச்சி தன் சுருக்குப் பையில் கையை விட்டு சில்லறைகளாகத் தருவாள்.

••

பேட்டையில் தனிவீடாக இருந்தது குடைக்கம்பெனி முதலாளி ஜெபசிங் வீடு. அவரது வீட்டின் முகப்பில் கரடி உருவம் பதித்து இருப்பார்கள். கரடி மார்க் குடைகள் என்ற அவரது நிறுவனம் புதுக் கிராமம் ரோட்டில் இருந்தது. அக்குடைகள் இந்தியா முழுவதும் விற்பனைக்கு அனுப்பி வைக்கப்பட்டன. ஜெபசிங்கின் மகள் ஒருத்தி திருநெல்வேலியில் இருந்தாள். அவள் சில வேளைகளில் தனது மகன்களுடன் விடுமுறைக்கு வந்து தங்குவாள். அந்தப் பையன்கள் எங்களுடன் சேர மாட்டார்கள்.

ஜெபசிங்கின் மூத்தமகன் ஜோசப் சின்னதுரை மெட்ராஸில் டாக்டராக இருந்தார். அவரது மகள்தான் சில்வியா.

அவர்கள் மூவரும் விடுமுறைக்காக தாத்தா வீட்டிற்கு வந்திருந்தார்கள். அவர்கள் வரும்போது இரண்டு லேடீஸ் சைக்கிள்களையும் கொண்டு வந்திருந்தார்கள். அது போன்ற சிவப்பு வண்ணம் கொண்ட லேடீஸ் சைக்கிளை அதற்கு முன்பாக நான் கண்டதில்லை. குதிரைவால் கொண்டை போட்டது போன்ற கைப்பிடி. ஹேண்ட்பாரில் வலதுஇடதாக இரண்டு பெல். முன்னால் சிறியதொரு கூடை. ஸ்டைலான சைக்கிளது.

சில்வியாவின் அப்பா ஜோசப் சின்னதுரை வேறு சாதியைச் சேர்ந்த ஒரு தெலுங்குப் பெண்ணைத் திருமணம் செய்து கொண்டுவிட்டார். அதனால் அவரை விலக்கி வைத்துவிட்டார்கள் என்று லயன்வீட்டில் பேசிக்கொண்டார்கள்

ஆறுமாதங்களுக்கு முன்பாக ஒருநாள் ஜெபசிங் தாத்தாவிற்கு மாரடைப்பு வந்து மருத்துவமனையில் அனுமதிக்கப்பட்டார். அப்போது ஜோசப் சின்னதுரை அவரைப் பார்க்க வந்திருந்தார். பதினைந்து நாட்கள் உடனிருந்து தன் தந்தையைச் சுகப்படுத்தி வீடு திரும்பச் செய்தார். உறவு மீண்டும் துளிர்விட்டது. அப்போதுதான்

தன்னுடைய பேரப்பிள்ளைகளைக் கோடைவிடுமுறைக்கு அனுப்பி வைக்கும்படி ஜெபசிங் கேட்டுக் கொண்டார்.

அப்படித்தான் சில்வியாவும் அவளது தங்கைகளும் கோவில்பட்டி வந்திருந்தார்கள்.

இதெல்லாம் லயன்வீட்டில் பேசிக்கொண்ட கதை. யார் வீட்டுக்கு யார் வந்தாலும் யார் போனாலும் அவர்களுக்கு தெரியாமல் இருக்காது. அதுவும் ஜெபசிங் வீட்டிற்கு பொதுவாக வெளியாட்கள் அதிகம் வருவதில்லை என்பதால் சில்வியாவின் வருகையை உடனே லயன்வீட்டுப் பெண்கள் கண்டுபிடித்துவிட்டார்கள்

••

ஒரு மதியம் ஸ்டீல் கம்பெனியை ஒட்டியிருந்த வாதா மரத்தடியில் மூன்று சகோதரிகளும் நின்று கொண்டிருப்பதை கண்டேன். சாரா ஸ்டூலைப் போட்டு மரத்தில் ஏற முயன்று கொண்டிருந்தாள். அவள் கையில் பெரிய கயிறு இருந்தது.

அவர்களுக்கு உதவி செய்ய முயற்சிப்பவன் போல அருகில் நின்றேன்

ஊஞ்சல் கட்ட முயற்சிக்கிறார்கள் என்பது தெரிந்தது.

“நான் மரத்தில் ஏறி கயிறை போட்டு தரட்டுமா” என்று கேட்டேன்

ஜெசிந்தா என்னை முறைத்தபடியே “நாங்களே கயிறைக் கட்டிகிடுவோம்” என்றாள்

நான் அமைதியாக அவர்கள் ஊஞ்சல் கட்டுவதை வேடிக்கை பார்த்துக் கொண்டிருந்தேன்.

சாராவிடமிருந்த கயிற்றை வாங்கி ஜெசிந்தா ஸ்டூலில் ஏறி கயிற்றை வீசினாள் அது மரத்தின் கிளை ஒன்றில் போய் சிக்கிக் கொண்டது.

அவளை சில்வியா ஆங்கிலத்திலே திட்டுவது கேட்டது. பதிலுக்கு ஜெசிந்தாவும் திட்டினாள். சாரா கோவித்துக் கொண்டு வீட்டை நோக்கி போனாள்

நான் அவர்கள் அனுமதி கேட்காமலே மரத்தில் ஏறத் துவங்கினேன்.. மரத்தில் ஏறி பெரிய கிளையில் அந்த கயிற்றை போட்டு மரப்பலகை ஒன்றை ஊஞ்சலாக கட்டிக் கொடுத்தேன்.

எடை தாங்குமா எனப் பார்ப்பதற்காக சில்வியாவை அதில் உட்காரச் சொன்னேன்.

அவள் அந்த ஊஞ்சலில் ஏறி நிற்கட்டும்மா என்று கேட்டாள் அதுதான் சில்வியா.

"இல்லை உட்காரு" என்றேன். அவள் ஏதோ அரண்மனை சிம்மாசனத்தில் உட்காருவது போல ஏறி உட்கார்ந்தாள். நான் அந்த ஊஞ்சலை ஆட்டிவிட்டேன்.

"வேகமா தள்ளு" என்றாள்.

மிக வேகமாக தள்ளினேன். ஊஞ்சல் ஆகாசத்தை நோக்கி போவது போல வேகமாக ஆடியது.

சில்வியா கால்களை உயரே தூக்கிக் கொண்டாள். காற்றில் அவளது உடைகள் பறந்தன. சில்வியா சப்தமிட்டாள். உற்சாகத்தின் சங்கீதமது.

ஊஞ்சலின் வேகம் குறைந்தபோது "தள்ளு தள்ளு" என்று அவசரப்படுத்தினாள்.

என்ன பெண்ணிவள்? ஊஞ்சல் ஆடுவதற்கு இவ்வளவு சந்தோஷப்படுகிறாளே என்பது போல அவளைப் பார்த்துக் கொண்டிருந்தேன். மரத்தின் கிளை வளைந்து ஆடியது.

ஊஞ்சல் முன்பின்னாகப் போய்க் கொண்டேயிருந்தது. திடீரென ஊஞ்சலில் இருந்து சில்வியா தாவிக்குதித்தாள். ஊஞ்சல் தனியே ஆடிக் கொண்டிருந்தது.

"உன் பேரு என்ன சொன்னே?" என்று கேட்டாள்.

"ராமசுப்ரமணியன்" என்றேன்.

"ரமா சுப்ரமணியனா" என கேலியாகக் கேட்டாள்.

"இல்லை, ராமசுப்ரமணியன்" என்றேன்.

"பெரிய பேரா இருக்கு. உன்னை சுப்பினு கூப்பிடவா" என்று கேட்டாள்.

சிரித்தபடியே தலையாட்டினேன்.

இப்படி ஒருவரும் என் பெயரைச் சுருக்கியதேயில்லை. பெண்களால்தான் ஆண்களின் பெயர்களுக்கு வசீகரம் உருவாகிறது.

"சுப்பி.. இந்த ஊர்ல எத்தனை சினிமா தியேட்டர் இருக்கு?"

"மூணு."

"மூணுதானா" என சலிப்போடு கேட்டபடியே "இங்கிலீஷ் படம் ஏதாவது ஓடுதா?" எனக்கேட்டாள்.

நான் பதில் சொல்லாமல் அவளையேப் பார்த்துக் கொண்டிருந்தேன். அவளது காதுமடலில் சிறிய மச்சம் இருக்கிறது. எவ்வளவு மிருதுவான காதுமடல். எத்தனை சிறிய மச்சம். அதிர்ஷ்டமான மச்சம்.

அவள் என்னை முறைத்தபடியே கேட்டாள்.

"நான் கேட்டது உன் காதுல விழலையா?"

"என்ன சொன்னே?"

"சோத்துக்கு உப்பில்லேன்னு சொன்னேன்."

"நான் சோறு சாப்பிடவேயில்லையே" என்றேன்

"ஸ்டுபிட், உன்கிட்ட போயி கேட்டேன் பாரு" என்று பொய்யாக கோவித்துக் கொண்டாள். அப்போதும் நான் அவள் உதட்டை அழுத்திக் கடிக்கும்போது கன்னத்தில் சிறிய குழி அழகாக உருவாவதைக் கவனித்துக் கொண்டிருந்தேன். கண்ணாடி பார்ப்பது போல அழகிகளைப் பார்த்துப் பார்த்து ரசித்துக் கொண்டேயிருக்கலாம்தானே. அவள் இதைக் கவனித்திருக்க வேண்டும். அதை ரசித்தபடியே சொன்னாள்.

"தியேட்டருக்குப் போயி என்ன படம் ஓடுதுனு பாத்துட்டு வா. நாம படத்துக்கு போகலாம்."

..

இதுபோதும். அவளுக்காக இதைக் கூடவா செய்யமாட்டேன். அடுத்த அரைமணி நேரத்தில் தியேட்டர் தியேட்டராக போய் என்ன படம் ஓடுகிறது என்று பார்த்துவிட்டு வந்தேன். ஆனால் சில்வியாவை வெளியே காணவில்லை.

அவளிடம் எப்படி சொல்வது.

ஜெபசிங் தாத்தா வீட்டிற்குள் போகலாமா.

இதுவரை போனதேயில்லையே.

தைரியமாக அவர்கள் வீட்டு காலிங்பெல்லை அழுத்தினேன்.

ஒரு வேலைக்காரப்பெண் கதவைத் திறந்துவிட்டாள்.

“சில்வியா” என்றேன்.

“உள்ளே இருக்காங்க” என்றபடியே அவள் சப்தமிட்டாள்.

சமையல் அறையிலிருந்து எட்டிப்பார்த்து சில்வியா கேட்டாள்.

“என்ன படம் ஓடுது”

நான் வரிசையாகப் படத்தின் பெயரைச் சொன்னேன்.

“நைட் ஷோ எத்தனை மணிக்கு?” என்று கேட்டாள்

“பத்தரை மணிக்கு” என்றேன்.

“ஓகே.. நீ வர்றியா” என்று கேட்டபடியே அவள் ஒரு கேரட்டை எடுத்துக் கடித்தபடியே வந்தாள்.

“நைட்ஷோ பாக்க வீட்ல விடமாட்டாங்க.”

“நீ என்ன சின்ன பாப்பாவா காணாம போயிடுறதுக்கு.. அதெல்லாம் விடுவங்க. கேட்டுப் பாரு.”

தாத்தாவிடம் எப்படி அனுமதி கேட்பது என யோசித்துக் கொண்டிருந்தேன். என்ன படத்துக்குப் போவது என்பதை பற்றி ஜெசியும் அவளும் சண்டைபோட ஆரம்பித்திருந்தார்கள்.

நான் வீட்டிற்கு வந்து ஆச்சியிடம் கேட்டேன். அவள் “நைட்ஷோ வேணாம். நாளைக்கு மாட்னி ஷோ போயிட்டு வா” என்றாள்.

ஆச்சியே மறுத்துவிட்டாள். தாத்தாவிடம் கேட்கவே முடியாது. அதுவும் பெண்பிள்ளைகளுடன் சினிமாவுக்குப் போவது தெரிந்தால் அடித்து துரத்திவிடுவார். அன்றைக்கு சில்வியாவும் அவளது சகோதரிகளும் இரவுக்காட்சிக்குப் போனார்கள். நான் வீட்டில் படுத்தபடியே அவர்களைப் பற்றி நினைத்துக் கொண்டிருந்தேன்.

பார்த்த முதல்நாளிலேயே எப்படி ஒரு பெண்ணால் இவ்வளவு நட்பாக நடந்து கொள்ள முடிகிறது. பள்ளியில் படித்த பெண்கள் காட்டும் ஜம்பம் எதுவும் அவளிடம் இல்லையே. உடன் படிக்கும் ஒரு மாணவியை அழைப்பது போல எவ்வளவு எளிதாக சினிமாவுக்கு அழைக்கிறாள். நிறைய பையன்களுடன் நட்பு வைத்திருப்பாளோ என்னவோ.

அவளோடு பேசிக்கொண்டிருக்கும்போது ஏன் கண்களை நேராகப் பார்க்க கூச்சமாக இருக்கிறது. அவள் என் பெயரை

எதற்காக சுருக்கினாள். கேலி செய்கிறாளா. இல்லை அன்பினால் தான் இப்படி நடந்து கொள்கிறாளா.

ஏதேதோ யோசனைகள். குழப்பங்கள் எப்போது தூங்கினேன் என்று தெரியவில்லை.

..

தூரத்தில் வசிக்கும் பெண்ணைக்கூட எளிதாகப் பார்த்துவிடலாம். பக்கத்து வீட்டில் வசிக்கும் பெண்ணைப் பார்ப்பதுதான் கஷ்டமானது. நேற்றுவரை ஜெபசிங் தாத்தாவின் வீடு பூட்டியிருக்கிறதா, திறந்திருக்கிறதா எனக் கவலைப்பட்டதேயில்லை. ஆனால் இந்த அதிகாலையில் அதைப்பற்றி நான் யோசித்துக் கொண்டிருந்தேன். காரணம் சில்வியா. அவள் ஜெபசிங் வீட்டில்தானே இருக்கிறாள். வந்த முதல்நாளே ஸ்நேகத்துடன் பழகத்துவங்கியவளைப் பற்றி எப்படி நினைக்காமல் இருக்க முடியும். விடிகாலையிலே அவர்கள் வீடுவரை இரண்டு முறை போய்வந்துவிட்டேன். கதவு திறக்கப்படவில்லை. சில்வியா உறங்கிக் கொண்டிருக்கிறாள். காலை வெயில் அவள் ஜன்னல்களைத் தட்டி எழுப்பிவிடும்வரை உறங்கட்டும். இந்த ஊரிலிருந்த பெண்களிலே சில்வியாதான் அழகானவள். அவளது கண்களும் முகமும் எப்போதும் புன்னகை செய்யக் கூடியவையாக இருந்தன.

..

சில்வியாவிற்கு இந்த ஊரைத் தெரியாது. எனக்கோ இந்த ஊரின் சந்து பொந்துகள் எல்லாம் அத்துபடி. ஆகவே அவளை எப்படியாவது ஊரைச் சுற்றிக்காட்ட அழைத்துக் கொண்டு போய்விட வேண்டும். முடிந்தால் அவளுடன் ஒன்றாகப் பார்க்கிற்குப் போக வேண்டும். சிமெண்ட் பெஞ்சில் உட்கார்ந்து பேசிக் கொண்டிருக்க வேண்டும். அவள் இன்று என்ன நிறத்தில் உடை அணிந்து கொள்வாளோ அதே நிறத்தில் நானும் உடை அணிந்து கொள்ள வேண்டும். கையில் கடிகாரம் கட்டிக் கொள்ளலாமா, வேண்டாமா என்றும் குழப்பமாக இருந்தது.

லயன்வீடுகளில் அதிகாலை நேரம் இயல்பாகவே துவங்குகிறது. ரேடியோவில் பக்திப் பாடல் ஒலிபரப்பாகிக் கொண்டிருந்தது. யாரோ கூடவே பாடினார்கள்.

சில்வியா எப்போது வீட்டிலிருந்து வெளியே வருவாள் எனக் காத்திருந்தேன்.

..

சில்வியா அன்றைக்கு வெளிர்சிவப்பு வண்ண உடையணிந்திருந்தாள். தலையில் வித்தியாசமான கிளிப் மாட்டியிருந்தாள். வாசலில் அவளும் ஜெசிந்தாவும் பிரம்பு நாற்காலியை போட்டு உட்கார்ந்திருந்தார்கள். இருவரும் நியூஸ்பேப்பரைப் பிரித்து வைத்துக் கொண்டிருப்பது தெரிந்தது. தயங்கித் தயங்கி அவர்கள் அருகில் போனேன். சில்வியா என்னை நிமிர்ந்து பார்த்துவிட்டு " எம்ல ஆரம்பித்து எம்ல முடியுற பைவ் லெட்டர் வேர்டு சொல்லு " என்றாள். என்ன கேட்கிறாள் என்றே புரியவில்லை. அவள் நியூஸ் பேப்பரில் வந்திருந்த கிராஸ்வேர்டினை பூர்த்தி செய்து கொண்டிருந்தாள். எனக்கு ஆங்கில வார்த்தைகள் அதிகபட்சம் ஐம்பது தெரிந்தாலே பெரிய விஷயம். அவளுக்கு என்ன பதில் சொல்வது எனத் தெரியவில்லை. ஜெசி சரியான வார்த்தையைச் சொன்னாள். ஐந்து நிமிசத்திற்குள் அந்தக் கிராஸ்வேர்டினை பூர்த்திச் செய்து முடித்துவிட்ட சில்வியா என்னைப் பார்த்து கேட்டாள்

"உன் முகம் ஏன் இவ்வளவு டல்லா இருக்கு "

"இல்லையே "

"அழகாவேயில்லை. நீ என்ன பண்ணுறே. ஆரஞ்சுப் பழத்தோட தோல் இருக்கு பாரு. அதைக் கசக்கி பிழிஞ்சி மூஞ்சில தடவிகிட்டா முகம் பிரைட்டா ஆகிரும்"

"நிஜமாவா "

"உங்க வீட்ல ஆரஞ்சுப் பழம் இருந்தா உடனே டிரை பண்ணு

அழகான பெண் அறிவுரை சொல்லும் போது எப்படிக் கேட்காமல் இருக்க முடியும்.

"சொல்ல மறந்துட்டேன். ஆரஞ்சுப் பழ சாறை பூசிகிட்டு. வெயில்ல நிக்கணும். அப்போதான் சாறு முகத்துக்குள்ளே போகும்

இதைச் சொல்லும் போது அவள் முகத்தில் லேசான கேலி ஓடி மறைந்தது. ஜெசி ஹிந்தியில் ஏதோ சொன்னாள். பதிலுக்குச் சில்வியாவும் ஹிந்தியிலே பேசினாள். இருவரும் சிரித்துக் கொண்டார்கள்

பிறகு சில்வியா சொன்னாள்

"ஏன் நிக்குறே வீட்ல போயி உடனே டிரை பண்ணு "

ஒரு பெண் அழகாக இருப்பது ஆலோசனை சொல்லும் போது அதைவிட வேறு என்ன வேலையிருக்கப் போகிறது. வீட்டிற்குப்

ஒரு சிறிய விடுமுறைக்கால காதல் கதை | 41

போய் ஆரஞ்சுப் பழங்களைத் தேடினேன். கிடைக்கவில்லை. ஆச்சியிடம் காசு வாங்கிக் கொண்டுபோய் இரண்டு ஆரஞ்சுப் பழங்களை வாங்கி வந்தேன். சில்வியா சொன்னது போல முகத்தில் ஆரஞ்சுப் பழத்தோலை பூசிக்கொண்டு வெயிலில் நின்றேன். முகத்தில் அரிப்பது போன்ற உணர்வே இருந்தது. எவ்வளவு நேரம் வெயிலில் நிற்கவேண்டும் என்று தெரியவில்லை. ஆரஞ்சு தோலை கன்னத்தில் ஒட்டவைத்துக் கொண்டு நின்றேன். சித்திகள் என்னைக் கண்டு சிரித்தார்கள். அவர்களை முறைத்தபடியே நான் சூரியனைப் பார்த்துக் கொண்டிருந்தேன்

ஒரே நாளில் எப்படி அழகாக முடியும் எனச் சூரியனே கேலி செய்வது போலிருந்தது. வெயில் உச்சத்திற்குப் போகும்வரை நின்று கொண்டேயிருந்தேன். பிறகு முகத்தைக் கழுவி கொண்டு கண்ணாடியில் பார்த்தேன். ஒரு மாற்றமும் இல்லை.

சில்வியாவிடம் என் முகத்தைக் காட்ட வேண்டும் என அவளது வீட்டிற்குப் போனேன். உள்ளே குமார் அவளுடன் செஸ் விளையாடிக் கொண்டிருந்தான்

என்னைப் பார்த்தவுடன் சில்வியா சொன்னாள்

"முகம் சூப்பரா ஆகிருச்சி பாத்தியா "

"ஆமா. அடுப்புல சுட்ட சப்பாத்தி மாதிரி " என்றான் குமார்

சில்வியா வெடித்துச் சிரித்தாள். ஏன் இந்தப் பெண் இப்படி அவமானப்படுத்துகிறாள் என்று கோபமாக வந்தது. அதைக் காட்டிக் கொள்ளவில்லை

குமாரிடம் சில்வியா கேட்டாள்

"உனக்கு ஏதாவது ப்யூட்டி டிப்ஸ் வேணுமா "

"எனக்கு வேணாம்பா.. ஆரஞ்சுப் பழத்தை முகத்துல பூசிக்கிட என்னாலே முடியாது "

அதைக்கேட்டு சில்வியா மறுபடி சிரித்தாள். நான் ஒரு முட்டாள். அவள் பேச்சைக் கேட்டு இப்படிச் செய்திருக்கக் கூடாது. இந்தக் குமாரை மிதிக்க வேண்டும். அவனும் சேர்ந்து சிரிக்கிறான். சில்வியா திமிர் பிடித்தவள். அவளை இனிமேல் பார்க்கவேக் கூடாது என்று கோபத்துடன் வெளியேறினேன். அவர்கள் எதையோ சொல்லி சிரித்துக் கொண்டிருப்பது கேட்டது. கிரகணம் பிடித்து உலகம் திடீரென இருண்டுவிட்டது போலிருந்தது. காதுமடல் கூடச் சூடாகியது.

நான் அழகாயில்லை என்று அவர்கள் கேலி செய்கிறார்கள்.

அழகாயில்லாத பையன்களைப் பெண்களுக்குப் பிடிக்காது. அவர்களின் கேலிப்பொருள் நான்.

அந்தக் கோபத்தில் அன்றைக்கு நான் சாப்பிடவேயில்லை. மாலையில் குமார் சில்வியாவுடன் கிளம்பி வெளியே சென்றான்.

முதல்நாள் சந்தோஷத்தை தந்த பெண் மறுநாள் ஏன் இப்படி நடந்து கொள்கிறாள். மறுநாள் சில்வியாவே என்னை அழைத்திருந்தாள். நான் அவள் வீட்டிற்குப் போகவில்லை. ஆனால் மறுபடியும் ஜெசி வந்து அழைத்தபோது போகாமல் இருக்க முடியவில்லை

சில்வியா என்னை உற்றுப் பார்த்தபடியே கேட்டாள்

“கோவிச்சிக்கிட்டயா ”

“அதெல்லாமில்லை ”

“சும்மா கேலிக்கு சொன்னேன். அதைப் போயி பெருசா எடுத்துகிடக்கூடாது. ”

தலையாட்டினேன்

“குமார் ஒரு இடியட். மண்ணாந்தை. ஒரு மண்ணும் தெரியலை. ஆனால் தெரிஞ்சவன் மாதிரி உளறிகிட்டு இருக்கான் ”

அதைக் கேட்க சந்தோஷமாக இருந்தது

“நான் அழகா இருக்கேனா ”

“ஆமாம் ” என்றேன்

“நீ தான் நான் அழகா இருக்கேனு சொல்றே. என் பிரண்ட்ஸ் எல்லாம் என்னை ஆவரேஜ்னு சொல்றாங்க ”

“அதெல்லாமில்லே ”

“இப்படித்தான். எல்லோருக்கும் எல்லோரும் அழகா தெரிய மாட்டாங்க. அது பார்க்கிற ஆளை பொறுத்து மாறும்”

“ஆமாம்” என்பது போலத் தலையாட்டினேன்

“உன் உதடு பொம்பளை பிள்ளைக உதடு மாதிரி சின்னதா இருக்கு ” என்றாள்

அதைக் கவனித்ததேயில்லை.

"நீயும் அழகாதான் இருக்கே.. ஐ லைக் யூ " என்றாள்

கையிலிருந்த பலூனை திடீரென வானில் பறக்கவிட்டது போலிருந்தது.

"நாம பிரண்ட்ஸா இருப்போம்" என்று தன் கையை முன்னால் நீட்டினாள்

அந்தக் கையினைச் சத்தியம் செய்வது போல மெதுவாகத் தொட்டேன்

"நான் உன்னைத் திட்டுவேன். அடிப்பேன். பரவாயில்லையா "எனக்கேட்டாள்

சரியென்பதாகத் தலையசைத்தேன்

"நீயும் என்னைத் திட்டலாம்."

"எனக்குத் திட்ட தெரியாது"

"இதுக்கு முன்னே பொம்பளை பிள்ளைக பக்கமே போனதில்லைனு தெரியுதே"

அதை எப்படிக் கண்டுபிடித்தாள் என வியப்பாகப் பார்த்தேன்

"சிட்டில நாங்க ஒரு கேங்கா சுத்துவோம். பசங்களைப் பாத்துட்டா செமையா டீஸ் பண்ணுவோம். சிட்டி பசங்க ரொம்ப மோசம். டீசன்சியே இருக்காது. நீங்க பொண்ணுகளைப் பாலோ பண்ணுவீங்களா"

"சும்மா பாத்துகிட்டு இருப்போம். பாலோ பண்ணினா அடி விழும்"

"ஸ்கூல்ல உன் கூடப் படிக்கிற பொண்ணுல யாரை பிடிக்கும்"

இதை எல்லாம் எப்படி இவளிடம் சொல்வது. திவ்யா பெயரை சொல்லாமல் விழுங்கினேன்

"என்கிட்ட இதுவரைக்கு ஆறு பசங்க லவ் லெட்டர் குடுத்து இருக்காங்க. இதுல ஒரு பையன் ஒரு பாக்ஸ் நிறையச் சாக்லெட் வாங்கி அதுல லவ் லெட்டரை வச்சி குடுத்தான். சாக்லேட்டை மட்டும் சாப்பிட்டு லெட்டரை கிழிச்சி போட்டுட்டேன்

"அந்தப் பையன் ஒண்ணும் செய்யலையா"

"அழுதான். பசங்க அழுதா பாவமா இருக்குப்பா. அன்னைக்கு ஒரு நாள் மட்டும் லவ் பண்ணிக்கோனு சொன்னேன். இடியட்

அதுக்குக் கூடச் சந்தோஷப்பட்டான். நீ யாருக்காவது லவ் லெட்டர் எழுதி குடுத்துருக்கியா"

"இல்லே, லவ் லெட்டர் எழுதுனா கூட நிறைய ஸ்பெல்லிங் மிஸ்டேக் இருக்கும்"

அதைக்கேட்டுச் சில்வியா சிரித்தாள். பிறகு உற்சாகமாகச் சொன்னாள்

"ஸ்கூல் டிராமாவில நான் மிலிட்டரி ஆபீசர் வேஷம் போட்டு நடிச்சிருக்கேன். அந்தப் போட்டோ வீட்ல இருக்கு. நீ அப்படிப் போயி நில்லு"

நான் அவளை விட்டு விலகி சுவர் ஓரமாக நின்றேன்.

அவள் ராணுவ அதிகாரி போல நடந்து காட்டினாள். பிறகு மிலிட்டரி சல்யூட் அடித்தாள். நானும் அது போலவே சல்யூட் அடித்தேன். இந்த வேடிக்கை எங்கள் இருவரையும் சிரிக்க வைத்தது.

சில்வியா ஒருத்தியில்லை. அவளுக்குள் நிறையச் சில்வியாக்கள் இருக்கிறார்கள். ஒவ்வொருவராகத் தெரிந்து கொள்ளவேண்டும் என்று தோன்றியது.

..

"உனக்குப் புரூஸ்லீயைப் பிடிக்குமா" என்று இன்னொரு நாள் கேட்டாள் சில்வியா

"புரூஸ்லீ பனியன் வச்சிருக்கேன்" என்றேன்

"நீ புரூஸ்லீ மாதிரி கராத்தே சண்டை போடுவியா" எனக்கேட்டாள்

சண்டை போடத்தெரியாது எனச் சொல்ல மனதின்றிப் பதில் பேசாமல் இருந்தேன்.

"எனக்கு ஒரு சண்டை போட்டுக்காட்டு" என்றாள் சில்வியா

"இப்போதா" எனக் குழப்பத்துடன் கேட்டேன்

"இப்போதான், சட்டை கழட்டு பேர் பாடியோடதான் புரூஸ்லீ சண்டை போடுவார் "

"சட்டையைக் கழட்ட கூச்சமா இருக்கு "

"நீயா கழட்டுறயா. இல்லே நான் கழட்டவா " எனக்கேட்டாள் சில்வியா

ஒரு சிறிய விடுமுறைக்கால காதல் கதை

சட்டையைக் கழட்டினால் ஒல்லியமான என் உடல் அசிங்கமாக இருக்கும். சில்வியாவிடமிருந்து எப்படியாவது தப்பிக்க வேண்டும் என்பதற்காகச் சாயங்காலம் சண்டை போட்டு காட்டுறேன் என்றேன்.

"அதெல்லாம் ஒண்ணும் வேணாம். இப்போ சட்டையைக் கழட்டு " என்று அவளாக என்னை நோக்கி முன்னேறினாள்.

தயங்கித் தயங்கி சட்டையைக் கழட்டினேன். மார்பு எலும்புகள் துருத்திக் கொண்டு தெரிந்தன. அவள் என் உடலையே பார்த்துக் கொண்டிருந்தாள்.

"ஏன் இப்படி நோஞ்சானா இருக்கே "

",இதெல்லாம் அயர்ன் பாடி " என்றேன்

அதைக்கேட்டு சிரித்தபடியே சில்வியா சொன்னாள்

"புரூஸ்லீ மாதிரி காலை தூக்கி அந்தச் சுவரை கிக் பண்ணு பாப்போம்"

அவள் காட்டிய உயரத்தை கையாலேயே தொடமுடியாது. காலால் எப்படிக் கிக் பண்ணுவது எனக் குழப்பமாக இருந்தது

ஆவேசமாகக் காலை உதைத்தேன். கால் சுவரில் எங்கோ பட்டுத் தடுமாறி கிழே விழுந்தேன். சில்வியா சிரித்தாள். இந்தச் சிரிப்பிற்காக அடிபடலாம் என்பது போல எழுந்து கொண்டேன்

"இன்னொரு தடவை டிரை பண்ணுறயா " எனக்கேட்டாள்

"கால் வலிக்குது " என்று உண்மையைச் சொன்னேன்

"உனக்கு எதுக்கு இந்த ஆசை.. நீ புரூஸ்லி இல்லை பூனைக்குட்டி ".

நான் அவளை முறைத்தபடியே இருந்தேன். அவளாக இதற்கும் சிரித்துக் கொண்டாள். அவசரமாக நான் சட்டையை மாட்டிக் கொண்டு கால்வலியை மறைத்தபடியே அவள் வீட்டிலிருந்து வெளியேறினேன். புரூஸ்லீ மீது கடும் கோபம் வந்தது. அவன் ஏன் இப்படிப் பெண்களின் மனதைக் கெடுத்து வைத்திருக்கிறான். அவனால்தான் காலில் அடிபட்டது என்று மனதிற்குள் புரூஸ்லீயை திட்டியபடியே சென்றேன்

..

சில்வியா குளியல் அறைக்குள் சென்றாள். ஷவரைத் திறந்துவிட்டபடியே ஒரு பாடலை முணுமுணுத்தாள். திடீரெனத்

தான் மிகவும் சந்தோஷமாக இருப்பதைப் போல உணர்ந்தாள். கோவில்பட்டிக்கு வந்த நாள் முதல் அப்பா அம்மாவின் சண்டையும் திட்டும் கேட்கவேயில்லை. திடீரென உலகம் மிகவும் அமைதியாகிவிட்டது போலிருந்தது. அப்பாவும் அம்மாவும் ஏன் இப்படிச் சண்டை போட்டுக் கொள்கிறார்கள். அம்மா ஏன் இப்படிக் கத்துகிறாள். அப்பாவின் மீதான கோபத்தைத் தங்கள் மீது காட்டுகிறாள்.

தாத்தா வீட்டில் ஒரு சண்டை சச்சரவு கிடையாது. விருப்பமான சாப்பாடு. விளையாட்டு. அதிலும் இந்தச் சுப்பி வேறு எப்போதும் சுற்றி சுற்றி வருகிறான். அவன் ஏன் என்னை இப்படி விழுங்கிவிடுவது போலப் பார்க்கிறான். இந்த உடலில் அப்படி என்னதான் இருக்கிறது. ஷவரில் நனைந்தபடியே தனது உடலைத் தடவிப் பார்த்துக் கொண்டாள். ஆண்களின் கண்களுக்கு வேறு ஏதோ தென்படுகிறது போலும்.

சோப்பை வெறுமனே தண்ணீரில் காட்டிக் கொண்டிருந்தாள். சுப்பி வீட்டிற்குப் போய்ச் சாப்பிட்டால் என்னவென்று தோன்றியது. சாப்பிட வருகிறேன் என்றால் தயங்குவான். கேட்காமல் போய்விட வேண்டியதுதான் என்றபடியே குளியலைத் தொடர்ந்தாள். ஈர உடலோடு வெளியே வந்து மின்விசிறியைச் சுழலவிட்டாள். காற்று உடலை வருடும்போது இதமாக இருந்தது. நாலைந்து உடைகளை வெளியே எடுத்துப் போட்டு எதைப் போடுவது எனத் தெரியாமல் குழம்பிப் போனாள். பிறகு சந்தன நிற உடையை அணிந்து கொண்டாள்.

சுப்பி வீட்டிற்குப் அவள் போனபோது அவனது சித்தி வீணை வாசித்துக் கொண்டிருந்தாள். அவளுக்கு நன்றாக வீணை வாசிக்கத் தெரியும். வாசலில் அவள் நின்றபோதே அவனது ஆச்சி சில்வியாவை அடையாளம் கண்டுவிட்டாள்.

"டேய் பட்டு. அந்தக் குடைக்கார வீட்டு பொண்ணு வந்துருக்கு.. என்னனு கேளு" என்று குரல் கொடுத்தாள்'

பின்கட்டிலிருந்து பதறி அடித்துக் கொண்டு சுப்பி வருவதைக் கண்டாள். எதற்காக இப்படி வந்து நிற்கிறாள் என்ற குழப்பம் அவன் முகத்தில் தெரிந்தது

"உங்க சித்தி வீணை கத்து தருவாங்களா" எனக்கேட்டாள்

"உனக்கா" எனத் திகைப்போடு கேட்டான் சுப்பி

ஒரு சிறிய விடுமுறைக்கால காதல் கதை

இதற்குள் சித்தியே வீணையை வைத்துவிட்டு அவளை நோக்கி வந்து கேட்டாள்.

"நீ தான் மெட்ராஸில் இருந்து வந்த பொண்ணா.. சுப்ரமணி உன்னைப் பத்திதான் சொல்லிகிட்டே இருப்பான்."

"நீங்க வீணை கத்துக் குடுப்பீங்களா" எனக்கேட்டாள் சில்வியா

"வீணை கத்துக்க இஷ்டமா "எனக்கேட்டாள் சித்தி

"பகல்ல சும்மாதானே இருக்கேன். கத்துகிடலாம்னு" எனப் பொய் சொன்னாள் சில்வியா

"அதுக்கென்ன கத்து தர்றேன்" என்றாள் சித்தி.

"சுப்பி உங்க வீட்ல என்ன டிபன்" எனக்கேட்டாள் சில்வியா

"சாப்பிடுறயா" என்றபடியே ஆச்சி "அந்த வெள்ளி தட்டை எடு" என்று சித்தியிடம் சொன்னாள்

சமையலறையில் உட்கார்ந்து கொண்டு வெள்ளித் தட்டில் சில்வியா இட்லி சாப்பிடுவதை வியப்போடு பார்த்துக் கொண்டிருந்தான் சுப்ரமணி. இவளுக்குப் பயமே கிடையாதா. ஆச்சியிடம் கேட்டு எள்ளு பொடி வாங்கிச் சாப்பிட்டுவிட்டுச் சித்தியிடம் சொன்னாள்

"ஆன்டி நீங்க ரொம்ப அழகா இருக்கீங்க"

சித்திக்கு பிடிக்க முடியவில்லை. "தேங்ஸ்" என்று வெட்கம் வழியும் முகத்துடன் சொன்னதுடன் "இன்னும் ரெண்டு இட்லி சாப்பிடு" என்றாள்

"இட்லி வேணாம். நெய்தோசை போட்டா சாப்பிடுறேன் " என்றாள் சில்வியா

சித்திக்கு அவளை ரொம்பவும் பிடித்துப் போனது. மறுநாள் சித்தியும் அவளும் ஒன்றாக ஷாப்பிங் போனார்கள். வீடு திரும்பிய சித்தி சில்வியா வாங்கிக் கொடுத்தாள் என நிறையப் பாசிமாலைகள் வளையல்களைக் காட்டி பெருமையடித்துக் கொண்டிருந்தாள். அன்றிரவு வீட்டிற்கு அழைத்துச் சில்வியாவிற்கும் மருதாணி வைத்துவிட்டாள் சித்தி. சில்வியாவிற்கு மருதாணி கறுத்துப் போய்விட்டது.

"பித்த உடம்பு. நிறையக் குளிர்ச்சி சேர்த்துக்கோ" என்று ஆலோசனை சொன்னாள் சித்தி

வீடு திரும்பிய சில்வியா ஜெசிந்தாவிடம் சொன்னாள்

“நான் லீவு முடிஞ்சாலும் ஊருக்கு வர மாட்டேன். இங்கேயே இருந்து படிக்கப் போறேன்”

“அப்பா விடமாட்டார்”

“ஏன் படிச்சா என்ன”

“அம்மா திட்டுவா” என்றாள் ஜெசி.

அவள் சொல்வது நிஜம். தங்களைக் காரணம் காட்டி தானே அவர்கள் சண்டை போட்டுக் கொள்கிறார்கள். அதைப்பற்றி யோசிக்க ஆரம்பித்தவுடன் மனது கனத்துப் போனது போல அறைக்குள் போய்ப் படுக்கையில் விழுந்தாள்.

தனக்கு யாருமேயில்லை என இப்படிச் சில நேரம் உணர்வது அவளை அதிகம் வேதனைப்படுத்தியது.

••

யாராவது ஆப்பிளுடன் சீனி வைத்துச் சாப்பிடுவார்களா என்ன. சில்வியா அப்படித்தான் சாப்பிடுவாள். அதுவும் ஆப்பிளை முழுமையாகக் கடித்துச் சாப்பிடாமல் சிறுசிறு துண்டாக நறுக்கி சீனியைத் தொட்டு தின்பாள். ஆப்பிளின் தோலை அவள் சீவுவதைக் காணுவதே அத்தனை அழகாக இருக்கும். அன்றைக்கும் ஆப்பிள் தோலை சீவியபடியே என்னிடம் கேட்டாள்

“உங்க அப்பா உங்க அம்மாவை அடிப்பாரா”

“அடிக்க மாட்டார் திட்டுவார்.”

“எங்கப்பா அடிப்பார். உதைப்பார். அம்மாவும் பதிலுக்கு அடிப்பாங்க”

“எதுக்கு” என அறியாதவன் போலக் கேட்டேன்

“யாருக்குத் தெரியும். சில சமயம் நைட்ல சண்டை வந்து அம்மா மண்டை கூட உடைஞ்சிருக்கு. அதைப் பார்த்துட்டு எப்படித் தூங்க முடியும். அதைப் பத்தி நினைச்சிகிட்டே படுக்கையில் கிடப்பேன். அம்மா அழுதா எனக்கு என்னமோ ஆகிருது சுப்பி”

“எனக்கும் தான்” என்றேன்

இந்த உலகத்துல அடி வாங்காத ஒரு பொண்ணாவது இருப்பாளா ? ” எனக் கேட்டாள்

என்ன பதில் சொல்வது எனத் தெரியவில்லை.

"எப்போ பெரிய பொண்ணு ஆகி வீட்டை விட்டு போவோம்னு தோணிக்கிட்டே இருக்கு"

"எங்கப்பாவுக்கும் நிறையக் கோபம் வரும்"

"உங்கப்பா குடிப்பாரா"

"இல்லை"

"எங்கப்பா வீட்டிலயே வச்சி குடிப்பார். அவரே டாக்டர். அவருக்கு யாரு அட்வைஸ் பண்ணுறது"

"உங்கம்மா திட்ட மாட்டாங்களா"

"திட்டுனா கேட்க மாட்டாரு. அப்பாவுக்குத் தெரியாமல் நான் ஒருநாள் அரை டம்ளர் குடித்துப் பார்த்தேன். வாந்தி வந்துருச்சி".

"எங்க அப்பாவுக்குச் சாப்பாடு சூடா வேணும். இல்லாட்டி திட்டுவாரு"

"எங்க அப்பா நிறைய நாள் நைட் சாப்பிடவே மாட்டாரு. சப்பாத்தி சிக்கன் குருமா எல்லாம் அப்படியே இருக்கும். மறுநாள் தூக்கி குப்பைலதான் போடுவோம் ".

ஆப்பிளின் ஒரு துண்டை சீனியில் தொட்டு என்னிடம் நீட்டினாள்

கடித்த போது புதுருசியாக இருந்தது.

"நிறையச் சீனி சாப்பிட்டா கல்யாணத்து அன்னைக்கு மழை பெய்யும்னு எங்க ஊர்ல சொல்லுவாங்க"

"மழை பெய்தா என்ன" எனப் புரியாமல் கேட்டாள் சில்வியா

"மழை பெய்தா கல்யாணத்துக்கு ஆள் வரமாட்டாங்கள்ள. அதான் சீனி நிறையச் சாப்பிடக் கூடாதுனு சொல்வாங்க"

"நான் வெறும் வாய்ல சீனி தின்பேன்."

என ஒரு துண்டு ஆப்பிளைக் கவனமின்றிச் சில்வியா நறுக்க முயன்றபோது அது கைவிரலை வெட்டிவிட்டது. சிறிய காயம். ரத்தம் வடிந்து கொண்டிருந்தது. அந்த விரலை என்முன்னே நீட்டியபடியே "சப்பு" என்றாள்

ரத்தம் வரும் விரலைத் தானே சப்புவதுதானே வழக்கம்

அவளது குருதி கசியும் விரல் என் முன்னே நீண்டு கொண்டிருந்தது. நான் அந்த விரலைப் பிடித்து என் வாயிலிட்டு சப்பினேன்.

முதன்முறையாக அடுத்தவரின் குருதியை ருசிக்கிறேன். அதுவும் எனக்குப் பிடித்த சில்வியாவின் குருதியை. அந்த நினைப்பு என்னவோ செய்தது. ஒரு நிமிசத்தின் பின்பு விரலை இழுத்துக் கொண்டபடியே சொன்னாள்

"ரத்தம் வர்றது நின்னு போச்சி"

சில்வியா மீதமான ஆப்பிளை அப்படியே வைத்துவிட்டு சொன்னாள்

"நான் கல்யாணமே பண்ணிகிட மாட்டேன்பா. கல்யாணம் பண்ணினாதானே அடிவாங்கணும். எனக்கு வேணாம்பா"

அதைச் சொல்லும் போது அவள் முகத்தில் வெளிப்பட்ட கேலியை ரசித்தபடியே அவளையே பார்த்துக் கொண்டிருந்தேன்.

..

அதன் பிறகான இரண்டு நாட்களில் சில்வியா என்னுடன் நெருக்கமாகிவிட்டாள். என்னை அழைத்து அவள் வீட்டில் தோசை சாப்பிடக் கொடுத்தாள். பஜாருக்குப் போகும்போது உடன் வரச்சொன்னாள். பேட்மின்டன் விளையாடக் கற்றுத் தந்தாள். ஒன்றாக கேரம் ஆடினோம். டிரேடர் விளையாடினோம். ஐஸ்கிரீம் சாப்பிட்டோம். கடலையூர் ரோட்டிலுள்ள பங்களா தெரு வரை சைக்கிள் விட்டோம்.

ஒரு பெண் நம்மிடம் நமக்கே தெரியாத நற்குணங்களைக் கண்டுகொள்கிறாள். அதை நமக்கும் அடையாளம் காட்டித் தருகிறாள்.

அழகான தோற்றத்தை விடவும் பெண்களுக்குப் பிடித்திருப்பது இணக்கமான பேச்சும் விருப்பமான செயல்களும் தான்.

அழகான பையன்களுக்கு அழகான பெண்கள் கிடைத்துவிடுவதில்லை. அழகான பெண்கள் சுமாரான பையன்களைத் தான் விரும்புகிறார்கள். சுமாரான பையன்களுக்கு கடவுள் தரும் பரிசு என்பது இதுதானோ.

சில்வியோடு பேசிக் கொண்டிருக்கும்போது பகலிரவு தெரிவதில்லை. வெயில் சுடுவதில்லை. அவள் எதைச் செய்தாலும் அழகாகத் தெரிந்தது. அவள் பேசிக்கொண்டிருக்கும் போதெல்லாம் அந்த சின்ன உதடுகளையே பார்த்துக் கொண்டிருப்பேன்.

ஒரு சிறிய விடுமுறைக்கால காதல் கதை

அவள் கேட்பதற்குக்கூட சரியாகப் பதில் பேச முடியாது. என்னுடைய ப்ரியத்தை எப்படி வெளிப்படுத்திக் கொள்வது எனத் தெரியவில்லை. தயக்கம். தயக்கம். அவள் சுதந்திரமாகப் பழகியபோதும் என்னால் மனதிலிருந்த ஒரு சொல்லைக் கூட தைரியமாகப் பேசமுடியவில்லை.

இரவில் அவளது வீட்டில் டிரேடர் விளையாடும் போது அவளுடைய கண்கள் மிகவும் அருகில் பிரகாசமாக மின்னிக் கொண்டிருப்பதைக் காண்பேன். அவளுடைய திறந்த உதடுகளின் வழியாக வெப்பமான மூச்சு வெளியே வந்துக் கொண்டிருக்கும். சில்வியா சந்தோஷத்தை வீடெங்கும் பரவ விட்டுக் கொண்டிருந்தாள். நானும் அதில் கலந்திருந்தேன்

..

சில்வியா கேரம் ஆடும்போது அவள் விரல்களையே பார்த்துக் கொண்டிருப்பேன். அவளே எல்லா காயின்களையும் போடும்படியாக விளையாடுவேன். சில்வியா விளையாடும்போது அடிக்கடி என்னைப் பார்த்து சிரிப்பாள்

ஒரு நாள் விளையாட்டின் நடுவில் சில்வியா கேட்டாள்.

"நீ கோஎட் ஸ்கூல்லயா படிச்சே?."

."ஆமாம்."

"நான் படிச்சது கேர்ள்ஸ்கூல். ரொம்ப அறுவையா இருக்கும். பாய்ஸ் கூட படிச்சா ஜாலியா இருக்கும்லே."

"அதெல்லாமில்லை" என்பது போல அமைதியாக இருந்தேன்.

"உன் கையை நீட்டு" என்றாள்.

சாவி கொடுத்த பொம்மையைப் போல கையை நீட்டினேன்.

என் கையில் அவள் செல்லமாக அடித்தபடியே சொன்னாள்.

"யூ ஆர் மை குட் பிரண்ட்."

இப்படி யாரும் என்னிடம் சொன்னதேயில்லை. அவள் கைகளை இன்னும் சில நிமிஷம் என் கையிலே வைத்திருக்கலாம் தானே. என்ன அவசரம், ஏன் வேகமாக எடுத்துவிட்டாள். இந்த எண்ணத்தைக் காட்டிக் கொள்ளாதவன் போல அவளிடம்.

"வீட்ல வேலை இருக்கு" என்றேன்.

அவள் சிரித்தபடியே “உன்னை பிரண்டா ஏத்துக்கிட்டதுக்கு நீ ட்ரீட் குடுக்கணும்” என்றாள். தலையாட்டினேன்.

வெளியே வரும்போது சில்வியாவின் தாத்தா சாய்வுநாற்காலியில் படுத்திருப்பது தெரிந்தது.

சில்வியா வீட்டை விட்டு வெளியே வந்தபோது வெயில் பொங்கி வழிந்து கொண்டிருந்தது.

வானை ஏறிட்டுப் பார்த்து சிரித்தேன்.

அது போன்ற சந்தோஷமான நாள் என் வாழ்நாளில் இல்லை.

அலையைக் கையால் சீண்டி விளையாடுவது போல வெயிலைத் தள்ளிவிட்டேன்.

உலகம் பிரகாசமாக இருந்தது.

நானும் பிரகாசமாகவே இருந்தேன்.

நான் இப்போது சில்வியாவின் நண்பன்.

ஒரு பெண்ணோடு ஸ்நேகம் துவங்கும் நாளில் உலகம் அதிக பிரகாசமாகிவிடுகிறது.

••

யாருடைய மாத்திரை டப்பா என்று தெரியவில்லை. ஆனால் நூறு மாத்திரைகளுக்கும் மேலாக இருந்தன. அவற்றைக் கையில் கொட்டி மொட்டைமாடியின் அழுக்கடைந்த தரையில் ஒவ்வொன்றாக வைத்து ஒரு மனித முகத்தை உருவாக்கிக் கொண்டிருந்தாள் சில்வியா. என்ன செய்கிறாள் என்று புரியாமல் அவளைப் பார்த்தபடியே இருந்தேன்.

“மாத்திரை மனுசன்” என்று சிரித்தாள்

“யாரோட மாத்திரை” என்று கேட்டேன்

“பாட்டி” என்று சொல்லிவிட்டு அவளுக்குத் தெரியாமல் எடுத்துட்டு வந்துட்டேன் என கண்சிமிட்டினாள்.

மாத்திரைகளை அடுக்கியே ஒரு முகத்தை உருவாக்கியிருந்தாள். அந்த முகம் பார்க்க விநோதமாக இருந்தது. அவள் ஏதோ ரகசியம் சொல்வது போல அந்த மாத்திரைகளுடன் பேசிக் கொண்டிருந்தாள்.

"எங்க வீட்டில நிறைய மாத்திரைகள் இருக்கும். அப்பாவுக்கு சாம்பிளா குடுக்கிறது. அதை வச்சி இப்படி விளையாடுவோம்" என்றாள்.

."நான் மாத்திரை சாப்பிட பயப்படுவேன். ஒரு மாத்திரை போடுறதுக்கு ஒரு சொம்பு தண்ணீர் குடிச்சிருவேன்."

."நான் தண்ணியே குடிக்காமல் மாத்திரை போட்டுக்கிடுவேன்" என்றபடியே தான் உருவாக்கிய மாத்திரை மனிதனைத் தானே காலால் தள்ளி அழித்தாள். மாத்திரைகள் சிதறியோடின. குனிந்து கையில் அள்ளி மாத்திரைகளை வானை நோக்கி வீசினாள்.

விளையாட்டு முடிந்துவிட்டது. போரடித்துவிட்டவள் போல சொன்னாள்:

"ஒரு நாள் எங்க வீட்டு நாய்க்கு நிறைய விட்டமின் மாத்திரை சாப்பிடக் குடுத்துட்டேன். அதுக்கு வயிற்றுவலி. வீடு பூராம் கழிஞ்சி வச்சிருச்சி. ஒரே நாற்றம்."

"பாவம் அந்த நாய்" என்றேன்.

"என்னாலே சும்மாவே இருக்க முடியாது. ஏதாவது செய்யணும். மூணு வயசுல ஒரு நாள் தலையணையை எடுத்துட்டுப் போயி ஷவர்ல குளிக்க வச்சேன். செம அடி. இன்னும் நல்லா ஞாபகம் இருக்கு."

என்றபடியே ஒரு மாத்திரையை மூக்கின் மீது வைத்தபடியே அது கீழே விழாமல் நடக்க ஆரம்பித்தாள். பார்க்க வேடிக்கையாக இருந்தது.

"நீயும் ஒரு மாத்திரையை மூக்கு மேல வச்சிக்கோ. யாரோட மாத்திரை கீழே விழுது பாக்கலாம்" என்றாள்.

"வேண்டாம்" என மறுத்தேன். அவள் விடவில்லை. என் மூக்கில் வைத்த மறுநிமிசம் மாத்திரை கீழே விழுந்துவிட்டது. ஆனால் சில்வியா மூக்கில் மாத்திரையை வைத்தபடியே நீண்ட நேரம் நடந்து கொண்டிருந்தாள்.

அதைப் பார்க்கும்போது அவளது வயது பின்னோக்கி போய்விட்டது போலிருந்தது.

...

அத்தியாயம் 3

பேருந்து சித்தாபுரா ரவுண்டனாவில் வந்து நின்ற போது காலை ஐந்து மணியாகியிருந்தது. நான் கீழே இறங்கிக் கொண்டேன். எங்கும் அமைதி. வீதியில் ஆள் நடமாட்டமேயில்லை. குளிர் மனிதர்களை உறக்கத்தில் ஆழ்த்தியிருந்தது. ஒரு டீக்கடை திறந்து இருந்தால் கூட போதும் தேநீர் குடிக்கலாம் என்று தோன்றியது.

குளிருக்குள்ளாகவே நடந்தேன். அதிக மேடு பள்ளங்கள் கொண்டதாக இருந்தது ஊர். அடைத்து சாத்தப்பட்ட பேக்கரி ஒன்றைக் கடந்து அதை ஒட்டிய சந்தினுள் சென்றேன். நூறடி நடந்து வலதுபுறம் திரும்பி இன்னொரு சிறிய சந்துக்குள் சென்றேன். சிவப்பு சுருள் ஓடு போட்ட ஒரு வீடு. வாசற்படிகள் கூட குளிரில் நடுங்கிக் கொண்டிருந்தன.

வீட்டின் கதவு பூட்டப்பட்டிருந்தது. ஜன்னல்கள் எல்லாம் அடைத்து சாத்தப்பட்டிருந்தன. விடிவிளக்கின் நீலவெளிச்சம் ஜன்னல் வழியே லேசாக கசிந்து வந்தது.

கதவைத் தட்ட வேண்டுமா என யோசித்தேன். ஆழ்ந்த உறக்கத்திலிருப்பவர்களை எழுப்புவது பாவம். குளிர்காலம் கொண்டுவரும் உறக்கம்தானே உடலை சுகப்படுத்துகிறது. நன்றாக உறங்கட்டும் என அந்த வீட்டின் முன்னால் கிடந்த உயரமான கல் ஒன்றின்மீது உட்கார்ந்து கொண்டேன்.

அந்த வீட்டிற்கு நான் காவலுக்கு உட்கார்ந்திருப்பது போல தோன்றியது.

இருக்கட்டும். அப்படியே நினைத்துக் கொள்ளட்டும்.

அந்த வீட்டினுள்தான் சில்வியா இருக்கிறாள்.

அவளுடன் சேர்ந்து கிறிஸ்துமஸ் கொண்டாடுவதற்காகத் தான் வந்திருக்கிறேன். பண்டிகைகள் விருப்பமான மனிதர்களின் ஒன்றுகூடுதலுக்குத் தானே உருவாக்கப்பட்டிருக்கின்றன. கூடி மகிழ்வதும் கூடி உண்பதும்தானே வாழ்க்கை. என் கையில் இருந்த பையில் அவளுக்காக நான் வாங்கிய கிறிஸ்துமஸ் பரிசு இருந்தது.

ஒரு சிறிய விடுமுறைக்கால காதல் கதை | 55

அதைக் கையில் தரும்போது மீண்டும் சிறுமியாகிவிட்டதைப் போலவே சில்வியா சிரிப்பாள்.

தன்னை விட்டு விலகியோடிப் போன சிரிப்பைத் திரும்ப அழைத்துக் கொண்டது போலிருக்கும் அந்த நிமிஷம்.

இப்போது எல்லாம் சில்வியா அதிகம் சிரிப்பதில்லை.

உண்மையைச் சொன்னால் சிரிக்க முடிவதில்லை. வயது வளர வளர வாழ்க்கை யாரை மனம்விட்டுச் சிரிக்க அனுமதிக்கிறது. தன்னை மறந்து சிரிப்பதெல்லாம் பள்ளிநாட்களுடன் போய்விடுகிறது. இப்போது சிரிப்பும் ஒரு நடிப்பே.

விடிகாலையின் அழகு ஊரின் மீது ததும்பி வழிந்து கொண்டிருந்தது. குளிருக்குப் பயப்படாத நட்சத்திரம் ஒன்று தனியே ஒளிர்ந்து கொண்டிருந்தது யாரும் நடமாடாதபோது தெருக்கள் அழகாக இருக்கின்றன. உறக்கத்தில் ஆழ்ந்திருக்கும் வீடுகள் வசீகரமாகயிருக்கின்றன. பனிக்காற்று விரல்நுனியினை ஊசி போல குத்துகிறது.

சில்வியா கனவு கண்டு கொண்டிருப்பாளா...

கனவுகள் வருமா.

பள்ளி வயதில்தான் எத்தனை எத்தனை கனவுகள். அவை ஏன் வயதானதும் குறைந்துவிடுகின்றன.

சில்வியா வீட்டின் முன்பாகக் காத்திருந்தேன்.

எனக்கு எந்த அவசரமும் இல்லை.

விடியட்டும். மெல்ல பொழுது விடியட்டும். அவளாக எழுந்து வந்து கதவைத் திறக்கட்டும்.

வாசலில் புன்சிரிப்போடு நிற்கும் என்னை அதியசத்துடன் கண்டு அவள் மலர்ந்த முகத்துடன் 'எப்போ வந்தே?' என்று கேட்கட்டும்.

காத்திருப்புதான் அன்பை வலிமையாக்குகிறது.

காத்திருப்புதான் உறவை பலப்படுத்துகிறது.

வாழ்க்கை எவரையும் அவர் விரும்பியபடி வாழ அனுமதிப்பதில்லை. எனக்கும் அதுதான் நேர்ந்தது, சில்வியாவிற்கும் அதுதான் நேர்ந்தது.

தண்ணீருக்கு வயதாவதில்லை என்பார்கள். அது போல நாங்களும் வயது வளராமல் பதினைந்து வயதின் கரையிலே நின்று போயிருக்கலாமே என்று ஏக்கமாக இருக்கிறது.

ஒவ்வொரு நாளும் குளித்து விட்டுக் கண்ணாடியின் முன் வந்து நிற்கும் போதும் கண்ணாடி என்னைக் கேலி செய்கிறது.

நீ ஏன் இப்படியிருக்கிறாய் என்று கேள்வி கேட்கிறது.

இவ்வளவுதான் உன் வாழ்க்கை என்று ஏளனம் செய்கிறது.

காதோரம் முளைத்த நரை முடிகளின் கேலியை யாரால் புறக்கணிக்கமுடியும்.

சில்வியா, உன்னிடமும் கண்ணாடி பேசியிருக்கும்.

உன் மௌனத்தின் கனம் கண்டு அது வாயடைத்துப் போயிருக்கும்.

சில்வியா.

சாலையில் தங்கக் கம்மலைத் தொலைத்த சிறுமியொருத்தி இரவெல்லாம் தெருப்புழுதியில் அதைத் தேடி அலைந்தது போலவே உன்னைத் தொலைத்துவிட்டு நான் தேடி அலைந்தேன்.

சில்வியா, நாம் ஏன் பெரியவர்கள் ஆனோம்.

சில்வியா, ஏன் காலம் பின்னோக்கி ஓடுவதில்லை?

சில்வியா.

என் சில்வியா.

நீ பார்க்காத ஒரு நட்சத்திரம் உன் வீட்டினைப் பார்த்துக் கொண்டிருப்பது போலவே நானுமிருக்கிறேன்.

உன் அருகில் இருப்பதே போதும்.

விடிந்து நீ வெளியே வரும்வரை நான் காத்திருப்பேன்.

பிடித்தமானவரின் உறக்கத்திற்கு துணை நிற்பது பாக்கியமில்லையா

...

ஒரு சிறிய விடுமுறைக்கால காதல் கதை | 57

அத்தியாயம் 4

கோடை புதிய புதிய மனிதர்களை அழைத்து வருகிறது.

அந்த வயதில் கோவில்பட்டி விநோதங்களின் கூடாரம் போலிருந்தது. திடீரென வெயிலின் நடுவே ஒருவன் தன்னை தானே சாட்டையால் அடித்துக் கொண்டு யாசகம் கேட்பான். எங்கிருந்தோ பூம்பூம் மாடு ஒன்றை அழைத்துக் கொண்டு வருபவன் பெட்டிக்கடையில் வாழைப்பழம் வாங்கி மாட்டிற்குத் தின்னக் கொடுப்பான். ஒரு நாள் உடும்பு ஒன்றை கயிறு போட்டுக் கட்டி பேருந்து நிலையத்தில் ஒரு ஆள் அழைத்துக் கொண்டு போவதைக் கண்டேன்.

அந்த முறை ஒரு நாககன்னி வந்திருந்தாள்.

கோவில்பட்டி மந்தித்தோப்பு ரோட்டில் நாக கன்னி ஷோ நடக்கிறது என்ற அழைப்பு மைக்கில் கேட்டபடி இருந்தது. நாக கன்னியின் படம் ஒட்டப்பட்ட தள்ளுவண்டி ஊரெங்கும் சுற்றிவந்தது. பச்சை நிற, சிவப்பு நிற நோட்டீஸ்களை சாலை முழுவதும் இறைத்தபடியே போனார்கள்.

நாககன்னி ஷோவை நான் சித்திரைப் பொருட்காட்சியில் பார்த்திருக்கிறேன். ஆனாலும் சில்வியாவோடு பார்ப்பது புதியதுதானே. நான் சில்வியாவை அழைப்பதற்கு முன்பாக அவள் சொன்னாள்.

"ஈவினிங் நாககன்னி ஷோ போவோம்."

"யார் யாரு?"

"குமாரும் நம்ம கூட வர்றதா சொல்லியிருக்கான்."

அவனை ஏன் அழைத்துக் கொண்டு போக வேண்டும் என்பது போல முறைத்தேன்.

அதனால் என்னவென்பது போல முறைத்தாள். தெரிந்துதான் இப்படி எல்லாம் செய்கிறாளா என்று யோசித்தேன்.

நாக கன்னி ஷோ நடக்குமிடத்தில் நீண்ட வரிசை நின்றிருந்தது. அதில் குறைவான சிறுவர்களே நின்றிருந்தார்கள். பெரியவர்களுக்கு

பாம்பு மீது இருக்கும் பயம் சிறுவர்களுக்கு இருப்பதில்லை. மலைப்பாம்பு போன்ற நீண்ட உடலுடன் ஒரு பெண்ணின் தலை சேர்ந்திருப்பது போல ஓவியம் வரையப்பட்டிருந்தது.

"நாக கன்னிக்கு ஏதாவது பெயர் இருக்கிறதா?" எனக்கேட்டாள் சில்வியா.

"பாம்பிற்குப் பெயர் வைக்கமாட்டார்கள்" என்றேன்.

"அப்போ நல்லபாம்பு, சாரைபாம்புனு சொல்றாங்களே" என்றாள்.

"அதெல்லாம் பாம்பு வகை" என்றேன்.

நாககன்னியைப் பற்றி மைக்கில் சொல்லிக் கொண்டிருந்த ஆள் சில்வியாவை வெறித்துப் பார்த்துக் கொண்டிருந்தான். வாசலில் ஒரு சிறுவன் சிவப்பு நிற பனியன் அணிந்து உள்ளே போகிறவர்களை வெறித்துப் பார்த்துக் கொண்டிருந்தான். அந்த பையனின் காது பெரியதாக இருந்தது. இரண்டு ரூபாய் டிக்கெட் எடுத்து உள்ளே போனோம். நீண்ட பாம்பின் உடல். கண் இமைத்தபடியே ஒரு பெண் தலை. அந்தப் பெண்ணிற்குத் திருத்தமான முகம். நீளமான கூந்தல். சில்வியா அவளிடம் ஏதாவது கேட்கலாமா என்றாள்.

"வேண்டாம்" என்றேன்.

"இது ஒரு ட்ரிக். தலையை மட்டும் ஒட்டவச்சிருக்காங்க" என்றான் குமார்.

"எனக்கும் தெரியும்" என்றாள் சில்வியா.

"இந்தப் பொண்ணு தான் நைட் அவ வீட்ல சமைக்கணும். பாவம், இவங்க எல்லோரும் பாம்பு சமையல் சாப்பிடுறாங்க."

அதைக்கேட்டு சில்வியா சிரித்தாள். எதற்கு இது போன்ற அசட்டு விஷயங்களுக்கு சிரிக்கிறாள் எனக் கோபமாக வந்தது.

வீடு திரும்பி வரும்போது குமாரும் சில்வியாவும் பேசிக் கொண்டேவந்தார்கள். என்னை ஏன் உடன் அழைத்து வந்தார்கள் எனக் கோபமாக இருந்த்து. அன்றிரவு சில்வியா என்னை அழைப்பதாக அவளது தங்கை சாரா கூப்பிட்டாள். வீட்டில் சில்வியா அறைக்குப் போனபோது அவள் உடம்பு முழுவதும் சேலைகளை சுற்றிக் கொண்டு தானும் நாக கன்னி போல படுத்துக்கிடந்தாள். போர்வைகளைப் பாம்பின் உடல் போல

ஒரு சிறிய விடுமுறைக்கால காதல் கதை | 59

சுருட்டி வைத்திருந்தாள். அவளை இப்படிப் பார்க்க சிரிப்பாக வந்தது.

“நீ நாககன்னியா” எனக் கேட்டேன்.

“ஆமா, எப்படியிருக்கு”

“நம்பவே முடியலை” என்றேன்.

“கிட்ட வந்தா கொத்திருவேன்” என்று தலையை ஆட்டினாள். பொய்பாம்பு. நாக்கில்லாத பாம்பு. ஆனால் கண்களில் பாம்பின் வசீகரம்.

அவளிடம் கடிபடலாம் போல ஆசையாக இருந்தது. அவள் தலையைப் பாம்பு போல ஆட்டினாள். அதைக்கண்டு அவளது சகோதரிகள் சிரித்தார்கள்.

திடீரென சுருட்டி வைத்த போர்வை விரிந்து போனது. அதைக்கண்டு ஜெசி மிகச் சப்தமாக சிரித்தாள். தன்னைச் சுற்றியிருந்த சேலையை உதறிக் கொண்டு அவளை அடிக்கப் பாய்ந்தாள் சில்வியா.

“பாம்பு ரெண்டும் சண்டை போடுது” எனச் சிரித்தாள் சாரா.

அங்கிருந்தால் நிச்சயம் என்மீதும் கோபம் கொள்ளுவாள் என வேகமாக விலகி ஓடினேன். வீட்டிற்கு வந்தபிறகு பாம்பு போல சில்வியா பாவனை செய்து கொண்டு படுத்துக் கிடந்தது எனக்குப் பிடித்திருந்தது. அதைப்பற்றி நினைத்து சிரித்தபடியே இருந்தேன்.

••

ஒரு சனிக்கிழமை காலையில் சில்வியா கேட்டாள்:

“மார்னிங் ஷோ லாஸ்ட் ஐலேண்ட் பாக்க வர்றியா?”

“எனக்கு இங்கிலீஷ் படம் புரியாது.”

“படம் பாக்க வர்ற எல்லோரும் இங்கிலீஷ் புரிஞ்சி தான் வர்றாங்களா.. படம்விட்டு வரும்போது கதை சொல்றேன்.”

“தாத்தா மாவு மில்லுக்குப் போகச்சொல்லியிருக்கார்” என்றேன்.

“போய்த் தொலை.. வேணும்னா அந்த மாவை உன் தலையில கொட்டிக்கோ” என்றாள் சில்வியா.

“பரவாயில்லை சாயங்காலம் போயிட்டு வந்துட்டு நாளைக்கு

மாவு அரைச்சிக்கிடலாம்."

"அப்போ சினிமாவுக்கு வர்றியா?"

தலையாட்டினேன்.

"நீ சைக்கிள் எடுத்துக்கிட்டு போயி தியேட்டர்ல லேடீஸ் கவுண்டர் திறப்பாங்களானு கேட்டுட்டு வா."

சென்ற முறை ப்ளூ லாகூன் படம் பார்க்கப் போனபோது லேடீஸ் டிக்கெட் இல்லை என்று அவளையும் அவளது சகோதரிகளையும் துரத்திவிட்டார்கள். தியேட்டர் வாசலில் நின்று சில்வியா சண்டை போட்டாள். அதைக்கண்டு இளைஞர்கள் சிலர் சிரித்தார்கள். டிக்கெட் கொடுக்கிற ஆள் பெண்களுக்கு அனுமதியில்லை என்பதில் உறுதியாக இருந்தான். ஆகவே தான் இந்த முறை தியேட்டரில் கேட்டுவரச் சொல்லியிருந்தாள்.

என்னிடம் சைக்கிள் கிடையாது. ஜெசிந்தாவின் லேடீஸ் சைக்கிளை எடுத்து ஓட்டிச் சென்றேன். லேடீஸ் சைக்கிள் ஓட்டிக் கொண்டு சாலையில் போவது வெட்கமாகயிருந்தது.

சில்வியாவிற்காக மட்டுமே தியேட்டர் வரை சென்றேன். சினிமா தியேட்டரைத் துப்பரவு செய்கிறவர்கள் மட்டுமே வாசலில் நின்றிருந்தார்கள். வேம்பு பூத்து சொரிந்திருந்தது. ஒரு வயதானவர் இங்கிலீஷ் பட போஸ்டரை வெறித்துப் பார்த்தபடியே நின்றிருந்தார். வாட்ச்மேனைக் கூட காணவில்லை. பெரிய கட்டிடம் ஒன்று தீப்பிடித்து எரிவது போல டவரிங் இன்பர்னோ போஸ்டர் ஒட்டப்பட்டிருந்தது. யாரிடமும் எதையும் கேட்காமல் நானாக வீடு திரும்பினேன்

சில்வியா வீட்டு வாசலில் சைக்கிளை நிறுத்திவிட்டு உள்ளே போனேன். பெரிய ஹால். அதன் ஒரு மூலையில் டிவி இருந்தது. ஜன்னல்கள் யாவிலும் ஆரஞ்சு வண்ணப் பூக்கள் கொண்ட திரைச்சீலைகள் காணப்பட்டன. பிரம்பு நாற்காலிகளும் பிரம்பு சோபாவும் இருந்தன. சுவரில் மேரியின் படம் பெரியதாக மாட்டப்பட்டிருந்தது. ஈரத் தலையைத் துண்டால் துவட்டியபடியே சில்வியா கேட்டாள்:

"என்ன சொல்றாங்க தியேட்டர்ல?"

"தியேட்டர் இன்னும் திறக்கலை. வாட்ச்மேனைக்கூட காணோம்" என்றேன்.

"ஸ்டுபிட், நீ அங்கேயே இருந்து கேட்டுட்டு வர வேண்டியதுதானே. உன்னை அனுப்பி வைச்சதுக்கு பதிலா குமார அனுப்பி வச்சிருந்தா.

கரெக்டா கேட்டுட்டு வந்துருப்பான். அவன் பிரில்லியண்ட்” என்றாள் சில்வியா.

ஏன் இந்தப் பெண் என்னை இப்படி அவமதிக்கிறாள். இவளுடன் சினிமா போகாவிட்டால் என்ன. அவளை முறைத்தபடியே சொன்னேன்:

“நீயே போய் கேட்டுக்கோ.”

“அது எங்களுக்குத் தெரியும். நீ போயி மாவு அரை” என்று கேலி செய்தாள்.

தாத்தா வீட்டிற்குத் திரும்பியபோது வீட்டில் ரேடியோ பாடிக் கொண்டிருந்தது. என் கோபத்தை ரேடியோ மீது காட்டினேன். அதை அணைத்து வைத்துவிட்டு நான் ஊருக்குப் போகப்போறேன் என்றேன். யாரும் அதை ஒரு பொருட்டாக எடுத்துக் கொள்ளவில்லை. என் தங்கை மாலாவோடு கேரம் ஆடிக் கொண்டிருந்த சீனி மட்டும் என்னைப் பார்த்து நமுட்டு சிரிப்பு சிரித்தான்.

அவனை அறைய வேண்டும் போலிருந்தது.

திடீரென உலகம் தண்ணீரில் நனைந்த பஞ்சைப் போல சுருங்கி விட்டதாகத் தோன்றியது. எதற்காக இந்த சில்வியா பின்னால் நான் சுற்றிக் கொண்டிருக்கிறேன். ஏன் அவள் எது சொன்னாலும் செய்கிறேன். மற்றவர்கள் கேலி செய்வதை ஏன் பெரிதாக நினைக்கவேயில்லை. யானை தன் தலையில் மண்ணை வாரிப் போட்டுக் கொள்ளுமே அது போன்றதுதானா என் வேலையும்.

என் மீதே எனக்குக் கோபமாக வந்தது.

வாகை மரத்தை ஒட்டிய கிணற்றுமேட்டில் போய் உட்கார்ந்து கொண்டேன். கால்பந்து ஆடுவதற்காக வரும் மோகன் சைக்கிளில் வந்து கொண்டிருந்தான். அவனைப் பார்த்துக் கையசைத்தேன்.

“புட்பால் விளையாடப் போவமா” என்று கேட்டான்.

வருவதாகத் தலையாட்டினேன்.

“லட்சுமி மில் கிரவுண்டுக்கு வந்துரு” என்றபடியே மோகன் சைக்கிளில் வேகமாகச் சென்றான்.

இரவுவரை வீடு திரும்பக் கூடாது என்ற எண்ணத்துடன் பந்தை எடுக்க வீட்டிற்குச் சென்றேன்.

பந்தை எடுத்துக் கொண்டு வெளியே போகும்போது ஆச்சி மோர் குடித்துவிட்டுப் போகச் சொன்னாள். வேண்டாம் என்றபடியே ஆச்சியிடம் ஒரு ரூபாய் வேணும் என்று கேட்டேன். அவள் தன் சேலையில் முடிந்து வைத்திருந்த காசில் இருந்து ஒரு ரூபாயை எடுத்து நீட்டியபடியே சொன்னாள்:

"முக்குக்கடையில போயி ஒரு தேங்காய் வாங்கி குடுத்துட்டுப் போ."

"சீனியைப் போகச்சொல்லு" என்றபடியே வெளியே கிளம்பினேன்.

சில்வியா அவள் வீட்டுவாசலில் நின்றிருந்தாள். டிரைவர் அவர்கள் காரைத் துடைத்துக் கொண்டிருந்தான்.

நான் சில்வியாவைக் கவனிக்காதவன் போல நடந்தேன். அவள் என்னை சப்தமாக அழைப்பது கேட்டது.

நான் திரும்பிப் பார்க்கவில்லை.

"சுப்பி.. நாம மதுரைக்கு போலாமா."

அதைக் கேட்காதவன் போல நடந்தேன்.

"உன்னையும் கார்ல கூட்டிக்கிட்டு போறேன்."

அதைக்கேட்டதும் பந்து விளையாடப்போவதா இல்லையா என்பது போல தயக்கத்துடன் நின்றேன்.

என் அருகில் வந்த அவள் கையில் வைத்திருந்த பந்தைப் பிடுங்கிக் கொண்டபடியே கேட்டாள்:

"என் மேல கோவமா?"

'ஆமாம்' என்பது போல தலையாட்டினேன்.

"நோஞ்சான், நீதானே என் பிரண்ட். உன்னைக் கோவிச்சிக்கிடக் கூடாதா" எனக்கேட்டாள் சில்வியா.

அவளது குரல் என் மனதை என்னவோ செய்தது. அவள் கேலி செய்யலாம் என்பது போல தலையாட்டினேன்.

அன்று நாங்கள் ஒன்றாக மதுரைக்குச் சென்றோம். புது ஆடைகள் வாங்குவதற்காக கடைகடையாக ஏறி இறங்கினோம். ஜிகிர்தண்டா குடித்தோம். கர்சீப் கடையொன்றில் சில்வியா வெண்ணிறமான கர்சீப்புகளை வாங்கினாள். பெண்கள் ஏன் இத்தனை சிறிய கர்சீப் வைத்துக் கொள்கிறார்கள். அதுவும் அந்த

வெள்ளைக் கைக்குட்டையின் முனையில் சிறிய ரோஜா பூ தையல் போடப்பட்டிருக்கிறது எத்தனை அழகாகயிருக்கிறது. ஆண்களின் கைக்குட்டைகள் யாவும் கட்டம் போட்டவை. ரசனையற்றவை. துணிக்கடையில் வைத்து சில்வியா சொன்னாள்

"முழுக்கை சட்டை போட்ட ஆம்பளை பசங்களை எனக்கு பிடிக்காது. அரைக்கை சட்டைதான் அழகு."

டவரிங் இன்பர்னோ படத்துக்குச் சென்றோம். அன்று தியேட்டரில் இருந்த இரண்டே பெண்கள் ஜெசிந்தாவும் சில்வியாவும்தான். அதுவும் பால்கனி டிக்கெட்டில் நாங்கள் மூவரும் ஒன்றாக உட்கார்ந்து படம் பார்த்தோம். படத்தில் ஒரு வார்த்தைகூட எனக்குப் புரியவில்லை. இடைவேளையில் கோன் ஐஸ் சாப்பிட்டது மட்டுமே பிடித்திருந்தது. காரில் வீடு திரும்பி வரும்போது சில்வியா படத்தின் கதையைச் சொன்னாள். எவ்வளவு அறிவாளியாக இருக்கிறாள் என்று வியந்தபடியே வீடு திரும்பினேன்.

••

சில்வியாவின் கண்கள் பெரியது. நீரில் ஊறிக்கிடந்த கூழாங்கற்களை நினைவுபடுத்தும் கண்கள். அவளது நடையில், தோற்றத்தில் ஒரு அலட்சியம் இருந்தது. தான் ஒரு அழகி என்ற கர்வம் போலும். தனக்கு எதைப்பற்றியும் யாரைப் பற்றியும் பயம் கிடையாது என்பது அவளது செய்கைகளில் வெளிப்பட்டது. நுனி நாக்கில் ஆங்கிலம் பேசினாள். அதுதான் என்னை அதிகம் குற்றவுணர்ச்சி கொள்ளச் செய்தது.

கிராமப்புற அரசுப்பள்ளியில் படித்த என்னைப் போன்ற மாணவனுக்கு ஆங்கிலம் பேசும் யாரைக் கண்டாலும் பயமாகவே இருக்கும். நான் படித்த பள்ளியில் ஆசிரியர்கள் பலருக்கும் ஆங்கிலம் பேச வராது. உடன் படிக்கும் பெண்பிள்ளைகள் மனப்பாடம் செய்து ஆங்கிலப்பாடல்களை ஒப்புவிப்பார்கள். அது கூட என்னால் முடியாது. ஆனால் சில்வியா மிகவும் ஸ்டைலாக ஆங்கிலம் பேசினாள். ஆங்கிலத்தில் சண்டை போட்டாள். நல்லவேளை, இதுவெல்லாம் சகோதரிகளுக்குள்தான் நடந்தது. என்னோடு ஒருமுறை கூட அவள் ஆங்கிலத்தில் பேசவில்லை. சகோதரிகள் ஒருவருக்கொருவர் ஆங்கிலத்தில்தான் பேசிக் கொண்டார்கள். ஜெசிந்தா மட்டும் வேண்டுமென்றே தமிழில் பதில் சொல்லுவாள்.

சில்வியா எங்களின் கோடைகாலத்தை அழகாக்கினாள்.

அவளால் எங்களின் வேடிக்கைகள் திசைமாறியிருந்தன.

••

விளையாட்டு மைதானம் தரும் மகிழ்ச்சியை வேறு எந்த இடமும் தருவதில்லை. ஹாக்கி விளையாடும் பையன்கள் கோடையின் பகல் முழுவதும் மைதானத்தில்தானிருப்போம். சில நாட்கள் இரவிலும் யாராவது விளையாடிக் கொண்டிருப்பார்கள். பகலில் ஹாக்கியோ, கால்பந்தோ, கபடியோ விளையாடும் பையன்கள வெயிலை அண்ணாந்து கூடப் பார்ப்பதில்லை. பந்தோடு வெயிலையும் சேர்த்து உதைத்தார்கள்.

விளையாடிக் களைத்துப் போனால் சைக்கிளில் ஊர் சுற்றுவார்கள். சிலநேரம் பாலத்தில் உட்கார்ந்து கொண்டு விசில் அடிப்பார்கள். கடந்து செல்லும் ரயிலுக்குக் கைகாட்டுவார்கள்.

சாப்பாடு நேரத்தில் ஒருவரும் வீட்டிற்குச் சாப்பிடப் போனதேயில்லை. மூன்று மணிக்கோ நாலு மணிக்கோ வீட்டிற்கு சாப்பிடப் போனால் திட்டு விழும். ஆறிப்போன சோற்றை விழுங்கிவிட்டு மறுபடியும் வெளியே கிளம்பிவிடுவோம்.

பழைய போஸ்டாபீஸ் தெருவை ஒட்டிய மெக்கானிக் ஷாப் எங்களது இடம் அங்கே மெக்கானிக்காக உள்ள ராகவன் குமாரின் நண்பன். எப்போதும் ஒரு பஸ் ரிப்பேர் ஆகி அந்த ஷெட்டினுள் நின்றிருக்கும். அந்த பஸ்ஸில் ஏறி உட்கார்ந்து கொண்டு குமார் தானே டிரைவர் என்று பொய்யாக வண்டி ஓட்டுவான். அதற்குள் ஆளுக்கு ஒரு சீட்டில் படுத்துக் கொண்டு வம்பு பேசுவார்கள். சில நேரம் சினிமா கிசுகிசுபற்றி பேசிக் கொள்வதும் உண்டு.

ஐந்து மணிக்கு ஒன்றாகக் கிளம்பி ரயில்வே ஸ்டேஷன் போய் யார் யார் ஊருக்குப் போகிறார்கள் என்று கணக்கு எடுப்பது வழக்கம். ஒவ்வொரு நாளும் எத்தனை பேர் வெளியூர் போகிறார்கள் என்று பேசிக் கொள்வோம். நிச்சயம் ஏதாவது ஒரு அழகியை ரயில் நிலையத்தில் பார்த்துவிடுவோம். ரகசியமாக அவளுக்குக் கையாட்டுவதும் உண்டு.

ரயில் நிலையத்திற்கு வந்தவுடன் பெண்கள் அழகாகிவிடுகிறார்கள். அப்படி ஏதோவொரு மாயம் ரயில் நிலையத்திற்கு இருக்கிறது போலும். கோவிலின் உள்ளேயும் ரயில் நிலையத்திலும் பெண்களுக்கு அழகு கூடிவிடுகிறது.

சென்னைக்குச் செல்லும் ரயில் வரும்வரை பிளாட்பாரத்தில் சுற்றிக் கொண்டிருப்போம். சில நேரம் பொய்யாக நாங்களே சென்னை போவது போல நடிப்போம்.

ரயில் நிலையத்திலுள்ள மரங்கள் காற்றில் அசைவதே கிடையாது. அவை பிளாஸ்டிக்கில் செய்து வைக்கப்பட்ட அலங்காரப் பொருள் போலவே இருக்கின்றன. பின்மதிய நேரத்தில் மட்டும்தான் அந்த மரங்களுக்கு உயிர் வருகிறது. லேசாக அசைகிறது..

ரயில்வே ஸ்டேஷன் முன்பாக அலையும் இரண்டு தெரு நாய்கள் இருந்தன. ஒன்று கறுப்பு, மற்றது செம்புள்ளி விழுந்த வெள்ளை நிறம். இரண்டு நாய்களும் பயணிகள் எவரையும் பார்த்துக் குலைப்பதே கிடையாது. யார் வந்தாலும் வால் ஆட்டியபடியே பின்னால் போகும். நாயை யாராவது திட்டுவார்கள். திட்டு வாங்கிவிட்டு தன் இருப்பிடத்திற்குத் திரும்பிப் போய்விடும். இது என்ன பழக்கம் என்று தெரியவில்லை. அந்தக் கறுப்பு நாயை குமார் எப்போதும் கல்லால் அடிப்பான். ஆகவே அவனைக் கண்டால் மட்டும் அந்த நாய் பதறியோடும்.

"நீ எங்க ஓடுனாலும் மாப்ளே என்கிட்ட தப்பிக்க முடியாது.. இந்தா வாங்கிக்கோ" என்று ஒரு கல்லை அதை நோக்கி எறிவான்.

ஒருபோதும் அவனது குறி நாயின்மீது பட்டதேயில்லை. அதைவிடவும் அவன் நாயை மாப்ளே என்று கூப்பிடுவது சிரிப்பாக இருக்கும்.

ரயில் நிலையத்தில் எல்லா நாளும் யாரோ ஒரு பாட்டி தனியே ஊருக்குப் போகிறார். அவருக்கு உதவி செய்வதற்கு என்னைப் போன்ற பையன்கள் தேவைப்படுகிறார்கள். அந்தப் பாட்டி நிச்சயம் நாலணா தருவாள். குமார் அது போன்ற பாட்டிகளை உடனே அடையாளம் கண்டுவிடுவான். அவளது உண்மையான பேரனைப் போல நடந்து கொள்வான். பாட்டிகள் ஒரு போதும் வெறும் கையோடு பயணம் செய்வதேயில்லை. பைநிறைய தின்பண்டங்கள், காய்கறி, நெய், கருப்பட்டி, கருவாடு என எதையெதையோ வாங்கிக் கொண்டுதான் போகிறார்கள். அந்தப் பையைத் தூக்கிக் கொண்டு போய் பாட்டியை ரயிலில் ஏற்றிவிட்டு அவள் தரும் நாலணாவை சம்பாதித்துக் கொண்டு வருவான் குமார்.

அந்த நாலணாவைக் கொடுத்து ரயில்வே ஸ்டேஷன் வாசலில் நிற்கும் வேர்க்கடலை வண்டிக்காரனிடம் கடலை வாங்குவோம். சிறிய

பொட்டலம் ஒன்று தருவான். அதில் உள்ள கடலைப்பருப்புகளை எண்ணி மூவரும் சமமாகப் பிரித்துக் கொள்வோம்.

கேசவனுக்கு ஒரு பழக்கமிருந்தது. தன் பங்காக வைத்திருந்த கடலைப்பருப்பில் மூன்றையோ நான்கையோ பிச்சைக்காரனின் தட்டில் போடுவான். காசு போடப்போகிறான் என்பது போல பிச்சைக்காரன் நிமிர்ந்து பார்ப்பான். ஆனால் வேர்க்கடலையைப் போட்டவுடன் அவன் முகம் மாறிவிடும்.

புளுத்த நாயி என்று கெட்டவார்த்தைகளால் திட்டுவான். அந்த வசையைக் கேட்டதும் கேசவன் அலுமினியத் தட்டைக் காலால் எத்திவிடுவான். தட்டிலிருந்து சில்லறைகள் சிதறியோடும். பிச்சைக்காரனால் எழுந்து கொள்ள முடியாது. ஆகவே அவன் கோபக்குரல் உச்சத்தை தொடும்.

சில நேரம் ஏன் இப்படிப் பிச்சைக்காரனிடம் நடந்து கொள்கிறான் என்று யோசிப்பேன்.

ஒருமுறை அவனிடம் கேட்டபோது சொன்னான்:

"இந்தப் பிச்சைக்காரன் யார் தெரியுமா. மூக்கரை பிள்ளையார் கோவில் தெருவுல இவனுக்கு வீடு இருந்துச்சி. கமிஷன் கடை வச்சிருந்தான். ஊர்ஊராகப் போயி சூதாடி பணத்தை தொலைச்சிட்டு லூசா ஆகிட்டான். வீடு போச்சி. பொண்டாட்டி பிள்ளை எல்லாம் கடலையூர் போயிட்டாங்க. துரை இப்பயும் பில்டர் சிகரெட்தான் பிடிப்பாரு. எடுக்கிறது பிச்சை, குடிக்கிறது பில்டர் சிகரெட். அதான் அவன் தட்டை எத்திவிட்டேன்."

ரயில்வே ஸ்டேஷன் பிச்சைக்காரனுக்குக் கூடவா கதையிருக்கிறது. அது எப்படி கேசவனுக்குத் தெரிந்தது. கேசவனின் அப்பா பட்டணம்பொடி ஏஜெண்டாக இருந்தார். பஜாரில் மூக்குப்பொடிவிற்கும் கடை ஒன்று அவர்களுக்கு இருந்தது. அந்தக் கடை வாசலில் எப்போதும் தும்மல் சப்தம் கேட்டுக் கொண்டேயிருக்கும். கேசவனின் அப்பா குளிக்கவே மாட்டார். எப்போதும் அழுக்கடைந்து போன வேஷ்டியும் பனியனும் மேல்துண்டுமாகவே இருப்பார். கிட்ட போனால் நாற்றம் அடிக்கும். மதியம் அவர் வீட்டிற்கு சாப்பிடப்போகும் நேரத்தில் கேசவன் கடைக்குப் போவான். அந்த நேரத்தில் பொடி விற்கும் காசில் எட்டணா திருடிக் கொண்டுவிடுவான். அது அவருக்கும் தெரியும். ஆனால் கண்டுகொள்ளமாட்டார். சில நேரம் சிறிய தாளில் மூக்குப்பொடியை மடித்துக் கொண்டுவருவான்.

அந்த மூக்குப்பொடியை ரயில் நிலையத்தின் முன்னால் நிற்கும் குதிரைவண்டியில் பூட்டப்பட்ட குதிரையின் மூக்கில் தேய்த்துவிடுவான். குதிரையின் மூக்கு கிழிந்து போனதாகவேயிருக்கும். அதில் மூக்குப்பொடி பட்டால் போதும் குதிரை சிலிர்த்துப் போய்விடும். சில நேரம் வண்டியை இழுத்துக் கொண்டு ஓட ஆரம்பித்துவிடும். சில குதிரைகள் மூக்குப்பொடியின் காரம் காரணமாக தலையை ஆட்டிக்கொண்டேயிருக்கும். இதனால் கேசவனைக் கண்டால் குதிரை வண்டிக்காரர்களுக்குப் பிடிக்காது. ரயில் நிலையத்தின் வாசலில் அப்போது மூன்று குதிரை வண்டிகள் இருந்தன.

குமாரின் அப்பா சண்முகவிலாஸ் ஹோட்டலில் பில்போடுகிறவர். அதிகாலை நாலு மணிக்கே கிளம்பி ஹோட்டலுக்குப் போய்விடுவார். வீடு திரும்ப பத்தரை மணியாகிவிடும். தினமும் வீடு திரும்பி வரும்போது விற்காமல் போன வடை பஜ்ஜிகளைப் பொட்டலம் கட்டிக் கொண்டு வருவார். அவர்கள் வீட்டில் இரவு பதினோரு மணிக்கு பஜ்ஜி சாப்பிடுவார்கள். சினிமாவிற்குப் போகும் நாட்களில் மட்டும் குமாரின் அம்மாவும் தங்கைகளும் சண்முகவிலாஸிற்குப் போய் தோசை சாப்பிடுவார்கள். அதற்கு பில் போடமாட்டார்கள். அப்படியான நாட்களில் வாளியில் இருந்து சாம்பாரை அள்ளி தோசையில் ஊற்றிக் கொள்வான் குமார். அவனுக்கு சாம்பாரைக் குடிக்கப் பிடிக்கும். குமாரின் அப்பா உட்காருவதற்காக ஒரு மூலையில் மரமேஜை ஒன்று போடப்பட்டிருக்கும். சிலேட் ஒன்றும் சாக்பீஸ் ஒன்றும் வைத்திருப்பார். அதில் தான் சாப்பிட்ட கணக்கை எழுதுவார். பிறகே அதை சிறிய துண்டு பேப்பரில் எழுதி சர்வரிடம் தருவார். அவரது கணக்கு பைசா சுத்தமாக இருக்கும்.

மாலை வரை ரயில்வே ஸ்டேஷனில் சுற்றிவிட்டு அதன்பிறகு ஒவ்வொரு சினிமா தியேட்டராகப் போவோம். யார் படம் பார்க்க வருகிறார்கள் என்று கணக்கெடுப்பது ஒரு வேலை. சிலசமயம் ஓசியில் உள்ளே விட்டுவிடுவார்கள் என்று குமார் சொல்லியிருக்கிறான். நான் அறிந்தவரை ஒருமுறை கூட அப்படி ஓசியில் விட்டதில்லை. ஆனால் குமார் ஓசியில் சினிமா பார்த்துள்ளதாக கதை விடுவான். சினிமா தியேட்டரில் கூட்டம் எப்படியிருக்கிறது என்பதை அறிந்து கொள்ள சைக்கிள் ஸ்டாண்டில் எத்தனை சைக்கிள் நிற்கிறது என்று எண்ணினால் போதும் என்ற வித்தையை கேசவன்தான் கற்றுக் கொடுத்தான்.

"பெண்கள் யாரும் சைக்கிளில் சினிமா பார்க்க வருவதில்லையே" என்று நான் கேட்டேன்.

அதற்கு கேசவன் கோவித்துக் கொண்டான்.

அத்தோடு "நைட் ஷோவிற்கு ஒரு பொம்பளை கூட வரமாட்டாள்" என்றும் சொன்னான்.

"இல்லையே நானும் சித்திகளும் நைட்ஷோ பாத்திருக்கிறோம்" என்று சொன்னேன்

"சினிமா கிறுக்குபிடிச்ச பொம்பளைங்க தான் அப்படி செய்வாங்க" என்று கேசவன் உறுதியாக சொன்னான்.

"எங்க சித்தி ஒண்ணும் கிறுக்குல்லே" என்றேன்.

"உங்க சித்தி சினிமா கிறுக்குதான். அது ஒருநாள் இந்திப்படத்துக்கு காலைக்காட்சி பார்க்கப் போனதை பாத்துருக்கேன்."

"ஏன் இந்திபடம் பார்க்கப் போகக் கூடாதா?"

"போனா கிறுக்குன்னுதான் அர்த்தம்."

"நீதாண்டா கிறுக்கு" என்று கோபமாகச் சொன்னேன்.

இதற்குள் குமார் தலையிட்டு "நீங்கஏண்டா சண்டைபோட்டுக்கிறீங்க. நீ நான் இவன் மூணு பேருமே கிறுக்குதான் போதுமா" என்று விலக்கிவிட்டான்.

இப்படி எங்களுக்குள் அடிக்கடி சண்டையும் வரும். சினிமா தியேட்டரை விட்டு ஏழு மணிக்குக் கிளம்பினால் பஜாரில் சுற்றிவருவோம். எத்தனை கடைகளில் சாமி படத்திற்கு லைட் போட்டிருக்கிறார்கள், எந்தக் கடை வாசலில் எத்தனை பைக் நிற்கிறது, அல்வா கடையில் எத்தனை பேர் அல்வா சாப்பிட்டிருக்கிறார்கள் என்று பல்வேறு கணக்குகளை எடுப்போம். அதன்பிறகு தீயணைக்கும் படை அலுவலகத்தை ஒட்டிய சிறிய பாலத்தில் போய் உட்கார்ந்து கொள்வோம். அந்த சாலையில் தெருவிளக்கு ஒருபோதும் எரியாது. இருட்டில் உட்கார்ந்து கொண்டு பேசிக் கொண்டிருப்போம். எப்போது பேசத்துவங்கினாலும் குமார் பேய்க்கதைகளைச் சொல்ல ஆரம்பித்துவிடுவான். கால்பந்து விளையாடும் பேய் ஒன்றைப் பற்றி அவன் சொன்ன கதை இன்றும் நினைவில் இருக்கிறது. அந்தப் பேய் இரவெல்லாம் மைதானத்தில் தனியே கால்பந்து விளையாடுமாம். யாராவது அந்தப் பக்கம் போய்விட்டால் விளையாடக் கூப்பிடுமாம். பேயிடமிருந்து பந்தை எத்திவிடவே முடியாது. விளையாட்டில் இருந்து விலகிப்போக முயன்றால் அடித்துக் கொன்றுவிடுமாம்.

அப்படி ரத்தம் கக்கி செத்துப் போனவர்கள் நிறையப்பேர் இருக்கிறார்கள் என்றான்.

பேய் ஏன் பந்து விளையாடுகிறது என்று குமாரிடம் கேட்கவேயில்லை. ஒன்பது மணி அளவில் அந்த பாலத்திலிருந்து கிளம்பி டியூப்லைட் எரிந்து கொண்டிருக்கும் பரோட்டா கடைகளைப் பார்வையிட்டு கல்லில் எத்தனை பரோட்டா வேகிறது என்று கணக்கிட்டு வீடு திரும்ப பத்து மணியாகிவிடும். பெரும்பான்மை வீடுகளில் உறங்கியிருப்பார்கள். ஆச்சி மட்டும் எனக்காக விழித்துக் கொண்டிருப்பாள்.

ஆச்சி வீட்டில் இரவு எப்போதும் இட்லிதான். எனக்கான இட்லி தனியே ஒரு தட்டில் மூடி வைக்கப்பட்டிருக்கும். ஆறிப்போன இட்லியை சாப்பிடுவது ஒரு தண்டனை. ஆனால் அலைந்து திரிந்த காரணத்தால் அதைப் பெரிய துண்டாகப் பிய்த்துப் போட்டு வயிற்றை நிரப்பிவிட்டு படுத்துக் கொள்வேன். தாத்தா மட்டும்தான் கட்டிலில் படுத்திருப்பார். சித்தியும் எனது தம்பி தங்கைகளும் ஹாலில் பாய் விரித்துப் படுத்திருப்பார்கள். ஆச்சி எப்போதும் சமையற்கட்டில்தான் உறங்குவாள். அதுவும் சிறிய மரப்பலகை ஒன்றைத் தலைக்கு வைத்துக் கொண்டுதான் உறங்குவாள். தலைமாட்டில் எப்போதும் தீப்பெட்டி இருக்கும். மின்சாரம் போய்விட்டால் பதறி எழுந்து உடனே விளக்கைப் பற்ற வைத்துவிடுவாள். நீலநிற விடிவிளக்கு ஒன்று இரவெல்லாம் எரிந்து கொண்டிருக்கும். நான் சுவரை ஒட்டிப் படுத்துக்கொள்வேன்.

ஒரு நாள் ஏன் இவ்வளவு சிறியதாக இருக்கிறது என்று தோன்றும். கண்களை மூடியதும் கால்பந்து விளையாடும் பேய் நினைவில் வந்துபோகும். அதை மறப்பதற்காக கண்களை அழுத்தி மூடிக்கொள்வேன். எப்போது உறங்கினேன் என்று தெரியாது. ஆனால் துயில் கலைந்து எழும்போது வாசலில் வெயில் அடித்துக் கொண்டிருக்கும். ஆச்சி அடுப்படியில் சமையல் வேலை செய்து கொண்டிருப்பாள். கோடைகால இரவு ஏன் இவ்வளவு சிறியதாக இருக்கிறது.

சில்வியாவைப் பார்க்கும் வரை இப்படிதான் எனது விடுமுறை நாட்கள் இருந்தன.

..

சில்வியா வந்தபிறகு பகலும் இரவும் அவள் உருட்டி விளையாடும் சோழிகளாக மாறியது. சில நேரம் சில்வியா காரணம் இல்லாமல்

கோபித்துக் கொண்டு அறையை அடைத்துக் கொண்டு படுத்துக் கொள்வாள். சில நாட்கள் ஒரு வார்த்தை யாரிடமும் பேச மாட்டாள். அவளது மனநிலை திடீர் திடீரென மாறிக் கொண்டேயிருந்தது. சந்தோஷமாக இருந்தாலும் வேதனையாக இருந்தாலும் முழுமையாக அனுபவிக்கிறவளாக இருந்தாள்.

ஒரு முறை என்னிடம் கேட்டாள்:

“நோஞ்சான், நீ படிச்சி என்ன செய்யப்போறே?”

“டிரெயின் ஓட்டப்போறேன்” என்றேன்.

ஏன் என்பது போல பார்த்தாள்.

“டிரெயின் என்ஜின் டிரைவரா இருந்தால் ஓசியிலே எல்லா ஊருக்கும் போகலாம்லே.”

“போயி என்ன செய்வே?”

“ஊர் சுத்துவேன்.”

“எவ்வளவு நாள் ஊர் சுத்துவே?”

“எவ்வளவு ஊர் இருக்கோ அவ்வளவு சுத்துவேன்.”

“கல்யாணம் பண்ணிக்கிட மாட்டியா?”

“பண்ணிக்கிடுவேன்.”

“யாரு மாதிரி பொண்ணு வேணும்?”

பதில் சொல்லாமல் அவளையே பார்த்துக் கொண்டிருந்தேன்.

“சர்க்கஸ்ல வேலை பாக்குற பொண்ண கட்டிக்கோ.. ஊர் ஊரா சுத்த அவதான் லாயக்கு.”

நானும் அதைக்கேட்டு சிரித்தேன்.

“நீ படிச்சி என்ன செய்யப்போறே?” என அவளிடம் கேட்டேன்.

“லண்டன்ல போயி லா படிக்கப் போறேன். பெரிய வக்கீலாகி நிறைய சம்பாதிப்பேன்.”

“நீ கல்யாணம் பண்ணிக்கிட மாட்டியா?”

“பத்து கல்யாணம் பண்ணிக்கிடுவேன்” என்று சொல்லி சிரித்தாள்.

சில்வியா அப்படித்தான். எப்போது பேச்சு வேடிக்கையாக மாறும் என்று தெரியாது.

என்னோடு பள்ளியில் படிக்கும் பெண்களில் ஒருத்தியும் இப்படி மனம் விட்டுப் பேசியதில்லை.

கிராப் நோட்டு வேண்டும் என்று கேட்டால்கூட நெளிந்து வளைந்து கொண்டுத் தயங்கித் தயங்கிதான் கேட்பார்கள். வகுப்பில் பெண்கள் வலதுபக்கம், பையன்கள் இடது பக்கம். சாப்பிடும் இடத்திலும் தனித்தனி வரிசைகள். வகுப்பில் எப்போதும் முதல் மாணவியாக வரும் சித்ரலேகா கூட பையன்களிடம் நிமிர்ந்து பேசுவதில்லை. நானாகத்தான் சில சமயம் அவளது கட்டுரை நோட்டினை வாங்கி அதில் உள்ளதைக் காப்பியடித்திருக்கிறேன்.

சித்ரலேகா எப்படி முதல் மாணவியாக வருகிறாள் என்பதை என்னோடு படிக்கும் முருகேசன் கண்டுபிடித்திருந்தான்.

அதை என்னிடம் ரகசியமாக சொன்னான்:

"அவளுக்கு ரெண்டு மூளை இருக்குடா"

"என்னடா சொல்றே!"

"ஆமா. நல்லா படிக்கிற பொம்பளை பிள்ளைகளுக்கு ரெண்டு மூளை இருக்கும்."

"அதெல்லாம் பொய்" என்றேன்.

"சாமி சத்தியமா. சித்ரலேகாவிற்கு ரெண்டு மூளைதான் இருக்கு" என்றான்.

அதை நம்புவதா, வேண்டாமா எனக் குழப்பமாக இருந்தது. அவளிடமே கேட்டுவிடலாமே என்று நினைத்துப் பள்ளிவிட்டு வீட்டிற்குப் போகும்போது அவள் பின்னாடியே போனேன். அவள் முதலில் பயந்து போய் வேகமாக நடக்க ஆரம்பித்தாள்.

ஒற்றைப் பனைமரம் தாண்டியதும் அவள் பயமற்றவள் போல நின்றபடியே திரும்பிப் பார்த்து என்னிடம் கேட்டாள்:

"என்ன வேணும். எதுக்கு பாலோ பண்றே?"

"உனக்கு ரெண்டு மூளை இருக்குனு முருகேசன் சொன்னான். அதான் உன்கிட்டயே கேட்டிரலாம்னு" என்று இழுத்தேன்.

"அவன் ஒரு லூசு" என்று சொல்லி சிரித்தபடியே பதில் சொல்லாமல் போனாள்.

முருகேசன் சொன்னது பொய்தானா. இல்லை உண்மையை மறைக்கிறாளா என்று குழப்பமாக இருந்தது.

அதன்பிறகு என்னைப் பார்க்கும் போதெல்லாம் சித்ரலேகா சிரிப்பாள். சில நேரம் என்னைக் கையைக் காட்டி வேறு ஒரு மாணவியிடம் ஏதோ சொல்லி சிரித்துக் கொண்டிருப்பாள். அது எனக்குக் கோபமாக இருக்கும்.

முதல் மார்க் வாங்குகிற பெண்ணிற்கு ரெண்டு மூளை இருக்கும் என நம்புகிற அளவிற்குதான் எங்கள் கிராமப்பள்ளி இருந்தது. எந்தப் பையனுக்கும் பெண் தோழிகள் கிடையாது, அதுவும் பெரிய மனுஷியாகி விட்டாள் என்றால் அந்தப் பெண்கள் பக்கமே திரும்ப முடியாது.

ஆனால் சில்வியாவிடம் இது போன்ற கூச்சமோ வெட்கமோ எதுவும் காணப்படவில்லை. காற்றைப் போல சுதந்திரமாக இருந்தாள் சில்வியா.

...

அத்தியாயம் 5

காலை வெளிச்சம் துவங்கியிருந்த்து. உலகின் சப்தங்கள் சுரக்கத் துவங்கியிருந்தன. ஊர் விழித்திருந்தது.

வாசற்கதவு திறந்து சில்வியா வெளியே வந்தாள். கலைந்துபோன தலைமயிர். கண்ணாடி போடாத முகம். கண்களுக்குள் தூக்கம் மீதமிருந்தது. வீட்டின் முன்னால் கல்லில் உட்கார்ந்திருந்த என்னைக் கண்டு சிரித்தபடியே கேட்டாள்:

“நீ எப்போ வந்தே?”

“ரெண்டு மணி நேரமாச்சி.”

“பனியிலயா உட்கார்ந்து இருந்தே?”

‘ஆமாம்’ எனத் தலையாட்டினேன்.

“கதவைத் தட்டியிருக்கலாம்லே.”

“நீ தூங்கிட்டு இருந்தே.”

“இருந்தா.. தட்டி எழுப்பக் கூடாதா?”

“எழுப்ப மாட்டேன்.”

“நீ மாறவேயில்லை” என்று சொல்லி சிரித்தபடியே என் கையைப் பிடித்துக் கொண்டாள். அதிலிருந்த இறுக்கம் அன்பை வெளிப்படுத்தியது.

சில்வியா போனமுறை பார்த்ததை விடவும் மெலிந்திருந்தாள். ஒன்றிரண்டு நரைமுடிகள் தென்பட்டன. கவனமற்றுப் போன கூந்தல். ஆரஞ்சு வண்ணப் பூக்கள் போட்ட புடவை கட்டியிருந்தாள். கழுத்தில் காதில் பொட்டு நகையில்லை.

முப்பதை தாண்டியதும் பெண்கள் தங்களினை வயதானவர்களாகக் கருதிக் கொள்கிறார்கள். அதை மறைக்க முயற்சிக்கிறார்கள். ஆனால் சில்வியா அதை பொருட்படுத்தவில்லை. அவள் தன் அழகை பராமரிக்க வேண்டிய அவசியமில்லை என்பது போல இயல்பாக இருக்கத் துவங்கியிருந்தாள்.

“நெற்றியில என்ன காயம்?” என்று கேட்டேன்.

“சமைச்சிட்டு இருக்கும்போது ஒருநாள் மயங்கி விழுந்துட்டேன். அருவாள்மனை பட்டிருச்சி.. நிறைய ரத்தம்.”

“ஏன் இப்படி இருக்கே.. ஒழுங்கா சாப்பிடுறதில்லையா?”

“தனியா சாப்பிட முடியலைப்பா.. நான்சி வந்தா கூட ஒரு கை சாப்பிடுவேன். இல்லாட்டி பசியை மறக்கடிக்கணும், அவ்வளவுதான்.”

நான்சி போர்டிங் ஸ்கூலில் ப்ளஸ் டூ படிக்கிறாள். சில்வியாவின் மகள். எந்த வயதில் சில்வியாவை சந்தித்தேனோ அதே பதின்வயது இப்போது நான்சிக்கு.

எனக்கு நாற்பதைத் தொட்டுவிட்டது. சில்வியாவிற்கு இப்போது வயது முப்பதொன்பது. காலம் எங்கள் இருவரையும் நிறைய மாற்றியிருக்கிறது. நரைமுடிகளை மறைக்க நானே கறுப்பு வண்ணம் அடித்துக் கொள்கிறேன். நகர வாழ்க்கை தந்த பரிசாக ரத்த அழுத்தம் கூடிவிட்டது. கண்ணாடி அணிந்துவிட்டேன்.

சில்வியா முகம் ஒடுங்கிவிட்டது. அவளிடமிருந்த வேடிக்கைகள் வடிந்துவிட்டன. வாழ்க்கையின் சுமை அவளை முடக்கிவிட்டது. பெண்களுக்கு வயதாவது தெரிவதில்லை. ஆனால் சட்டென ஒரு நாளில் அவர்கள் வயது பலமடங்கு கூடிவிடுகிறது.

“நான்சியைப் போய் பார்த்தியா?” எனக்கேட்டேன்

“அவளுக்கு என்மேல கோவம். நீ வராதே. நானே லீவுக்கு வர்றேன்னு சொல்லிட்டா.”

“என்ன கோவம்?”

“அம்மா பொண்ணுக்குள்ளே ஆயிரம் சண்டை வரும். அதை எப்படிப்பா உன்கிட்ட சொல்ல முடியும்.”

“கிறிஸ்துமஸ்க்கு வர்றால்லே”

“வருவா.. நீயும் அவளும் இல்லாட்டி என்ன பண்டிகை.”

“அதான் நான் வந்துட்டனே.”

“என் கஷ்டத்தை நீ ஏன்பா சுமக்க ஆசைப்படுறே.”

“நான் உன் பிரண்ட் இல்லையா.”

“நமக்கு ஏன்பா வயசாகிருச்சி. சம்மர் லீவுல இருந்த மாதிரியே இருந்திருக்கலாம்லே.”

“கோடை எப்பவும் வந்துகிட்டேதான் இருக்கும். என்னையும் உன்னையும் மாதிரி யாராவது இப்பவும் லீவுக்கு வந்துகிட்டுதான் இருப்பாங்க.”

“ஆனா நம்மளை மாதிரி இருக்கமாட்டாங்க. சின்னவயசுல நான் நிறைய சிரிச்சிட்டேன். அதான் இப்போ அழுதுக்கிட்டேயிருக்கேன்.”

“அப்படி எல்லாம் நினைக்காதே.. உனக்கு இப்போ என்ன ஆகிப்போச்சு?”

“இன்னும் என்னப்பா ஆகணும்.. என்னைப் பாரு.. இத்துப்போன துணி மாதிரி இருக்கேன். உடம்பு போயிருச்சி. மனசை மட்டும் தைரியமா வச்சிருக்கேன். அதுவும் சிலநாள் தடுமாறிப் போயிருது. யாரும் இல்லாத வீட்ல பழசை நினைச்சி அழுதுகிட்டு இருப்பேன். நான்சிக்காகத்தான் உயிர் வாழுறேன். இல்லாட்டி என்னைக்கோ செத்துருப்பேன்.”

“இது என்ன பேச்சு.. நீ இப்படி நினைக்கவே கூடாது.”

“நான் ஒரு லூசு .. ராத்திரி பூரா பயணம் பண்ணி வந்துருக்கே. உனக்கு ஒரு காபி கூட போட்டுக்குடுக்காம கண்டதைப் பேசிக்கிட்டு இருக்கேன்.”

“நான் வேணும்னா காபி போடவா. வீட்ல நான்தான் காபி போட்டு என் வொய்ப்புக்கு குடுப்பேன்.”

“குடுத்து வச்சவ.. உன் மனசுக்குத்தான் அப்படி பொண்ணு கிடைச்சிருக்கு.”

“நல்லாவே காபி போடுவேன்.”

“அய்யா துரை.. நீ ஒண்ணும் செய்ய வேண்டாம். போயி முகத்தைக் கழுவிட்டு வாங்க. காபி போட்டுத் தர்றேன். பிறகு நம்ம பழைய கதைய பேசலாம்” என்று சொல்லி சிரித்தாள். பழைய சில்வியாவின் சாயல் இப்போது அவளது முகத்தில் வந்து போனது.

குளியல் அறையில் இருந்த தொட்டியில் இருந்த தண்ணீர் சில்லென்றிருந்த்து. அதை விரலால் தொட முடியவில்லை. ஹீட்டரை ஆன் செய்துவிட்டு தோட்டத்து செடிகளைப் பார்த்துக் கொண்டிருந்தேன். அடுத்த வீட்டிலிருந்த வான்கோழி என்னைப்

பார்த்து சப்தமிட்டது. அந்த வீட்டிலிருந்து ஸ்வெட்டர் அணிந்த ஒரு சிறுமி என்னையே வெறித்துப் பார்த்துக் கொண்டிருந்தாள்.

வெந்நீர் சூடாக வந்தது. முகம் கழுவி பல் துலக்கிவிட்டு வந்தேன்.

சில்வியா காபி கொடுத்தாள். தானும் ஒரு கோப்பை காபியோடு உட்கார்ந்து கொண்டாள்.

சுவரில் நான்சியின் புகைப்படம் ஒன்று தொங்கிக் கொண்டிருந்தது.

காபியின் மணத்தை முகர்ந்தபடியே அவளிடம் கேட்டேன்:

"நான்சிக்குப் புது டிரஸ் வாங்கி வச்சிருக்கியா?"

"அவளே வாங்கிக்கிடுறேன்னு சொன்னா"

"பணம் குடுத்தியா?"

"ஆயிரம் ரூபா குடுத்தேன். போதாது நீயே வச்சிக்கோனு வீசி எறிஞ்சிட்டா."

"உன் மக உன்னை மாதிரிதானே இருப்பா."

"என்கிட்ட ஏது காசு.. நானே ஐம்பதுக்கும் நூறுக்கும் அல்லாடிக்கிட்டு இருக்கேன்."

"நான் அவளுக்கு ஐயாயிரம் ரூபா அனுப்பி குடுத்துருக்கேன்."

"போன்ல சொன்னா.. நீதான் அவளைக் கெடுக்குறே."

"இப்போ எல்லாம் டிரஸ் விலை ஜாஸ்தி ஆகிருச்சிப்பா.. நீ அப்பவே என்னா ஸ்டைலா டிரஸ் பண்ணுவே.. உன் மக அப்படி பண்ண வேணாமா?"

"எங்கப்பா டாக்டர். ஆனா அவங்க அப்பா ஒரு சேல்ஸ்மேன். அந்த ஆளும் போய் சேர்ந்துட்டாரு.. அது அவளுக்கு ஞாபகம் இருக்கிறதில்லை."

"அப்பாதான் புது டிரஸ் வாங்கித் தரணுமா.. நான் வாங்கித் தரக்கூடாதா?"

"ஆறுமாசம் முன்னாடி ஒரு நாள் என்கிட்ட நான்சி கேட்டா.. அம்மா நீ சுப்பு அங்கிளை லவ் பண்ணினயா'னு."

"என்ன சொன்னே?"

"ஞாபகமில்லேன்னு."

“என்கிட்டயும் கேட்டா.. நான் பதிலே சொல்லலை.”

“அவ என் மகப்பா.. அவகிட்ட எப்படி மனசில இருக்கிறதை சொல்ல முடியும்.”

“நாம அப்படி என்ன தப்பு பண்ணிட்டோம்.”

“தப்புல்ல. ஆனாலும் பொண்ணுகிட்ட அம்மா இதெல்லாம் பேச முடியாதுல்ல.”

“அதெல்லாம் மாறிருச்சி... உலகம் முன்னாடி மாதிரி இல்லை. நம்ம புள்ளைக நம்மளை நல்லா புரிஞ்சிக்கிடுறாங்க. வெளிப்படையா பேசுறாங்க.”

“ஆணும் பெண்ணும் நண்பர்களா மட்டுமே இருக்கிறது நம்ம ஊர்ல முடியாதுப்பா.. ஜனங்க விடமாட்டாங்க.”

“அதெல்லாம் மாறிக்கிட்டு வருது. ரெண்டு பசங்க லைப் பூரா பிரண்டா இருக்கலாம்னா.. ஆணும் பொண்ணும் கூட அப்படி இருக்கலாம். லவ் மட்டுமே உலகம் இல்லைப்பா.. யாராவது நாலு பேர் தப்பா பேசினா பேசிட்டு போறாங்க விடு.”

“இவ்வளவு பேசுற நீ உன் வொய்ப்பை இங்கே கூட்டிக்கிட்டு வரவேண்டியதுதானே.”

“அவளுக்கு நான் இங்கே வர்றது தெரியாதுனு நினைக்குறயா.. அவளுக்கு வர இஷ்டமில்லை.”

“ஏன்பா. என்மேல என்ன கோவம்?”

“அதை எப்படி சொல்லுறது. ஒரு ஆண் மேல ஒரு பொண்ணுதான்பா அக்கறை காட்ட அன்பு செலுத்த முடியும்னு என் வொய்ப் நினைக்கிறா. அவளை தவிர வேறு யாரும் என்கிட்ட அதிக அக்கறை காட்ட முடியாதுனு நம்புறா. அதை ஏன் கெடுக்கணும். அப்படியே இருந்துட்டு போகட்டும்

“அது நிஜமில்லையே. ஒருத்தர் மேல எத்தனை பேர் அன்பு காட்டினாலும் நல்லது தானே”

“அக்கறை காட்டுறதுக்கு ஏதாவது ஒரு உறவு வேணும். இத்தனை வருஷமாக நாம பழகிட்டு இருக்கோம். இந்த உறவுக்கு என்ன பேரு.. சொல்லு. பிரண்ட்ஷிப்பா. லவ்வா. அல்லது சின்னவயசு பழக்கமா.. பெயரில்லாத உறவுகள் நிறைய இருக்கத்தானே செய்யுது.”

"ஒவ்வொரு வாரமும் உனக்காகவும்தானே நான் பிரேயர் பண்ணுறேன். அது அன்பு இல்லையா?"

"அன்பு செலுத்துறதுல என்ன போட்டி"

"நான் யாரையும் போட்டியா நினைக்கலை. ஆனா என் உயிர் உள்ளவரைக்கும் உனக்காக பிரேயர் பண்ணிக்கிட்டுதான் இருப்பேன்."

நாட்பட நாட்பட வேப்பமரம் உறுதியாகிவிடும் என்பார்கள். எங்கள் நட்பும் அப்படியானதுதான் போலும்.

காலியான காபி டம்ளரை வாங்க குனிந்த சில்வியாவின் நெற்றியில் இருந்த தழும்பை தொட்டு பார்த்தேன்

"நல்லா வெட்டியிருக்கு"

"உடம்புல மட்டுமா தழும்பு இருக்கு" எனக் கேட்டாள் சில்வியா.

அவள் மனதில் எத்தனை காயங்கள். எவ்வளவு துயரங்கள். அத்தனையும் தாண்டி வந்திருக்கிறாள். பெண்களின் தைரியம் ஆண்களுக்கு ஒருபோதும் வராது.

..

சிறிய வீடு என்றாலும் சில்வியா வீட்டினை அழகாக வைத்திருந்தாள். துணிகளை மடித்து வைப்பதில் ஆண்களுக்கு பொறுமை கிடையாது. அதை பெண்கள் செய்வதில் ஒரு நேர்த்தி இருக்கிறது. துணி மடிப்பதைக் கூட ரசித்தே செய்கிறார்கள். வீட்டில் ஒரு தையல் மிஷின் இருப்பதைக் கண்டேன். நான்சியை தூக்கி வைத்துக் கொண்டு நிற்கும் சில்வியாவின் கறுப்பு வெள்ளைப் புகைப்படம் ஒன்று கண்ணில் பட்டது.

"இன்னைக்கு விடிகாலையில ஒரு கனவு வந்துச்சி.. அதுல ஒரு பாம்பு என்னைத் துரத்திக்கிட்டு வருது. நான் வானத்துல பறந்து போய்க்கிட்டே இருக்கேன். பாம்பு என்னை விடலை. ஆனா வேகமா பறக்குறேன். திடீர்னு என்னைப் பாம்பு விழுங்கிருது. நான் நான்சி நான்சினு கத்துறேன்.. முழிச்சிப் பார்த்தா மணி நாலு. ஏன்பா இப்படிக் கனவு வருது" என்றாள் சில்வியா.

"கனவுதானே, இதுக்காக யாராவது பயப்படுவாங்களா!"

"நான் போயிட்டா நான்சிக்கு யார் இருக்கா?"

"நான் இல்லை."

ஒரு சிறிய விடுமுறைக்கால காதல் கதை | 79

“உனக்கு ரொம்ப கஷ்டம் குடுக்குறோம்லே.”

“அதெல்லாமில்லே.”

“நான்சி படிக்க நீதான் பணம் குடுக்குறே. வீட்டுவாடகை குடுக்க பணம் அனுப்பி வைக்குறே.. கிறிஸ்துமஸ்க்கு டிரஸ் எடுத்து தர்றே.”

“இதை எல்லாம் செய்ய எனக்கு உரிமையில்லையா?”

“உனக்கு இல்லாத உரிமை யாருக்கு இருக்கு. ஆனா உனக்குக் கஷ்டம்தானே.”

“என்ன பெரிய கஷ்டம். அதைப் பத்தி நீ ஏன் கவலைப்படுறே?”

“சொந்தக்காரங்க அத்தனை பேரும் என்னைத் துரத்தி விட்டுட்டாங்க. ஏன் கூடப்பிறந்த ஜெசி, சாரா கூட வந்து பாக்குறதில்லை. நீ ஒருத்தன்தான் அப்படி இருக்கே. வீடு, காரு. வேலைக்காரங்கன்னு எப்படி இருந்தேன். புயலடிச்சி கொண்டுகிட்டுப் போனது போல எல்லாம் போயிருச்சி.”

“நடந்ததைப் பற்றி நினைச்சி என்ன ஆகப்போகுது விடு.”

“நீ கடைசியா எப்போ கோவில்பட்டிக்குப் போனே?”

“நாலு வருஷம் இருக்கும். அந்த ஊர்ல கால் எடுத்து வச்சவுடனே உன் நினைப்புதான் வருது. தெரிஞ்ச முகம் ஒண்ணு கூட இல்லை.”

“எனக்கு ஒருதடவை கோவில்பட்டிக்குப் போகணும்னு ஆசையா இருக்குப்பா. ஆனா அங்கே யார் வீட்டுக்குப் போவேன். யாரு இருக்கா?”

“நாம வேணும்னா போகலாம்.”

“நான்சியையும் கூட்டிக்கிட்டுப் போகலாமா?”

“போவோம். அந்த ஊர்ல வெயில் ஒண்ணுதான் அப்படியே இருக்கு.”

“ஒரு நாள் காபி தோட்டத்துல வேலை பாக்குற ஒரு பொண்ணு சொந்த ஊரு ‘கோவில்பட்டி’னு சொல்லுச்சி. உடனே அது கையைப் பிடிச்சிக்கிட்டேன். என் ஊரும் கோவில்பட்டிதான்னு சொன்னேன். அவ உடனே என்னை அக்கானு கூப்பிட ஆரம்பிச்சிட்டா.. ரெண்டு பேரும் ஊரைப் பற்றியே பேசிக்கிட்டு இருந்தோம். ரெண்டு பேராலும் பேசமுடியலை. அழுதுட்டோம்.”

“நான் யார் கேட்டாலும் ஊரைச் சொல்றதே இல்லை.”

“நாம எவ்வளவு தூரம் போயிட்டாலும் நமக்குப் பிடிச்ச ஊரு மனசுக்குள்ளேயேதான் இருக்கு. அதை விட்டு விலகவே முடியாது.”

இதைச் சொல்லி முடித்தபோது அவளது கண்கள் கலங்கியிருந்தன.

••

கிறிஸ்துமஸிற்காக அவளுக்குக் கொண்டுவந்திருந்த பரிசைக் கொடுத்தேன். வாங்கிக் கொள்ளவதில் ஆர்வம் காட்டவில்லை.

“அப்படியே சேர்ல வச்சிரு” என்றாள்.

“பிரிச்சுப் பாரு” என்றேன்.

“நீயே சொல்லு, என்ன வாங்கிட்டு வந்துருக்கே?”

“உனக்குப் பிடிச்ச பெங்கால் காட்டன் ஜம்தானி சாரி.”

“அதை எல்லாம் ஞாபகம் வச்சிருக்கியா?”

“உனக்குப் பிடிச்ச எதையும் மறக்க மாட்டேன்.”

“நான் ஒரு முட்டாள். உனக்கு என்ன பிடிக்கும்னு எதுவும் ஞாபகத்தில இல்லை. எங்கே போயி இந்த சாரி வாங்கினே?”

“கல்கத்தாவுல.”

“என்ன சொல்றே?”

“உனக்காக கல்கத்தா போகக் கூடாதா?”

“நிஜமாவா சொல்றே!”

“பொய். ஆபீஸ் வேலையா கல்கத்தா போயிருந்தேன். அப்போ வாங்கினேன்.”

“உன் வொய்ப்புக்கு என்ன வாங்கினே?”

“சில்க் சாரி. உனக்கு காட்டன் சாரி.”

“ஏன் எனக்கு சில்க் பிடிக்காதா?”

“நீதானே சொன்னே பிடிக்காதுன்னு. எங்கே போனாலும் எந்த டிரஸ் பார்த்தாலும் நீ போட்டா எப்படியிருக்கும்னு கற்பனை பண்ணிப் பார்ப்பேன்”

“லூசு.. லூசு” என்று செல்லமாக அடித்தபடியே சொன்னாள்:

“உனக்கு ஒரு சர்ட் வாங்கி வச்சிருக்கேன். நைட்தான் காட்டுவேன்.”

"என்ன கலர்னு மட்டும் சொல்லு."

"மூச்சே விட மாட்டேன். வெயிட் பண்ணு."

சின்னஞ்சிறு சந்தோஷங்களுக்காகக் காத்திருப்பது சுகமானதுதானே.

...

அத்தியாயம் 6

கோடை மனிதர்களை எளிதாகக் கோபம்கொள்ள வைத்துவிடுகிறது. மழைக்காலத்தில் மனிதர்களுக்குள் இவ்வளவு சண்டை சச்சரவுகள் வருவதில்லை. உரசியதும் தீப்பிடித்துக் கொள்ளும் தீக்குச்சியைப் போல கோடையில் இரண்டு மனிதர்களுக்குள் பேச்சு சற்று உரசினால் கூட சண்டை வந்துவிடுகிறது. சண்டைக்கு மூல காரணம் கோடை வெயில். அது கள்ளச் சிரிப்போடு தனக்கு எதுவும் தெரியாது என்பது போல நகர்ந்து போய்க் கொண்டேயிருக்கிறது.

தாத்தா வீட்டிலிருந்த சில்வியாவும் கோடையின் உக்கிரத்தால்தான் எளிதாகக் கோபம் கொண்டாள்.

“காபி சூடாகயில்லை” என்று அப்படியே ஜன்னல் வழியாக வெளியே கொட்டினாள் சில்வியா.

அதை அவளது பாட்டி கவனித்திருக்கக் கூடும்.

“சூடா இல்லேன்னா சுடவச்சிக்கிட வேண்டியதுதானே. எதுக்குடீ வெளியே கொட்டுனே.” என முறைத்தபடியே கேட்டாள் பாட்டி.

“ஏன் வேற காபி போட்டுக் குடுத்தா உன் சொத்து குறைஞ்சி போயிடுமா” எனக்கேட்டாள் சில்வியா.

“உங்கம்மா உன்னைக் கெடுத்து வச்சிருக்கா.. அடக்க ஒடுக்கமே கிடையாது. வாயைப் பாரு வாயை” என்றாள் பாட்டி.

“எங்கம்மாவைப் பத்தி பேசாதே. கெட்ட கோவம் வரும். சூடா ஒரு காபி குடுக்க வக்கில்லை. பேச வந்துட்டே” என்று பாட்டியைத் திட்டினாள்.

“பொம்பளைப்பிள்ளைக்கு இவ்வளவு ராங்கு இருக்கக்கூடாதுடீ. நானும் வந்த நாள்ல இருந்து பார்த்துக்கிட்டு இருக்கேன். நீ என்ன மகாராணியா உத்தரவு போட்டுக்கிட்டே இருக்கே.”

“ஆமா நான் மகாராணிதான். எங்க வீட்ல நான் எது கேட்டாலும் கிடைக்கும்.”

“அப்ப அங்கேயே இருக்க வேண்டியதுதானே. யாரு வெத்திலைபாக்கு வச்சி அழைச்சது.”

“ஏய் ஜெசி, சாரா.. கிளம்புடீ.. இனிமே ஒரு நிமிசம் நாம இந்த வீட்ல இருக்கக்கூடாது. ஒரு காபி கேட்டா பேச்சு ஓவரா நீளுது. நான் எங்கம்மா மாதிரி திமிரு தான். அதானே வீட்டோட சேக்காம பத்து வருஷமா ஒதுக்கியே வச்சிருந்தீங்க” என்றாள் சில்வியா

பாட்டிக்கு ஆத்திரம் பெருகியது.

“உங்கம்மா ஓடுகாலி முண்ட. என் மகன்கிட்ட நர்ஸா வேலைபாக்க வந்துட்டு அவனை வளைச்சிப் போட்டுகிட்டா. ஒழுக்கமான பொண்ணு செய்ற வேலையா இது.. என் மகனும் இரக்கப்பட்டு கட்டிக்கிட்டான். வந்து பொறந்துருக்கு பாரு பிள்ளைக.. குரங்கு குட்டிக மாதிரி.”

சில்வியா ஆத்திரத்தில் காபி டம்ளரைத் தூக்கி சுவரில் எறிந்தாள். அந்த சப்தம் தாத்தாவிற்குக் கேட்டிருக்க கூடும். அவர் எழுந்து உள்ளே வந்தார்

“என்ன சண்டை” என்று எதுவும் தெரியாதவர் போல கேட்டார்.

“நாங்க ஊருக்குப் போறோம்” என்றாள் சில்வியா

“அவ கிறுக்கச்சி அப்படிதான் ஏதாவது உளறிக்கிட்டு இருப்பா.. நீ விடு.”

“எம்மாவை ஓடுகாலினு சொல்றா” என்று ஆத்திரப்பட்டாள் சில்வியா.

“ஏய் செவகாமி.. ஏன்டீ வீட்டுக்கு வந்த புள்ளைககூட சண்டைபோடுறே.. உன் வயசு என்ன அதுக வயசென்ன” எனத் தன் மனைவியைப் பார்த்துக் கேட்டார் தாத்தா.

“பொட்டக் குரங்குக மாதிரி புள்ளைய பெத்து வச்சிருக்கா. அதுக என் உசிரை வாங்குதுக” என்று பாட்டி அலுத்துக் கொண்டாள்.

ஜெசியும் சாராவும் சண்டையைக் கண்டு பயந்துப்போய் நின்றார்கள். தாத்தா சில்வியாவின் அருகில் வந்து கையைப் பிடித்துக் கொண்டு சொன்னார்:

“உனக்கு என்ன வேணும்னாலும் என்கிட்ட கேளு.. இதுக்குப் போயி ஏன் கோவிச்சிகிடுறே.”

“நாங்க மெட்ராஸ்க்கு கிளம்புறோம்” என அவர் கையை உதறினாள்.

“அப்படி சொல்லாதடா கண்ணு.” என தாத்தா மறுபடியும் கையை இறுக்கிப் பற்றிக் கொண்டார். அந்தப் பிடியில் அவரது அன்பு வெளிப்பட்டது

சில்வியா ஜெசியைப் பார்த்தாள். அவள் குழப்பத்துடன் வேண்டாம் என்பது போல ஜாடை காட்டினாள்.

சில்வியா குரலை உயர்த்தி சொன்னாள்:

“நான் இந்த வீட்ல இருக்கிற வரைக்கும் யாரும் எதையும் என்கிட்ட கேட்கக் கூடாது, திட்டக்கூடாது. நான் என்ன வேணும்னாலும் செய்வேன்.”

தாத்தா தலையாட்டினார். இதற்குள் கண்ணீரை அடக்கமுடியாமல் பாட்டி சமையல் அறைக்குள் போனாள். சமையல் வேலை பார்க்கும் சாமிகண்ணு எதுவும் பேசாமல் அமைதியாக வெங்காயம் வெட்டிக் கொண்டிருந்தார்.

சமையல் அறைக்குள் வந்த சில்வியா “காபி சூடா வேணும்” என்று உத்தரவு போட்டாள். சாமிகண்ணு தலையாட்டினார்.

அடுத்த சில நிமிசங்களில் எதுவும் நடக்காதவள் போல அவள் கேரம்போர்டின் முன்பு உட்கார்ந்து கொண்டு சாராவை விளையாட அழைத்தாள்.

அன்றிரவு மெட்ராஸில் இருந்து அப்பா போன் பண்ணி சில்வியாவிடம் பேசினார்.

“பாட்டி அப்படிதான் ஏதாவது சொல்லிக்கிட்டே இருப்பாங்க.. நீ அவங்ககூட சண்டை போடாதே” என்று ஆங்கிலத்தில் அறிவுரை சொன்னார்.

“இல்லப்பா.. அம்மாவைப் பத்தி தப்பு தப்பா பேசுறாங்க. எனக்கு இந்த வீடு பிடிக்கலை” என்றாள் சில்வியா

“அப்படி சொல்லாதே.. பத்து நாள்ல நானும் மம்மியும் வர்றோம்” என்றார் சில்வியாவின் அப்பா.

அதன்பிறகு பாட்டி சில்வியாவை எதுவும் சொல்லவேயில்லை. சாமிகண்ணு அவள் கேட்டதை எல்லாம் செய்து கொடுத்தார். இவ்வளவு ஏன், வீட்டின் பீரோ சாவியைக் கூட தாத்தா தன்

கைபையிலிருந்து வெளியே எடுத்து சில்வியாவிடமே கொடுத்தார். அப்படி அவர் இதற்கு முன்பு நடந்து கொண்டதேயில்லை.

சில்வியாவும் அவனது சகோதரிகளும் அதன்பிறகு பாட்டியோடு சண்டையிடவேயில்லை. ஆனால் அவர்கள் விளையாட வெளியே போயிருக்கும் நேரங்களில் சாமிகண்ணுவிடம் பாட்டி புலம்புவாள்

"தடிமாடுக மாதிரி இப்படியா பொம்பளைப்பிள்ளைக இருக்கிறது. ஒரு வெட்கம் மானம் வேணாம். சமைஞ்ச புள்ள அடக்க ஒடுக்கமா இருக்கிறதை விட்டுட்டு எந்நேரமும் குரங்கு மாதிரி தாவிக்கிட்டு திரியுது."

சாமிகண்ணு ஆமாம் என்பது போல தலையாட்டுவார். ஏதாவது சொன்னால் தனக்கும் திட்டுவிழும் என்று அவருக்கு நன்றாகத் தெரியும்.

சாமிகண்ணு நன்றாக மட்டன் சமைப்பார். அதுவும் சுக்காவறுவல், குடல்குழம்பு, மட்டன் பிரியாணி சிறப்பாகச் செய்வார். சில்வியாவும் அவளது தங்கைகளும் வந்த நாளில் இருந்து தினமும் அசைவம்தான். அதுவும் காலை இட்லிக்கே கறிக்குழம்பு வேண்டும். மீனும் நண்டும் மட்டனும் சிக்கனும் புறாவும் முயலும் வந்தபடியே இருந்தன.

ஒரு நாள் சில்வியா தன் கையை என் முன்னால் நீட்டியபடியே "என்ன சாப்பிட்டேன்னு சொல்லு பார்ப்போம்" என்றாள்.

அந்தக் கையை முகர்ந்தபோது குமட்டியது. என் முகச்சுழிப்பைக் கண்டவளாகச் சொன்னாள்:

"நீ கறி சாப்பிடமாட்டியா?"

"இல்லை சைவம்" என்றேன்.

"நான் முயல்கறி சாப்பிட்டேன்" என்றாள் சில்வியா.

"முயல் எப்படி கிடைச்சது?" என்று கேட்டேன்.

"கடைல வாங்கினோம் " என்றாள் சில்வியா.

கடையில் முயல்கூடவா விற்பார்கள். நான் ஒரு போதும் முயல் விற்கும் கடையைக் கண்டதில்லை.

எங்கள் கிராமத்தில் பெரியவர்கள் வேட்டை நாய்களுடன் போய் முயல் பிடித்துக்கொண்டு வருவார்கள். அதைத் தொலைவில் நின்று கண்டிருக்கிறேன்.

“முயல்கறி ரொம்ப சாப்டா இருக்கும். நீ சாப்பிட்டு பாக்குறயா?” எனக்கேட்டாள்.

“அய்யோ வேண்டாம்” எனத் தலையாட்டினேன்

“முட்டை கூட சாப்பிட மாட்டியா?” எனக்கேட்டாள் சில்வியா.

“முட்டை மாதிரி இருக்குனு வெள்ளைக் கத்திரிக்காய் கூட எங்க வீட்ல சமைக்கமாட்டாங்க” என்றேன்.

“அதான் ஒல்லிக்குச்சியா இருக்கே” என்று சொல்லி சிரித்தாள். அவள் சொன்னது உண்மை. குமாரையும் கேசவனையும் ஒப்பிடும்போது நான் ஒல்லிதான்.

“நாளைக்கு நான் முட்டை அவிச்சி கொண்டுக்கிட்டு வருவேன். எனக்காக நீ சாப்பிடணும்.”

“முட்டையா” என அதிர்ச்சி அடைந்தேன்.

“சாப்பிட்டாதான் நீ என் பிரண்ட்” என்றாள்.

குழப்பத்துடன் தலையாட்டினேன். வீட்டிற்குத் தெரிந்தால் அவ்வளவுதான் அடித்து துரத்திவிடுவார்கள். ஆனால் சில்வியா சொல்லும்போது எப்படி மறுக்கமுடியும்.

மறுநாள் காலை ஊஞ்சல் கட்டியிருந்த மரத்தடியில் நின்று கொண்டிருந்தபோது சில்வியா அவித்த முட்டையோடு வந்தாள்.

முட்டையை என் கையில் கொடுத்து “அவிச்ச சூடு இன்னும் ஆறலை. அதுக்குள்ளே எடுத்துட்டு வந்துட்டேன்” என்றாள்.

“இதை என்ன பண்ணுறது” என்று கேட்டேன்.

“குஞ்சு பொறிக்க வை” என்று சொல்லி சிரித்தாள்.

என் வாழ்க்கையில் முதன்முறையாக ஒரு முட்டையைக் கையில் வைத்துக் கொண்டிருக்கிறேன். ஆச்சியோ, சித்தியோ என் தம்பி தங்கையோ யாரும் பார்த்துவிடக்கூடாது என்று பயமாக இருந்தது.

“இதை அப்படியே சாப்பிடணுமா” என்று கேட்டேன்.

“ஓட்டை உரிச்சிட்டு சாப்பிடணும்” என்றாள்.

‘இது என்ன ஆரஞ்சு பழமா உரித்து சாப்பிடுவதற்கு’ என்று நினைத்தபடியே முட்டையைப் பார்த்துக் கொண்டிருந்தேன். சில்வியா முட்டை ஓட்டினை உடைத்து உரித்து முட்டையைத் தனியே எடுத்து நீட்டினாள்.

சாப்பிடுவதா வேண்டமா எனப் பயமாக இருந்தது.

"முழுங்கிடவா" என்று கேட்டேன்.

"கடிச்சி தின்னு" என்று சொன்னாள்.

தயக்கத்துடன் குழப்பத்துடன் லேசாகக் கடித்தேன். பல்படுவதற்குள் முட்டை பிய்த்துக் கொண்டு வந்தது. இத்தனை மிருதுவாகவா முட்டையிருக்கும். லேசாக சுவைத்துப் பார்த்தேன். என்னவோ போல இருந்தது.

"பெரிசா கடிச்சுத் தின்னு" என்று சொன்னாள் சில்வியா.

பெரியகடியாகக் கடித்து மென்றேன். ஆச்சரியம் நான் நினைத்தது போல குமட்டவில்லை. மாறாக பால்கொழுக்கட்டை சாப்பிடுவது போலதான் இருந்தது. முழு முட்டையும் சாப்பிட்டு முடித்தபோது சில்வியா கேட்டாள்.

"ஒண்ணும் செய்யலையா?"

"இல்லை."

"வாந்தி எடுப்பேனு நினைச்சா. முழுங்கிட்டே" என்று சொன்னபடியே "முட்டை எப்படி இருந்துச்சி?" என்று கேட்டாள்.

"நல்லா இருக்கு" என்றேன்.

"தினம் ஒசியில தரமுடியாதுப்பா.. வேணும்னா காசு குடுத்து முனியாண்டி விலாஸ்ல வாங்கி சாப்பிடு" என்றாள்.

அதைக்கேட்டு நான் சிரித்தேன். சில்வியாவும் சிரித்தாள். அவள் ஊஞ்சலின் மீது ஏறிக்கொண்டு ஆட ஆரம்பித்தாள். அருகில் நின்றபடியே அவளை வேடிக்கை பார்த்துக் கொண்டிருந்தேன்.

மனது சில்வியா சில்வியா என வெளியே கேட்காதபடி சொல்லிக் கொண்டேயிருந்தது.

••

சைக்கிளில் தெற்கு பஜாருக்குச் சென்றுவிட்டு சில்வியா திரும்பி வந்து கொண்டிருந்தபோது ஸ்டீல் கம்பெனி மேனேஜர் வாசு தனது புல்லட்டில் வந்தபடியே அவளை வெறித்துப் பார்த்தார். யார் இந்தப் பெண். இத்தனை நாளாகக் கண்ணில் படவில்லை என்பது போல இருந்தது அவரது பார்வை. அவள் சைக்கிளை உரசுவது போல பைக்கில் சென்றார். சில்வியா தடுமாறி

சைக்கிளை ஓடித்தாள். சைக்கிளுடன் கீழே விழுந்தாள். அவர் எதுவும் நடக்காதவர் போல பைக்கில் ஸ்டீல் கம்பெனிக்குள் போய்விட்டார்.

வாசுவிற்கு முப்பத்தைந்து வயதிருக்கும். திருமணம் செய்து கொள்ளாதவர். மாலை நேரத்தில் ஸ்டீல் கம்பெனி வாசலில் நின்றபடி சிகரெட் பிடித்துக் கொண்டிருப்பார். சில சமயம் லோடு ஏற்றிய லாரியில் வெளியூர் போவதும் உண்டு. பெண்கள் தனியே போவதைக் கண்டால் விசில் அடிப்பார். சில நேரம் பைக்கில் பின்னாடியே போவதும் உண்டு.

அப்படித்தான் சில்வியாவிடமும் நடந்து கொண்டார்.

இந்த சம்பவம் நடந்த மறுநாள் சில்வியா மர ஊஞ்சலில் ஆடிக் கொண்டிருக்கும்போது அவளைத் தேடி வாசு வந்தார். சில்வியா அவரைக் கவனிக்காதவள் போல ஆடிக்கொண்டிருந்தாள்.

“நேத்து ரொம்ப அடிபட்டிருச்சா?” என்று கேட்டார்.

“உங்களுக்குக் கண்ணு தெரியாதா” என்று கேட்டாள் சில்வியா.

“சாரி! ஏதோ யோசனையில் பைக் ஓட்டிக்கிட்டு வந்தேன். அதான்” என்று அவளிடம் பொய்யாக ஒரு மன்னிப்பைக் கோரினார். சில்வியா அதைக் கண்டுகொள்ளவில்லை. மாறாக, ஸ்டீல் கம்பெனி முன்பாகப் படுத்துக்கிடந்த தெருநாயைப் பார்த்துச் சொன்னாள்.

“அடிபடுவே நாயே.”

வாசு கடுத்த முகத்துடன் விடுவிடுவென கம்பெனியின் உள்ளே போனார். அதன்பிறகு சில்வியா வெளியே வரும்போது அவளைப் பார்த்து சிகரெட் புகையை ஊதினார். ஒரு முறை வாதாங்கொட்டை ஒன்றை அவளை நோக்கி எறிந்தார். இன்னொரு முறை அவளைப் பார்த்துக் கண்ணடித்தார். சில்வியாவின் கோபம் உக்கிரமானது. அவள் போடா என்று ஒருமுறை கோபமாகவே திட்டிவிட்டாள். ஆனால் வாசு அதை பெரிதாக எடுத்துக் கொள்ளவில்லை.

மறுநாள் மரத்தில் கட்டப்பட்டிருந்த சில்வியாவின் ஊஞ்சல் கயிறு அறுபட்டுக் கிடந்தது. ஊஞ்சல் பலகையும் கிணற்றில் மிதந்து கொண்டிருந்தது. இது யார் செய்த வேலை எனத் தெரியாமல் நான் திகைத்துக் கொண்டிருந்த போது சில்வியா சொன்னாள்.

“எல்லாம் அந்த வழுக்கைத் தலையன் வேலைதான்.”

“யாரு” எனக்கேட்டேன்.

“அங்கே நின்னு சிகரெட் பிடிச்சிக்கிட்டு இருப்பானே ஒரு வழுக்கை மண்டை.”

“வாசு அங்கிளா” எனக்கேட்டேன்.

“அங்கிள் என்ன அங்கிள்.. வழுக்கை மண்டைனு சொல்லு” என்றாள் சில்வியா.

“அவரு ஏன் ஊஞ்சலை அறுத்துப் போடணும்” எனக்கேட்டேன்.

“காண்டுதான். வேற என்ன. அவனை இப்படியே விடக்கூடாது” என்றபடியே சில்வியா தன் வீட்டிற்குப் போனாள்.

அன்று மாலை காலனியே ஒன்றுகூடி நின்று பார்த்துச் சிரிக்கும்படியாக ஒரு வேலை செய்திருந்தாள் சில்வியா.

ஸ்டூல் கம்பெனி வாசலில் படுத்துக்கிடக்கும் தெருநாய்க்கு பிஸ்கட் கொடுத்து அந்த நாயின் வயிற்றில் சிவப்பு பெயிண்டால் வாசு என்று எழுதிவிட்டாள் சில்வியா. அந்த நாய் தனக்கு என்ன நடந்தது என்று புரியாமல் பதற்றத்துடன் அங்குமிங்கும் ஓடிக் கொண்டிருந்தது.

நாயின் வயிற்றில் வாசு என்று எழுதப்பட்டிருப்பதைக் கண்ட பலரும் சிரித்தார்கள்.

ஸ்டூல் கம்பெனியில் வேலை செய்யும் ஊழியர்கள்கூட அதைப்பார்த்து சிரித்தார்கள்.

வாசலில் வந்து நின்று வாசுவும் அதைப்பார்த்தான். வாட்ச்மேனை அழைத்து அந்த நாயைப் பிடித்து அதில் வயிற்றில் எழுதப்பட்டதைத் தண்ணீர் ஊற்றி அழிக்கச் சொன்னான்.

நாயைப் பிடிப்பது எளிதாகயில்லை. சில்வியா எப்படி அதை பிஸ்கட் கொடுத்துப் பிடித்து பெயிண்டால் எழுதினாள் என்பது ஆச்சரியமாகவே இருந்தது.

நாயைப் பிடித்துக் கொண்டு வாளி வாளியாகத் தண்ணீரை ஊற்றி பெயிண்டில் எழுதப்பட்ட பெயரை அழிக்க முயன்றார்கள். ஆனால் பெயிண்ட் போகவில்லை. இதற்குள் இந்த விஷயம் மேட்டுத்தெரு வரை பரவிவிட்டது. பலரும் நாயை வேடிக்கை பார்க்க வரத் துவங்கிவிட்டார்கள்

அன்றிரவு வாசு கிளம்பி சேலத்திற்குச் சென்றார். அதன்பிறகு அவர் ஸ்டீல் கம்பெனி வேலைக்குத் திரும்பி வரவேயில்லை.

சில்வியா செய்த வேலை அவளைப் பற்றி எல்லோரையும் பேச வைத்தது. பலரும் அவள் திமிர் பிடித்தவள் என்றே பேசினார்கள். ஆனால் பலருக்கும் அவளிடம் பேச பயம் உருவானது.

ஒரு சின்னப்பெண் இத்தனை பேரை பயமுறுத்திவிட்டாளே என மகிழ்ச்சியாக இருந்தது.

அதைப்பற்றிக் கேட்டதற்கு துணிச்சலான குரலில் சொன்னாள்:

"ஆம்பளைன்னா என்ன கொம்பா முளைச்சிருக்கு."

"நானும் ஆம்பளை பையன்தானே" என்றேன்.

"நீ என் பிரண்டு" என்றாள் சில்வியா.

வாசு அதன்பிறகு சில்வியா பக்கம் திரும்பவேயில்லை.

••

சில்வியா வீட்டில் பெரிய கொசுவலையுடன் கூடிய மரக்கட்டில் இருந்தது. அதில்தான் உறங்குகிறேன் என்று ஒருமுறை வீட்டிற்குள் அழைத்துக் கொண்டு போய் காட்டினாள்.

"உனக்குக் கனவு வருமா?" என்று கேட்டேன்.

"தினம் கனவு வரும். எனக்குக் கனவை வரவைக்கத் தெரியும்."

"கனவை வரவைக்க முடியுமா" எனக் குழப்பத்துடன் கேட்டேன்.

"ஏன் முடியாது. எந்தக் கனவை வேணும்னாலும் வர வைக்கலாம்."

"எப்படி?" எனக்கேட்டேன்.

"அது ஒரு ரகசியம். யாருக்கும் சொல்லமாட்டேன்."

"உனக்கு என்ன கனவு வரும்?"

"ரயில் கனவுதான் நிறைய வரும். வெள்ளை ரயிலைப் பாத்து இருக்கியா.. நான் கனவில பாத்து இருக்கேன். எல்லா ரயில் பெட்டியும் வெள்ளை வெளேர்னு பனியில் செஞ்சது மாதிரி இருக்கும். அந்த ரயில்ல நான் ஒரு ஆள் மட்டும்தான் போவேன். அந்த ரயில் எங்கேயும் நிக்காது. ஓடிக்கிட்டே இருக்கும்."

"தானா ஓடுற ரயிலா" எனக்கேட்டேன்.

“உனக்கு எப்படித் தெரியும்” என வியப்புடன் கேட்டாள்.

“சும்மா சொன்னேன்” என்றேன்.

“ஆமா. தானா ஓடுற ரயில். அந்த ரயிலுக்குள்ள குளிக்கிறதுக்குப் பெரிய குளியல் தொட்டி இருக்கு. அதுல குளிப்பேன். ரயிலுக்குள்ளே சைக்கிள் ஓட்டிக்கிட்டுப் போகலாம். சினிமா பாக்கலாம். பேட்மிண்டன் ஆடலாம்.”

“அந்த ரயில் எங்கே போகுது?”

“அதான் தெரியலை. ஏதோ ஒரு ரயில்வே ஸ்டேஷன் வரப்போகுதுனு தெரியும். அந்த போர்டை வாசிக்க நினைக்கும்போது முழிப்பு வந்துடும்.”

“எனக்குப் பயங்கரமான கனவுதான் வரும். பேயி. அரக்கன். பாம்பு இப்படிக் கனவுதான் வரும்”

“மனசுல பயம் இருந்தாதான் இப்படியான கனா வரும்.”

“நிறைய பயம் இருக்கு.”

“எனக்கு பயமே கிடையாது. என்னைப் பாத்துதான் மத்தவங்களுக்கு பயம்.”

“நான் உன்னைப் பாத்துப் பயப்படமாட்டேன்.”

“நான் உன்னைத் திட்டுனா. அடிச்சாக்கூட பயப்பட மாட்டியா?” என்று கேட்டாள்

“நீ என்னைத் திட்டமாட்டே” என்று உறுதியாகச் சொன்னேன்

“ஏன், திட்டுவேனே. அடிப்பேனே” என்றாள்.

“அப்போ அடி திட்டு” என்று சொன்னேன்.

“நீ சொல்லி அடிச்சா நல்லா இருக்காது. நானா அடிப்பேன். நானா திட்டுவேன்.”

“உன் இஷ்டம்.”

“என்கிட்ட அடிவாங்குறதுக்கு அவ்வளவு இஷ்டமா?”

பதில் சொல்லாமல் சிரித்தேன். சில்வியா செல்லமாக என்னை அடித்தாள். மழைத்துளி கன்னத்தில் படுவது போல இருந்தது.

வீடு திரும்பி அன்று என் கனவில் எப்படியாவது சில்வியாவை வரவழைக்க வேண்டும் என்று முயன்றேன். என் கனவாகவே

இருந்தாலும் நான் விரும்பியது நடந்துவிடுகிறதா என்ன. சில்வியா வரவில்லை, ஆனால் வெள்ளை ரயில் வந்தது. பிரம்மாண்டமான வெள்ளை ரயிலது. அது நிற்காமல் ஓடிக் கொண்டேயிருக்கிறது.

அடுத்த நாள் சில்வியாவிடம் நான் இதைப்பற்றிச் சொன்னபோது அவள் நம்பவேயில்லை

"என் கனவில வந்த ரயில் உன் கனவில எப்படி வந்துச்சி?"

"அதான் ஆச்சரியம்."

"இல்லை நீ திருடியிருப்பே."

"கனவை எப்படித் திருட முடியும்."

"முடியும். என் கனவை உன்னாலே திருட முடியும். நீ ஒரு திருட்டுப் பயல்."

அதைக்கேட்டு சிரித்தேன். சில்வியா சொன்னாள்:

"ஒரே கனவு ரெண்டு பேருக்கும் வந்தா என்ன அர்த்தம்?"

"தெரியலை."

"நீயும் லூசு நானும் லூசுனு அர்த்தம்" என்று சொல்லிட்டு நிஜமாகவே அடித்தாள். சில்வியாவின் முன்னால் பனிக்கட்டி கரைவது போல கரைந்து கொண்டிருந்தேன்.

...

அத்தியாயம் 7

எனக்கும் சில்வியாவிற்கும் இடையில் ஒருஅடி இடைவெளியிருந்த்து. அவள் என் முன்னால் நடந்து போய்க் கொண்டிருந்தாள். சித்தாபுராவின் ரவுண்டனாவைத் தாண்டி அவள் கையில் ஒயர் கூடையுடன் நடந்து கொண்டிருந்தாள். முகத்திற்கு பொருத்தமில்லாத கண்ணாடியை ஏன் அணிந்திருக்கிறாள் என அவளையே பார்த்தபடி வந்தேன்.

வீட்டிலிருந்து அவள் கிளம்பும் போது கேட்டேன்:

“எங்கே போறே?”

“வெங்காயம் தக்காளி இல்லே. காய்கறிக்கடைல வாங்கணும். அப்படியே பலசரக்கு கடையில் ஏலக்காய் வாங்கணும்.”

“இந்த உலகத்துல தக்காளி வெங்காயம் வாங்கப்போகாத பொண்ணு யாராவது இருப்பாளா” எனக்கேட்டேன்

சில்வியா சிரித்தபடியே சொன்னாள்:

“உலக அழகியாவே இருந்தாலும் கல்யாணமாகிருச்சின்னா.. கடைல போயி தக்காளி வெங்காயம் வாங்கத்தான் செய்யணும். வயிறு பசிக்கும்லே.”

“சின்னவயசில நீ எப்போவாவது காய்கறிக் கடைக்குப் போயிருக்கியா?”

“போனதேயில்லை. எனக்கு சமைக்கவே தெரியாது. நல்லா சாப்பிடுவேன். தூங்குவேன். சாப்பாடு சரியில்லைன்னா கோபத்துல கத்துவேன். அந்தக்காலம் எல்லாம் முடிஞ்சி போயிருச்சி.”

“எதை செய்யமாட்டேனு சொல்றமோ அதை இன்னொரு வயசு செய்ய வச்சிருதுல்லே.”

“நிறைய பட்டுட்டேன். நீ வேற ஞாபகப்படுத்தாதே.”

“உன்கூட கடைக்கு வரட்டுமா?”

“ஏன் எனக்கு வெங்காயம் தக்காளி வாங்கத் தெரியாதா.”

“சும்மா உன்கூட நடந்தா போதும்.”

“அப்போ வா.” என ஒயர்கூடையை என் கையில் திணித்தாள்.

“இப்படியேவா கிளம்புறே.” என்று கேட்டேன்.

“ஏன் இதுக்கு என்ன.” என்றாள்.

“சேலை கசங்கியிருக்கு.. தலை சீவிக்கிட வேண்டாம்.”

“காய்கறிதானே வாங்கப் போறோம்.”

“உன்னைக் கண்ணாடில பாத்துக்கிட பயப்படுறயா?”

“ஆமாம்பா.. கண்ணாடில என்னைப் பார்த்தா எனக்கே பிடிக்கலை. யார் மாதிரியோ இருக்கேன்.”

“என் தலையில முதல்நரை வந்த அன்னைக்கு என்னாலே தூங்க முடியலை. திடீர்னு வயது அதிகமாருச்சினு கவலை வந்துருச்சி.. ”

“நீ என்ன பொம்பளையா நரைமுடியை நினைச்சிப் பயப்பட.”

“தம்பி ஆடுன ஆட்டம் எல்லாம் போதும்பானு நரைமுடி சொல்ற மாதிரி இருந்துச்சி.”

“அப்படி என்ன பெரிசா ஆடீட்டே. நீ ஒரு அப்பாவி. யாரையும் திட்டக்கூட தெரியாது.”

“அதெல்லாம் இப்போ பழகிட்டேன்.”

“திட்டுறதுக்கா.”

“ஆமா.”

“யாரைத் திட்டுவே.”

“பொண்டாட்டியை. கூட வேலை செய்றவங்களை.”

“பிரஷர் இருக்குனு சொன்னயே. அதான் கோபம் வருது.”

“கோபம் வடிஞ்சவுடனே குற்றவுணர்ச்சி வந்துருது. ஏன்டா இப்படி நடந்துகிட்டோம்னு நினைப்பேன். வருத்தப்படுவேன்.”

“அதுதான் நல்லமனசுக்கு அடையாளம்.”

“வரவர நிறைய மறதி வருது. ஒரு நாள் ஆபீஸ்க்கு போறதுக்குப் பதிலா பேங்க்குக்குப் போயிட்டேன். எதுக்கு வந்தோம்னு புரியவேயில்லை.”

சில்வியா சிரித்தாள். அவளை சிரிக்க வைக்க இப்படி ஏதாவது சொல்லிக் கொண்டேயிருக்கலாம்தானே. பேச்சு எத்தனை நல்ல துணையாக இருக்கிறது.

கதவைப் பூட்டிவிட்டு இருவரும் வெளியே இறங்கி நடந்தோம். வெயில் வந்திருந்தபோதும் குளிர்காற்று குறையவில்லை. பழக்கூடைகளை ஒரு வேனில் ஏற்றிக் கொண்டிருந்தார்கள். அதிலிருந்து ஒரு ஆரஞ்சுப் பழம் உருண்டோடியது.

இருவரும் இடைவெளிவிட்டு நடந்தோம். காபிக்கொட்டை அரைக்கும் மணம் வந்து கொண்டிருந்தது. நிறைய காபிக்கடைகள். திடீரென ஏதோ யோசனை வந்தவள் போல என் கையிலிருந்த ஒயர்கூடையை சில்வியா வாங்கிக் கொண்டாள்.

காய்கறிகள் விற்கும் கடையின் முன்னால் நின்றபோது அவள் என்னைப் பார்த்து லேசாக சிரித்தாள்.

"வெள்ளை கத்திரிக்காய் முட்டை மாதிரி இருக்குனு சொன்னயே ஞாபகம் இருக்கா."

"நான் இல்ல. எங்க தாத்தா அப்படிச் சொல்வாரு"

"நீ தான் இப்போ மட்டன் சிக்கன் எல்லாம் சாப்பிட ஆரம்பிச்சிட்டயே."

"உன்னாலே தான் பழகிக்கிட்டேன்."

"நல்லவேளை, உங்க தாத்தா செத்துட்டாரு." என்று சொல்லி சிரித்தாள். காய்கறிக்கடையில் நிறைய கூட்டம்.. காய்கறிக்கடைக்காரனிடம் மலையாளம் பேசினாள் சில்வியா. கொட்டிக்கிடந்த கேரட்டில் ஒன்றை எடுத்து என்னிடம் நீட்டியபடியே சொன்னாள்.

"இந்த ஊர்ல நிறைய மலையாளிகள் இருக்காங்க."

"கன்னடம் பேச மாட்டாங்களா?." என்று கேட்டேன்.

"கன்னடமும் பேசுவாங்க. ஆனா மலையாளம் பேசுனா சந்தோஷப்படுவாங்க."

"நீ இதெல்லாம் எப்போ கத்துக்கிட்டே."

"இந்த ஊருல பிழைக்கணும்லே.. ரெண்டு மாசம் இருந்தா நீயும் கத்துக்கிடுவே."

அவள் சொன்னது போலவே இந்த ஊரிலே இருந்துவிட்டால் எவ்வளவு சந்தோஷமாக இருக்கும் எனத் தோன்றியது.

காய்கறி வாங்கும்போது கடைக்காரன் என்னைப் பற்றி ஏதோ அவளிடம் கேட்டான். சில்வியா சொல்லிக் கொண்டிருந்தாள். என்ன சொல்லியிருப்பாள்.

காய்கறி வாங்கிவிட்டு பலசரக்குக் கடையில் போய் முந்திரி ஏலம் வாங்கிவிட்டுத் திரும்பி வரும்போது ஸ்டார் ஸ்டுடியோவைப் பார்த்தேன். தயக்கத்துடன் சில்வியாவிடம் கேட்டேன்.

"நாம ஒரு போட்டோ எடுத்துக்கிடலாமா."

"போட்டோவா எதுக்கு." எனக்கேட்டாள்.

"சும்மா தோணுச்சி."

"நாளைக்கு புதுடிரஸ் போட்டுட்டு எடுத்துக்கிடலாம்."

"வேணாம். இப்போ எடுக்கலாம்."

"இந்தக் காய்கறி கூடையோடவா."

"அதான் இயல்பா இருக்கும்."

"எனக்கு ஒண்ணுமில்லே." என்று என் கையைப் பிடித்துக் கொண்டாள். இருவரும் ஸ்டுடியோவின் உள்ளே சென்றோம். டிவி ஓடிக் கொண்டிருந்தது. இருபது வயது பையன் பாடல் காட்சிகளைப் பார்த்துக் கொண்டிருந்தான். எங்களைக் கண்டதும் அவசரமாக டிவியை அணைத்தான்.

"போட்டோ எடுக்கணும்" என்றேன்.

"இப்படியேவா" என அவனும் கேட்டான்.

"ஆமாம்" என்றேன்.

"உள்ளே கண்ணாடி இருக்கு. தலை சீவி பவுடர் போட்டுக்கோங்க" என மலையாளத்தில் சொன்னான்.

"அதெல்லாம் வேணாம். இருக்கிற முகம் போதும்" என்றாள் சில்வி.

அவன் வியப்போடு இருவரையும் நீலத்திரைச் சீலையின் முன்பாக நிற்கச் சொன்னான்.

ஒரு சிறிய விடுமுறைக்கால காதல் கதை | 97

கையில் காய்கறிக் கூடையுடன் என்னை ஒட்டி சில்வியா நின்று கொண்டாள். சட்டென பிளாஷ் லைட் ஒளிர்ந்து மறைந்தது. ஒருமணி நேரம் கழித்து போட்டோ பிரிண்ட் அவுட் போட்டுத் தருவதாக பையன் சொன்னான். நான் பர்ஸில் இருந்து நூறு ரூபாய் எடுத்துக் கொடுத்தேன்.

வெளியே வந்தபோது சில்வியா கேட்டாள்:

"இப்போ எதுக்கு போட்டோ எடுக்கணும்னு ஆசைப்பட்டே?"

"சில விஷயங்களுக்குக் காரணம் கேட்கக் கூடாது."

"போட்டோ எடுக்க நின்னப்போ மனசு ரொம்ப கனமாகிருச்சி.. நிக்க முடியலை . கால் நடுங்குது."

"கவனிச்சேன்."

"இன்னொரு பக்கம் மனசுல ரொம்ப சந்தோஷமாவும் இருந்துச்சி. உன்னைத் தவிர யாருமே என்னை இப்படி சந்தோஷமா வச்சிக்கிடுறது இல்லை."

"உன்னை எத்தனை வருஷமா பாத்துக்கிட்டு இருக்கேன்."

"ஏன்பா நான் உன்னை கோவில்பட்டில பார்த்தேன். பழகினேன். ஒரு வேளை உன்னைப் பார்க்காமலே போயிருந்தா.. என்ன ஆகியிருக்கும்?"

"அப்படி நடக்கவே நடந்திருக்காது. எப்படியும் உன்னைப் பாத்துருப்பேன்."

"எப்படி?"

"அது தெரியலை."

"சிலநாள் வீட்ல தனியா இருக்கும்போது, இதே தெருவில நடந்து வரும்போது நீ என்கூட நடந்து வர்ற மாதிரி உட்கார்ந்து பேசிகிட்டு இருக்கிற மாதிரி தெரியும். பிரமை. வெறும் பிரமை. அது நிஜமில்லைனு தெரிய வரும்போது வருத்தமாகிடுவேன்."

"நானும் அப்படித்தான். நடு ராத்திரில பெட்ல எழுந்து உட்கார்ந்துகிட்டு உன்னைப் பத்தி நினைச்சிக்கிட்டு இருப்பேன்."

"நாம ஏன் இப்படியிருக்கோம்?"

"அதுதான் எனக்கும் புரியவில்லை. சில்வியோடு வீடு நோக்கி நடந்து போகையில் யாரோ தொலைவில் டிராலி பேக்கோடு

நடந்து போவது தெரிந்தது. நான்சிதான் வந்துவிட்டாளா என பதற்றமாக வீடு நோக்கி நடந்தாள் சில்வியா

அது வேறு ஒரு பெண்.

நான்சி வரவில்லை. சில்வியா தனது செல்போனில் நான்சியைத் தொடர்பு கொண்டாள். நான்சியின் போன் அணைத்து வைக்கப்பட்டிருந்தது.

அன்று மாலை வரை நாங்கள் நான்சிக்காகக் காத்திருந்தோம். நான்சி வரவேயில்லை.

“யாராவது பிரண்டு வீட்டுக்குப் போயிருப்பா” என்றேன்.

“அதை சொல்லிட்டுப் போக வேண்டியதுதானே.”

“அவ என்ன சின்னப்பொண்ணா.”

“எனக்கு சின்னப் பொண்ணுதான்.”

“சரி விடு.. நாம கிறிஸ்துமஸ் கொண்டாடுவோம்.” என்று சில்வியாவை சமாதானம் செய்தேன். அவளை ஆறுதல்படுத்துவது எளிதாகயில்லை.

ஒரு மணி நேரத்திற்குப் பின்பு ஸ்டுடியோவிற்குப் போய் புகைப்படத்தை வாங்கி வந்தேன். அதில் சில்வியா கண்களை மூடியிருந்தாள். ஆனாலும் அவளது முகம் மாறாத அழகுடன்தானிருந்தது. சிரிப்பால் தான் பெண்கள் தங்கள் மனதை மறைத்துக் கொள்கிறார்கள். அழுகை மனதைக் காட்டிக் கொடுத்துவிடக்கூடியது.

இருபத்தைந்து வருஷங்கள் கடந்து போனபின்பும் இன்னும் அதே கோடைவிடுமுறையின் பகலில் முதன்முறையாக சில்வியாவைக் கண்டநாளின் வாசலில் நின்று கொண்டிருக்கிறேன்.

கைவிடப்பட்டவனாக...

நிந்திக்கப்பட்டவனாக...

•••

அத்தியாயம் 8

கோடை மனிதர்களின் தனிமைத் துயரை அதிகப்படுத்திவிடுகிறது. ஒரே உலகில் மனிதர்கள் யாவரும் வாழ்வதாக நினைப்பது கற்பிதம்.. ஒவ்வொருவரும் தனக்கான தனியுலகில்தான் வாழ்ந்து கொண்டிருக்கிறார்கள்.

கோடைவிடுமுறைக்காக தாத்தா வீட்டிற்குப் போயிருந்த நாட்களில் ஒவ்வொரு நாளும் சரியாக மாலை நாலுமணிக்கு அந்தப் பெரியவர் கையில் சில்வர் தூக்குவாளியுடன் பால் வாங்கப்போவதைப் பார்த்துக் கொண்டிருப்பேன். அவரது பெயர் சங்கரலிங்கம். அவர் மெதுவாக நடப்பார். மிகமிக மெதுவாக என்றுதான் சொல்ல வேண்டும். அப்படி நடக்கும் போதும் கூட கீழே விழுந்துவிடுவார் என்பது போல தள்ளாட்டம் இருக்கும்.

அவரது வீடு உப்புக் கிணற்றுத்தெரு தாண்டி இருந்தது. கிருஷ்ணா பால்பண்ணை வரை நடந்து போய் பால் வாங்கிக் கொண்டு திரும்பிப் போவார்.

அவர்தான் ஒரு காலத்தில் தூத்துக்குடிக்கும் கோவில்பட்டிக்கும் இடையில் ஆறு பஸ்கள் ஓடிய லிங்கம் பஸ் கம்பெனி முதலாளி என்றால் யாருக்கும் இப்போது தெரியாது. அந்த பஸ் சர்வீஸ் இப்போது இல்லை. இருபத்தைந்து வருஷங்களுக்கும் மேலாக அந்த பஸ் சர்வீஸ் ஓடியிருக்கும். அப்போது அவரது வீடு மேட்டுத் தெரு பக்கம் இருந்தது என்றார்கள். அவரது பையன் தலையெடுத்து நிர்வாகத்தை சரியாக நடத்த முடியாமல் கடனாளி ஆகி கம்பெனியை இழுத்து மூடினான்.

அடுத்தடுத்து அவன் செய்த தொழில்கள் மேலும் அவனைக் கடனாளியாக்கியது. இருந்த வீடு. நிலம் எல்லாவற்றையும் விற்று அடைத்தபோதும் கடனில் பாதியைக் கூட அடைக்க முடியவில்லை. அவன் காவி வேஷ்டி கட்டி கோவில் கோவிலாகப் போய் வேண்டுதல் செய்தான். நடந்தே திருச்செந்தூருக்குப் போய் வந்திருக்கிறான். எந்தக் கடவுளும் அவனுக்கு உதவவில்லை.

கடன் கொடுத்த நாலாட்டின்புத்தூர் ஆள் ஒருவன் ஒரு நாள் பேருந்து நிலையத்தில் வைத்து சங்கரலிங்கத்தின் மகனை செருப்பால் அடித்துவிட்டான். ஒரு ஆள்கூட குறுக்கே வந்து தடுக்கவில்லை.

செருப்படி வாங்கிய சங்கரலிங்கத்தின் மகன் கையெடுத்துக் கும்பிட்டு "உன் கடனை ரெண்டு நாளைக்குள்ளே அடைச்சிர்றேன்." என்றான்.

இதைப் பேருந்து நிலையத்திலிருந்த சர்பத் கடைக்காரன் உள்ளிட்டு பலரும் பார்த்துக் கொண்டிருந்தார்கள். அன்று மதியம் சங்கரலிங்கத்தின் மகன் வீட்டின் பின்புறமிருந்த சிமெண்ட் குடோனில் தூக்குப் போட்டுத் தற்கொலை செய்து கொண்டான்.

சங்கரலிங்கம்தான் அவன் தூக்கில் தொங்கிக் கொண்டிருப்பதைக் கண்டார். ஒரு சொட்டுக் கண்ணீர் விடவில்லை. ஆட்களைக் கூட்டிவந்து உடம்பை இறக்கினார். உறவினர்களுக்குகூட சொல்லி அனுப்பவில்லை. ஆறுமணிக்குள் மயானத்திற்குக் கொண்டு போய் அவர்தான் கொள்ளி வைத்தார். அப்போதுகூட அவர் அழவேயில்லை. சங்கரலிங்கத்தின் மனைவிதான் ஆற்றாமையில் ஓங்காரமிட்டு அழுதாள். வீடு வந்த சங்கரலிங்கம் மனைவியிடம் சொன்னார்.

"இனி கடன்காரப்பயக நம்ம வீடு தேடி வந்து நிக்க மாட்டாங்க.. யாரோ ஒரு மகராஜன் அவனை செருப்பாலே அடிச்சானாம். அவன் பெண்டாட்டி பிள்ளைகளோட நல்லா இருக்கட்டும்."

மகனின் மரணம் தான் சங்கரலிங்கம் மனைவியை முடக்கியது. பக்கவாதம் வந்து அவள் உடம்பில் பாதி இழுத்துக் கொண்டுவிட்டது. அது முதல் அவர்தான் வீட்டு வேலைகள் செய்கிறார். அவள் நார்கட்டில் ஒன்றில் படுத்த படுக்கையாகக் கிடக்கிறாள். அவளுக்கு சேலை மாற்றிவிடுவதுகூட அவரது வேலைதான். அவரே சமைக்கிறார். காலையிலே சோறு ஆக்கிவிடுவார். உப்பு இல்லாத சாப்பாடு. இனி ரோஷத்தோடு எதற்காக வாழ வேண்டும். பசிக்கு ஏதாவது தின்றால் போதாதா என்ற நினைப்பு அப்படி செய்ய வைத்தது.

எப்போதோ செய்த உதவிக்காக பிச்சையப்பா தன் வீட்டினை வாடகையில்லாமல் தந்திருக்கிறார். அவரது பஸ் சர்வீஸில் கணக்குப்பிள்ளையாக இருந்த சோமசுந்தரம் மாதசெலவிற்குப் பணம் தந்துவிடுகிறார். அதைக்கூட கையால் வாங்க மனது கேட்காது.

ஓலைக்கொட்டான் ஒன்றில் போட்டுவிட்டுப் போகச்சொல்லிவிடுவார். இரண்டு உயிர்கள் முதுமையைக் கழிக்க வேண்டும்.

ஐந்து மணிக்கு மனைவிக்கு காபி வேண்டும். அது ஒன்றுதான் ஆசையாகக் குடிக்கிறாள். அதற்காகப் பால் வாங்க அவரே நடந்து போவார். நூறு மில்லி பால்தான் வாங்குவார். அந்தப் பாலை கவனமாகப் பிடித்தபடியே வீடு திரும்பிப் போவார். உலகில் என்ன நடக்கிறது என்று அவருக்குத் தெரியாது. சாலையில் ஒட்டப்பட்ட போஸ்டர்களோ, கடந்து செல்லும் மனிதர்களோ எவரையும் அவர் கவனிப்பதில்லை. அவரது உலகில் அவரும் மனைவியும் மட்டுமே இருக்கிறார்கள்.

சில நேரம் அவர் நடந்து செல்லும்போது அவரது நடையைக் கேலி செய்து சிறுவர்கள் அது போலவே நடப்பார்கள். டீக்கடைக்கார முருகன் அதைக்கண்டு கோபம் கொண்டு சிறுவர்களைத் துரத்திவிடுவான். அப்போதும் சங்கரலிங்கம் திரும்பிப் பார்க்கவே மாட்டார்.

தாத்தாவிற்கு அவர் தெரிந்தவர் என்பதால் சில நாட்கள் தாத்தா அவரை வழியில் பார்த்துவிட்டால் கும்பிடுவார். அவர் தலையசைப்பதோடு சரி. நிமிர்ந்து பார்க்கவே மாட்டார்.

தாத்தா அவருக்கு ஜோசியம் பார்த்து இப்படி நடக்கும் என்று முன்பே சொன்னதாகச் சொல்வார். பின் ஏன் அதைத் தடுக்க முயற்சிக்கவில்லை

“நடக்க வேண்டியது நடந்துதான் ஆகும். தடுக்கமுடியாது.” என்றார் தாத்தா.

அவர் நடந்து போவதைக் காணும்போது சூரியனும் தலைகவிழ்ந்து கொண்டு இவ்வளவுதான் வாழ்க்கை என்று சொல்வது போலவே இருக்கும்.

ஒரு முறை சில்வியாவிடம் அவரைப் பற்றி சொன்னேன். அவள் அவரைப் பார்க்க அழைத்துப் போகச் சொன்னாள். அவரது வீட்டிற்கே அழைத்துப் போனேன். சில்வியா அந்த வீட்டிலிருந்த சங்கரலிங்கத்தின் மனைவியிடம் கொஞ்சம் பணம் கொடுத்தாள். பிறகு சங்கரலிங்கத்திடம் உங்களுக்கு ஏதாவது வேணுமா எனக் கேட்டாள்

“நீ யாருப்பா” என தணிவான குரலில் கேட்டார்

“லீவுக்கு வந்துருக்கேன். எங்கப்பா டாக்டர்.”

"நல்லா இரு" என அவர் ஆசி சொன்னார். சில்வியா ஏன் சங்கரலிங்கத்தைப் பற்றி கேள்விபட்டவுடன் இப்படி நடந்து கொண்டாள். அவள் மனது ஏன் இத்தனை வேதனைப்பட்டது என்று புரியவில்லை. ஆனால் சில்வியா அப்படித்தான். அது தான் அவளின் நற்குணம்

..

மைதானத்தில் மாரத்தன் ஓட்டப்பந்தயம் நடக்க போகிறது என்ற அறிவிப்பை இரண்டு நாட்களாக கேட்டுக் கொண்டிருந்தேன். ஆட்டோவில் வீதிவீதியாக வந்து ஒலிபரப்பிக் கொண்டிருந்தார்கள். சில்வியா நாமும் ஓடலாம் என்றாள். நான் பள்ளியில் நூறு மீட்டர் ஓட்டப்பந்தயத்தில் மட்டுமே கலந்து கொண்டிருக்கிறேன். நானூறு மீட்டர் ஓடச்சொன்னால் கூட முடியாது என விலகிவிடுவேன். இந்த மாரத்தானில் பதினைந்து கிலோ மீட்டர் தூரம் ஓட வேண்டும் என்றார்கள். ஏதாவது சொல்லி நழுவிவிட வேண்டியது தான் என்று முடிவு செய்து கொண்டேன்.

சில்வியா ஓடுவதற்காக புதிய காலணி ஒன்றை வாங்கினாள். புது டீசர்ட் டிராக் பேண்ட் வாங்கிக் கொண்டாள். அவள் மட்டுமில்லை. அவளது தங்கைகளும் உடன் ஓடுவதற்காக தயார் ஆனார்கள். பந்தயத்தில் ஓடுவதற்கு முன்பாக பயிற்சி ஓட்டம் செய்ய வேண்டும் என தினசரி காலை நாலு மணிக்கே எழுந்து ஐந்து கிலோ மீட்டர் வரை சில்வியா ஓடிவந்தாள். ஒருநாள் ஆசைப்பட்டு அவளுடன் ஓடி குதிங்கால் பிடித்துக் கொண்டது. குதிரைக்குட்டியின் உற்சாகம் போல சில்வி ஓடினாள்.

மாரத்தான் நடக்கப்போகிற நாளில் அவள் கண்ணில் படவேயில்லை. என்னைத் தேடியிருக்கிறாள். அவசர வேலையாக பாளையங்கோட்டை போயிருக்கிறேன் என்று சித்தி சொல்லி சமாளித்துவிட்டாள்

சில்வியா அன்று பந்தயத்தில் ஓடுவதை நான் பார்க்கவில்லை. ஆனால் ஆறுதல் பரிசாக ஒரு கோப்பையை வாங்கியிருந்ததை அவளது வீட்டில் பார்த்தேன். அவள் நான் பொய் சொன்னேன் என்பதை கண்டுபிடித்தவள்போல கோபமாக சொன்னாள்

உன்னை விட சின்ன பையன்கள் எல்லாம் எவ்வளவு நல்லா ஓடுனாங்க தெரியுமா

எனக்கு கால் வலிக்கும் என்றேன்

நிறைய தூரம் ஓடுனா மனதும் உடம்பும் எப்படி இருக்கு தெரியுமா.. ஓடுறதுக்கு முன்னாடி ரொம்ப கோவம் வரும். இப்போ வரவேயில்லை.

எனக்கு எப்பவும் கோவமே வராது என்றேன்

நல்லா பேச மட்டும் செய்றே. நீ சுத்த வேஸ்ட் என்றாள்

இதில் வேஸ்ட் என்று சொல்லும்போது ஏன் கண்ணடித்தாள் என்றுதான் எனக்குப் புரியவில்லை.

••

சில்வியாவின் அறையில் நானும் அவளும் மட்டுமிருந்தோம்.

இரவு நேரத்தில் சீட்டு விளையாடுவதற்காக என்னை அழைப்பாள் சில்வியா. இரண்டு பேர் மட்டும் சீட்டு விளையாடுவது சுவாரஸ்யமாக இருக்காது என்றாலும் சில்வியாவிற்காக விளையாடுவேன். அன்றைக்கு ஜெசியும் சாராவும் மாடியில் உறங்கப் போயிருந்தார்கள்.

தாத்தா பாட்டிகூட உறங்கிக் கொண்டிருந்தார்கள். இரவு ஒன்பதுமணியிருக்கும்.

திடீரென அவள் "கதவை மூடிவிடு" என்றாள்.

இதுவரை அவளுடன் விளையாடிச் சிரித்தபோது வராத உணர்ச்சி நிலை கதவை மூடும்போது ஏற்பட்டது. எதற்காக அறையை மூடச்சொல்கிறாள். என்ன செய்யப்போகிறோம். அவளைக் கட்டிக்கொள்ள வேண்டும் என்ற ஏக்கம் அடிமனதிலிருந்து நாக்கை வெளியே நீட்டத் துவங்கியது. கதவை மூடும்போது அவள் என்னையே பார்த்துக் கொண்டிருந்தாள். பிறகு சப்தமாக சொன்னாள்:

"அந்த ஜன்னலையும் மூடு."

பயமும் சந்தோஷமும் ஒருங்கே பீறிட்டது. ஜன்னலை மூடினேன்.

அறை திடீரென மிகச்சிறியதாகி அதற்குள் நாங்கள் இரண்டு தீக்குச்சிகள் ஒன்றாக இருப்பதைப் போல உணர்ந்தேன்.

"நான் இப்போ லைட்டை ஆஃப் பண்ணப் போறேன். புல் இருட்டானதும் இந்த ஆப்பிள் என்ன ஆகப்போகுது பாரு" என்றாள்.

என்ன செய்யப்போகிறாள் என்று புரியவில்லை.

ஆனால் அவள் லைட்டை ஆஃப் பண்ணியதும் அறையின் இருட்டு கதகதப்பான போர்வையைப் போர்த்தியது போலானது.

சில்வியா தன்கையில் வைத்திருந்த ஒரு ஆப்பிளை நீட்டினாள்.

ஆச்சரியம், ஆப்பிள் தகதகவென ஒளிர்ந்தது.

ஆப்பிள் எப்படி ஒளிர்கிறது எனப்புரியாமல் "ஆப்பிள்ல வெளிச்சம் வருது" என்றேன்.

"அதுதான் மேஜிக். உன் கையை நீட்டு" என்றாள்.

நான் இருட்டில் வேண்டுமென்றே தடுமாறி அவளது தோளைப் பற்றிக் கொண்டேன். அவள் என் கைகளைப் பிடித்து அதில் ஒளிரும் ஆப்பிளை வைத்தாள்.

என் கையிலிருந்த ஆப்பிள் ஒளிர்ந்து கொண்டிருந்தது. ஏதோ கெமிக்கல் தடவியிருக்கிறாள் போலும். மருந்து வாசனை வந்துக் கொண்டிருந்தது. வேண்டுமென்றே கையிலிருந்த ஒளிரும் ஆப்பிளைக் கீழே போட்டேன். அது தரையில் ஒளிர்ந்தபடியே ஓடியது. அதைப் பிடிக்க சில்வியா குனிந்தாள். நானும் ஒளிரும் ஆப்பிளை எடுக்க முயற்சிப்பவன்போல அவள் உடலின் வாசனையை நுகர்ந்தபடியே இருந்தேன்.

ஒரு நிமிசம் என் மனதில் இருட்டு நிரம்பியது.

என் கைகளால் அவளை இறுக்கப் பற்றிக் கொண்டேன்.

சில்வியா அதை எதிர்பார்க்கவில்லை. சட்டென என்னை விலக்கிவிட்டு ஓங்கி அறைந்தாள். பிறகு எதுவும் நடக்காதவள் போல ஒளிரும் ஆப்பிளை எடுத்துக் கொண்டு "லைட்டைப் போடு" என்றாள்.

நான் இயந்திரப்பொம்மைபோல நடந்து போய் லைட்டைப் போட்டேன்.

என்னை முறைத்துப் பார்த்தபடியே இருந்தாள்.

பிறகு அழுத்தமான குரலில் சொன்னாள்:

"இனிமே என்னைப் பார்க்க கூடாது. போ."

தலை கவிழ்ந்தபடியே வெளியே வந்தேன். அவள் ஒளிரும் ஆப்பிளைத் தூக்கிப் போட்டு எதுவும் நடக்காதவள்போல விளையாடிக் கொண்டிருந்தாள்.

ஏன் இப்படி நடந்து கொண்டேன். இந்த இருட்டுதான் என்னை உந்தித் தள்ளியதா. எத்தனை நாட்கள் இருவரும் ஒன்றாகச் சுற்றியிருக்கிறோம். அப்போது மனதில் சலனமேயில்லை. இனி அவளைப் பார்க்கவே முடியாதா.

என் உடலுக்குள் பூரான் ஒன்று ஒளிந்திருக்கிறது. அது வெளிப்பட்டு தன் விஷக்கொடுக்கினைக் காட்டிவிட்டது.

அன்றிரவு வீட்டிற்குப் போய் சாப்பிடாமல் படுத்துக் கொண்டேன். இப்படி நடந்து கொண்டிருக்கக் கூடாது என என்மீதே எனக்குக் கோபமாக வந்தது. ஒளிரும் ஆப்பிள் என்னைப் பார்த்து சிரிப்பது போலவே மனதில் தோன்றியது.

மறுநாள் சில்வியாவைப் பார்த்து மன்னிப்பு கேட்கலாம் என போனபோது அவள் என்னைப் பார்க்க விருப்பமில்லை என்று சாராவிடம் சொல்லி அனுப்பினாள். எப்போதும்போல அவள் சைக்கிளில் போகையில் நான் பின்னாடியே சென்றேன். என்னைத் திரும்பிக்கூடப் பார்க்கவில்லை. சில்வியா என்னைத் தவிர மற்றவர்களுடன் இயல்பாக பேசினாள். சிரித்தாள். கேரம் விளையாடினாள்.

நான் ஒதுக்கப்பட்டேன். விலக்கப்பட்டேன். எதற்காக என்னை விலக்குகிறாள் என யாருக்கும் தெரியாது. ஒருவரும் என்னிடம் எதையும் கேட்கவில்லை.

பின்னொருநாள் மாலை சில்வியாவைப் பின்தொடர்ந்து சைக்கிளில் போனபோது அவள் தன் சைக்கிளை நிறுத்திவிட்டுக் கேட்டாள்:

“சொன்னா உனக்குப் புரியதா.”

“சாரி” என்றேன்.

“சாரி சொன்னா சரியாப் போச்சா?” என்று கேட்டாள்.

என்ன பதில் சொல்வது எனத்தெரியவில்லை.

“இனிமே அப்படி நடக்க மாட்டேன்” என்றேன்.

“காட் பிராமிஸ் சொல்லு” என்றாள்.

சொன்னேன்.

“அந்த ஆப்பிள்ல எப்படி வெளிச்சம் வந்துச்சி தெரியுமா” என எதுவும் நடக்காதவள் போல சிரித்துப்பேச ஆரம்பித்தாள். என்னை

சமாதானப்படுத்துவதற்காகவோ என்னவோ தோளில் கைபோட்டுக் கொண்டாள். மீண்டும் சில்வியாவின் நண்பனாகினேன். ஆனால் மனதில் அவளைப் பிரிந்துவிடுவோமோ என்ற மெல்லிய பயம் உருவாகத் துவங்கியிருந்தது.

...

அத்தியாயம் 9

கிறிஸ்துமஸ் இரவென்பது அற்புதங்களின் இரவு. அன்றுதான் மீட்பர் உலகில் தோன்றிய நாள். அந்த இரவில் எத்தனையோ அற்புதங்கள் உலகெங்கும் நடந்திருக்கின்றன.

இயேசு பிறந்தபோது 'ஏரோது அரசன் கலங்கினான். அவனோடு எருசலேம் முழுவதும் கலங்கிற்று' என்கிறது விவிலியம். அதாவது ஆளும் அதிகார வர்க்கத்தின் அஸ்திவாரம் இயேசுவின் வருகையால் கலங்கிப்போனது. இயேசு பிறக்கும்போதே சமுதாயத்தில் மாற்றங்களை ஏற்படுத்திய குழந்தை என்று ஒரு பிரசங்கி சொன்னது நினைவிலிருக்கிறது.

கிறிஸ்துமஸ் நாள் அன்று தேவாலயத்தில் சிறப்பு வழிபாடு நடத்துவார்கள். நள்ளிரவு திருப்பலியில் நற்கருணை விருந்தும் நடத்தப்படும். கிறிஸ்துமஸ் கொண்டாட்டத்தின் அடையாளமாக, வீடுகளில் நாணல் புல்லினால் குடில் கட்டி, குழந்தை இயேசு, மரியாள், யோசேப்பு, இடையர்கள், ஞானிகள் சொரூபங்களை வைப்பார்கள். விண்மீனுக்கு அடையாளமாக காகிதத்திலான விண்மீன்களை அலங்கரிப்பார்கள். கிறிஸ்துமஸ் நாளில் வீடுகளில் விருந்து நடைபெறும். இரவில் வாண வேடிக்கைகளும், கலை நிகழ்ச்சிகளும் நடத்தப்படுவது உண்டு.

தேவாலயத்தில் ஏசு கிறிஸ்து பிறப்பு நற்செய்தி வாசிக்கப்பட்டபின், குடிலில் குழந்தை ஏசுவின் பாதத்தில் பாதிரியார்கள் முத்தமிடுவார்கள். முந்திய நாளில் பேராலயத்தைச் சுற்றியுள்ள சிலுவைப் பாதையில் பக்தர்கள் மண்டியிட்டுச் சென்று நேர்த்திக்கடன் செலுத்துவார்கள். ஒருசிலர் கிறிஸ்துமஸ் தாத்தா வேடமணிந்து, குழந்தைகள் உள்பட பல தரப்பினருக்கும் பரிசுப் பொருட்களை வழங்கி, வாழ்த்துவதும் உண்டு.

அன்புதான் உலகை மீட்கும் வழி என்கிறார் இயேசுநாதர். எல்லா சமயங்களும் அன்பைதானே வலியுறுத்துகின்றன. அன்பு செலுத்துவதுதானே நட்பும் காதலும்.

நான் சில்வியாவோடு கிறிஸ்துமஸைக் கொண்டாடுவது அன்பின் அடையாளம்தானே.

சித்தாபுராவில் தேவாலயம் உள்ள வீதி முழுவதையும் அலங்கார விளக்குகளால் ஒளிரச் செய்திருந்தார்கள். தேவாலயத்தின் முன் அமைக்கப்பட்ட மேடையில் ஏதோ ஒரு நாடகம் நடக்க இருந்தது. சேர்ந்திசைப் பாடலை ஒத்திகை பார்த்துக் கொண்டிருந்தார்கள் இளம்பெண்கள்.

சில்வியா என்னிடம் புத்தாடையைக் கொடுத்து அணிந்து கொள்ளச்சொன்னாள்.

ஆச்சரியமாக இருந்தது. நான் பதின்வயதில் அணிந்து கொண்டிருந்த்து போல பச்சை கட்டம் போட்ட சட்டை.

“இந்த சட்டையை இன்னும் ஞாபகம் வச்சிருக்கியா ?.” எனக்கேட்டேன்.

“எத்தனை கடை ஏறி இறங்கி இதை வாங்கினேன் தெரியுமா.”

“கட்டம் போட்ட சட்டை போடுறதையே விட்டுட்டேன். போட்டுப்போட்டு அலுத்துப் போச்சு.”

“அப்போ இந்த சட்டை பிடிக்கலையா ?”

“சே.. ரொம்ப நல்லாயிருக்கு. போட்டுக்கிடுறேன்.”

“நீயும் பிரேயருக்கு வர்றியா ?”

“நீ போயிட்டுவா.. நான் வீட்ல வெயிட் பண்ணுறேன்.”

“என்னோட சர்ச்சுக்கு வர மாட்டயா ?”

“என்னமோ கில்டியா இருக்குப்பா.”

“அப்போ வேணா.” எனக் கோபமாக முகத்தை திருப்பிக் கொண்டாள்.

“வரலைனு கோபமா.”

“அதெல்லாமில்லை. உனக்குப் பிடிக்காட்டி விட்ரு.”

“சரி வர்றேன்.”

அவள் முகத்தில் சந்தோஷம் பீறிட்டது.

“நான்சி வருவான்னு நினைச்சி நிறைய இனிப்பு செஞ்சு வச்சிருக்கேன்.”

"அதை நீயும் நானும் சாப்பிட வேண்டியது."

"எவ்வளவு சாப்பிடுறது. அதான் சாலமன் வீட்ல போயி குடுத்துட்டு வர்றேன்."

"யாரு சாலமன்."

"ஸ்கூல் வாட்ச்மேன். ரொம்ப ஏழைப்பட்ட குடும்பம்."

"அப்போ குடு."

"பண்டிகை நாளுமா நான்சி வீட்டுக்கு வரலை. நீயும் வராமல் போயிருந்தே.. நான் வீட்டுக்குள்ளே முடங்கிப் போயிருப்பேன். விருந்தாளி வராத பண்டிகை வெறும் பண்டிகை."

"நான் ஒண்ணு சொன்னா நீ கோவிச்சிக்கிட கூடாது."

"சொல்லு."

"ஜெசிக்கும் சாராவுக்கும் போன் பண்ணிப் பேசுறயா."

"எதுக்கு.. பட்டதெல்லாம் போதாதா."

"அவங்க உன் சிஸ்டர் இல்லையா."

"அந்த நினைப்பு அவங்களுக்கு கிடையவேக்கிடையாது."

"இல்லாமலே போகட்டும். நீ ஏன் அவங்களை மாதிரி இருக்கணும். எனக்காகப் பேசேன்."

"என்னாலே முடியாது. பண்டிகை நாளுமா என்னை அழ வைக்காதே."

"சரி.. நீ பேச வேணாம். நான் பேசட்டுமா."

"நீ எதுக்கு அவங்ககூடப் பேசணும். உன்னைப் பத்தி எவ்வளவு தப்பா பேசினாங்க தெரியுமா. நான் எதையும் மறக்கலை."

"நீங்க மூணு பேரும் ஒரே கலர்ல டிரஸ் பண்ணிக்கிடுவீங்க. ஒரே மாதிரி ஹேண்ட்பேக் வச்சிருப்பீங்க ஒண்ணா சிரிச்சி பேசிக்கிட்டு இருந்தது ஞாபகமிருக்கு."

"இந்த உலகத்தில எனக்குனு இருக்கிறது மூணே பேரு தான். ஒண்ணு நான்சி. இன்னொன்னு நீ. மூணாவது கர்த்தர். இவங்களைத் தவிர வேற யாரும் எனக்கு வேணாம்."

"சரி பேச வேண்டாம். கோவப்படாதே. ஏதோ தோணுச்சி சொன்னேன்."

சேலையால் முகத்தை துடைத்தபடியே சில்வியா உள்ளே போனாள். திரும்பி வந்தபோது கையில் ஒரு கோப்பை காபி இருந்த்து.

“சாப்பிட நேரமாகும். குடி.” என்றாள்.

இப்போதுதான் மனதிற்குள் காபி குடித்தால் நன்றாக இருக்குமே என நினைத்தேன். எப்படி என் மனதைப் படித்தாள். அவளை ஏறிட்டுப் பார்த்தபடியே சொன்னேன்.

“பாதிதான் என்னாலே குடிக்க முடியும்.”

“மிச்சம் வச்ச காபியை நான் குடிச்சிருறேன் போதுமா.”

இருவரும் சேர்ந்து சிரித்துக் கொண்டோம்.

தூரத்தில் பிரார்த்தனை பாடல் ஒலிப்பது கேட்டது.

•••

அத்தியாயம் 10

கோடை வெயிலுக்கு மூர்க்கமிருப்பதைப் போல கோடைக்காலத்திற்கும் மூர்க்கமிருக்கிறது. திருட்டும் வழிப்பறியும் கோடையில்தான் அதிகம் நடக்கிறது.

குழந்தையைக் கடத்த முயற்சித்தான் என்று ஒரு இளைஞனை ஜட்டியோடு அடித்து இழுத்துப் போய்க்கொண்டிருந்தார்கள். அவனது கைகள் பின்புறமாகக் கட்டப்பட்டிருந்தது. உறுதியான உடற்கட்டினைக் கொண்டிருந்தான். புதுத்தெருவிலிருந்த ஒரு வீட்டின் வெளியே வேப்பமரத்தில் கட்டப்பட்ட தொட்டிலில் தூங்கிக் கொண்டிருந்த கைக்குழந்தை ஒன்றைத் திருட முயன்றிருக்கிறான். ஒரு பெண் பார்த்துக் கூச்சலிடவே குழந்தையைத் தூக்கிக் கொண்டு ஓடியிருக்கிறான். ஆட்கள் துரத்தியிருக்கிறார்கள். ஒரு முட்டுச்சந்தில் மாட்டிக் கொண்டுவிட்டான். ஆட்கள் கோழியை அமுக்குவது போல அவனை அமுக்கிப் பிடித்துவிட்டார்கள்.

செருப்பாலும் விளக்குமாற்றாலும் அவனை அடித்தார்கள். அவன் கறுப்பு டிராயரும் அழுக்கடைந்த பனியனும் அணிந்திருந்தான். அவன் டிராயர் பனியனை உருவி அவனை ஜட்டியோடு உட்கார வைத்தார்கள். அவனை போலீஸ் ஸ்டேஷனில் கொண்டு போய் ஒப்படைக்க வேண்டும் என்று முடிவு செய்தபிறகு விறகுக் கட்டை ஒன்றால் ஒருவன் அந்த இளைஞன் பற்களை நோக்கி அடித்தான். உதடு கிழிந்து பல் உடைந்து ரத்தம் கொட்டியது. அப்போதும் அந்த திருட்டுப்பயல் வலியில் கத்தவில்லை. அவன் கைகளைப் பின்னே மடக்கி கயிற்றால் கட்டினார்கள். ஒரு கிழவி அவன் தலையை மொட்டை அடித்துக் கரும்புள்ளி செம்புள்ளி குத்தவேண்டும் என்றாள். இன்னொரு பெண் அவன் கண்ணில் மிளகாய்ப் பொடியைத் தூவ வேண்டும் என்று சொன்னாள். அவளை மட்டும் திருட்டுப்பயல் முறைத்துப் பார்த்தான்.

“முறைக்கிறதைப் பாரு.. அந்தக் கண்ணு ரெண்டையும் நோண்டிவிடணும். அப்போதான் இவன் எல்லாம் அடங்குவான்” என்று ஒரு பெண் சொன்னாள்.

திருட்டுபயலை இழுத்துக் கொண்டு போவது ஒரு விழா போல மாறியது. எல்லாத் தெரு வழியாகவும் அவனை அடித்து இழுத்துக் கொண்டு போகவேண்டும் என முடிவு செய்தவர்கள் போல அவனை இழுத்துக் கொண்டு நடக்க ஆரம்பித்தார்கள். அவன் மெதுவாக நடந்தான். இதற்குள் இந்த செய்தி தெருக்களில் பரவிவிடவே சாணியைக் கரைத்து வைத்துக் கொண்டும், கம்பு கட்டைகளை வைத்துக் கொண்டும் ஆட்கள் காத்துக் கிடந்தார்கள். அவன் அடி வாங்காத தெருவே கிடையாது. ஒரு தெருவில் கம்பு ஊன்றி நடந்து வந்த கிழவர் அவன் முகத்தினைத் தூக்கி பார்த்து வடக்கேயுள்ள ஆளு மாதிரி தெரியுது. “எந்தூருடா உனக்கு” என்று கேட்டார்.

திருடன் பதில் சொல்லவில்லை.

“சரியான கல்லூளிமங்கனா இருக்கான். அவன் நாக்கை அறுத்துவிடுங்கப்பா” என்றார் கிழவர்.

யாரும் அப்படி செய்ய முன்வரவில்லை. ஆனால் சாணித்தண்ணீரும் எச்சிலும் அவன் உடலில் வழிந்தன. யானையை ஊர்வலம் அழைத்து வரும்போது எவ்வளவு கூட்டம் கூடுமோ அதைவிடவும் அதிகம் மக்கள் அவனைக் காணத் திரண்டிருந்தார்கள்.

எங்கள் பேட்டையில் இருந்த அத்தனை பேரும் அவன் எப்போது வருவான் என்று காத்திருந்தார்கள். நான் மட்டும் அவனைக் காணுவதற்காக அவன் வரும்வழியை நோக்கி ஓடினேன்.

எதற்காக அந்த ஆள் குழந்தையைத் திருடினான் என்று தெரியவில்லை. ஆனால் வாழ்நாளில் ஒருவன் இவ்வளவு அடி வாங்குவதை அன்றுதான் பார்த்தேன். அத்தனை அடிகளையும் அவன் தாங்கிக் கொண்டிருந்தான். அவனது கண்கள் தாழ்ந்திருந்தன. நடையில் அந்தத் தளர்ச்சியில்லை.

அவன் எங்கள் பேட்டையைக் கடந்து போகையில் சிறுவர்கள் அவன் மீது கற்களை வீசி அடித்தார்கள். ஸ்டெல்லாவும் அவளது சகோதரிகளும் அந்தத் திருடனை முறைத்தபடியே நின்றிருந்தார்கள். நான் அந்தத் திருடன் பின்னாலே செல்லும் கூட்டத்திற்குள் இருந்தபடியே ஸ்டெல்லாவை நோக்கி கையை அசைத்தேன்.

அந்த மனிதனை போலீஸ் ஸ்டேஷனில் ஒப்படைக்கும்வரை அவன் பின்னாடியே சென்றேன். ஸ்டேஷன் உள்ளே அவனைக் கொண்டு போனபிறகும் கூட்டம் கலையவில்லை.

ஒரு சிறிய விடுமுறைக்கால காதல் கதை | 113

யாரோ ஒரு ஆள் அந்த குழந்தையையும் அவளது தாயையும் அழைத்துக் கொண்டு வருவதற்காக பைக்கில் கிளம்பிப் போனான்.

புள்ளை பிடிப்பவனைப் பற்றிக் கேள்விப்பட்டிருக்கிறேன். ஆனால் இப்படி ஒருவனை அன்றுதான் முதன்முறையாகப் பார்த்தேன்.

எதற்காக அவன் குழந்தைகளைத் திருடுகிறான்.

என்ன செய்வான். யாரும் அதைப்பற்றிப் பேசிக்கொள்ளவில்லை.

போலீஸ்காரர்கள் வெளியே நின்றிருந்த கூட்டத்தைக் கலைந்து போகும்படி சப்தமிட்டார்கள். அன்று மாலை பேப்பரில் அந்தத் திருடனின் படம் வெளியாகியிருந்தது.

அன்றிரவு சில்வியா என்னைக் கோவித்துக் கொண்டாள்.

"திருட்டுப்பய பின்னாடி ஏன் போறே?"

"அவனை என்ன செய்வாங்கன்னு பாக்கத்தான்."

"அவன் கண்ணைப் பாத்தியா?"

"பாக்கலை."

"நல்லவேளை, பாத்து இருந்தா நீயும் திருடனா ஆகியிருப்பே."

"அவன் கண்ணைப் பார்க்கவேயில்லை."

"குழந்தையை அவன் எதுக்குத் திருடுனான் தெரியுமா? புதையல் எடுக்குறதுக்கு நரபலி கொடுக்க. இந்த மாதிரி ஒரு ஆளைப் பத்தி பேப்பர்ல படிச்சிருக்கேன்" என்றாள்.

"அவன் நெத்தியில பாம்பு உருவத்தைப் பச்சை குத்தியிருக்கான்."

"நிஜமாவா!" என வியப்போடு கேட்டாள்.

"ஆமா. அவன் நடக்கும்போது நெத்தியைப் பார்த்துக்கிட்டு இருந்தேன். பாம்பு படம் இருந்துச்சி."

"ஒருஆளை வெறும் ஜட்டியோட தெருவில அடிச்சி இழுத்துட்டுப் போறதை இன்னைக்குதான் பார்க்குறேன்" என்று சிரித்தாள் சில்வியா.

நானும்தான் என தலையாட்டினேன்.

திடீரென கோடை உறைந்து போனது போலவும் ஊரே அவனைப் பற்றி மட்டுமே யோசித்துக் கொண்டிருப்பதாகவும் மாறியது.

..

ஒருநாளைப் போல இன்னொருநாள் இருப்பதேயில்லை. அதேபகல் அதேஇரவு என்றாலும் ஒவ்வொரு நாளின் பகலுக்கும் ஒரு வேகமிருக்கிறது. கோடையில் பகல் நீண்டது. இரவு சிறியது. புதிதாகத் தார் ஊற்றிய சாலையில் சிக்கிக்கொண்ட கோழிக்குஞ்சைப் போல மெதுவாக திக்கித்திணறி நடந்தது அன்றைய பகல்.

மாலை மணி ஐந்தாகியும் வெயில் வடியவில்லை. நானும் சில்வியாவும் சைக்கிளில் சென்று கொண்டிருந்தோம். அவள் சைக்கிளை என் சைக்கிளோடு மோத விரும்பியது போல வளைத்து திருப்பினாள். நான் விலகிக் கொண்டேன். புளிய மரங்கள் அடர்ந்த சாலையில் நாங்கள் சென்று கொண்டிருந்தோம். சாலையோர இளநீர் விற்பவர், மாம்பழ வண்டிக்காரன், குடை ரிப்பேர் செய்கிற ஆள் எனப் பலரும் எங்களை வெறித்து பார்த்தபடியே இருந்தார்கள்.

ஒரு பையனும் பெண்ணும் சைக்கிளில் போனால் கூடவா இப்படிப் பார்ப்பார்கள்.

ஆணும் பெண்ணும் பழகுவதில்தான் எத்தனை பிரச்சனைகள். தடைகள். எவ்வளவு கட்டுப்பாடுகள். உட்கார்ந்து பேச இடம் கிடையாது. பூங்காவில் உட்கார்ந்து பேசினால் காவலாளி துரத்திவிடுகிறான். ஒன்றாக டீ குடித்தால் டீக்கடைகாரன் முறைக்கிறான். வெளிநாட்டில் ஆணும் பெண்ணும் ஒன்றாக கைகோர்த்து சுற்றுகிறார்கள். பொது இடத்தில் முத்தமிட்டுக் கொள்கிறார்கள். ஒன்றாக பயணம் செய்கிறார்கள். எத்தனையோ ஆங்கிலப் படங்களில் பார்த்திருக்கிறோம். ஆனால் கோவில்பட்டி போன்ற சிறுநகரில் சைக்கிளில் போனால்கூட பாதகச்செயல் போக முறைத்துப் பார்க்கிறார்கள்.

நான் வேகமாக சைக்கிளை மிதித்தேன். அவளும் என்னைப் பின்தொடர வேகமெடுத்தாள்.

"ரோட்ல போறவர்றவங்க எல்லோரும் நம்மைப் பார்க்கிறார்கள்" என்றேன்.

"பாக்கட்டும் சைக்கிள்தானே ஓட்டுகிறோம்." என்றாள் சில்வியா.

"நாம் இப்போது எங்கே போகிறோம்?"

"இந்த ரோடு எங்கே முடிகிறதோ அங்கே போறோம்."

"கன்யாகுமரியில்தான் ரோடு முடியும்."

ஒரு சிறிய விடுமுறைக்கால காதல் கதை | 115

"அப்போ நாம கன்யாகுமரிக்குப் போகிறோம்."

"யாராவது கன்யாகுமரிக்கு சைக்கிளில் போவார்களா."

"ஏன் சைக்கிளில் வருகிறவர்களை கன்யாகுமரிக்குள் விட மாட்டார்களா?"

"எவ்வளவு தூரம் தெரியுமா."

"நாலுநாள் ஆனாலும் பரவாயில்லை. நாம் சைக்கிளிலே போவோம்." என்றபடியே தன் சைக்கிளை வேகமாக ஓட்ட ஆரம்பித்தாள் சில்வியா.

அவள் சொல்வது நிஜமா, இல்லை விளையாட்டா. அவள் வேகத்திற்கு ஈடு கொடுத்து என்னால் போக முடியவில்லை. லேடீஸ் சைக்கிளை ஓட்டுகிறோம் என்ற குற்றவுணர்ச்சி வேறு. சாலையில் யாராவது பார்த்தால் உடனே தலையைக் கவிழ்ந்து கொள்வேன்.

ஒற்றைப் பறவையென சில்வியா தனியே போய்க்கொண்டிருந்தாள். நான் அவளைப் பின்தொடர்ந்து சென்றபடியே இருந்தேன்.

ரயில்வே கேட் தாண்டித் தெற்காக நீளும் பிரதான சாலைக்கு வந்தபோது இரண்டு லாரிகள் மட்டுமே போய்க்கொண்டிருந்தன. சாலை என்னைப் பார்த்துப் பரிகாசம் செய்வது போல இருந்தது. சாலையின் நடுவே ஒற்றை ஆளாக சைக்கிளில் சில்வியா சென்று கொண்டிருந்தாள்.

பஸ் ஏதாவது வந்தால் என்னவாகும் என்ற பயத்தில் ஓரமா போ என்று கத்தினேன். அது அவளுக்குக் கேட்டிருக்க வேண்டும்.

அவள் அதைப் பொருட்படுத்தவில்லை.

நீண்ட சாலையில் நாங்கள் சைக்கிளில் சென்று கொண்டிருந்தோம். காற்று எங்கள் முகத்தில் மோதிச் சென்றது. பேருந்தில் செல்லும்போது சாலை இத்தனை அழகானது என்று உணர்ந்ததேயில்லை. சைக்கிளில் அதுவும் பிடித்தமான பெண்ணோடு செல்லும்போது சாலை புது அழகுடன் இருப்பதை உணர முடிந்தது. சில்வியா திடீரென சைக்கிளைப் பிரதான சாலையை விட்டு விலகித் திருப்பினாள்.

என்ன பெண்ணிவள். எங்கே போக முயற்சிக்கிறாள்.

அப்போதுதான் பார்த்தேன். தூரத்து தும்பைச்செடிகளை சுற்றி விதவிதமான வண்ணத்துப்பூச்சிகள் பறந்து கொண்டிருந்தன.

அதை நோக்கி மண்சாலையில் அவள் சைக்கிளை ஓட்டிக் கொண்டு போனாள். சைக்கிளை ஒரு இடத்தில் நிறுத்திவிட்டுக் கைகளை விரித்தபடியே வண்ணத்துப்பூச்சியைப் பிடிக்க முயன்றாள். ஒரு வண்ணத்துப்பூச்சியும் கையில் அகப்படவில்லை. கோபத்தில் தும்பைச் செடிகளை காலால் எத்தினாள். பிறகு என்னிடம் கோபமாக "நீ ஏன் என் பின்னாடியே வர்றே?" என்று கேட்டாள்.

"நீதானே வரச்சொன்னே." என்று சொன்னேன்.

"அதான் எதுக்கு வர்றே?" என மறுபடியும் கேட்டாள்.

"சும்மா." என்றேன்.

"நீ வீட்டுக்குப் போ." என்றாள்.

"நீ"என்று கேட்டேன்.

"நான் எங்கேயும் போவேன். நீ வீட்டுக்குக் கிளம்பு."

"உன்னைத் தனியா விட்டுட்டு எப்படிப் போறது."

"போகச்சொன்னா போயிடு." என்று கோபமாகக் கத்தினாள்.

நான் சைக்கிளைத் திரும்பிக் கொண்டு எதுவும் நடக்காதவன் போல பிரதான சாலையை நோக்கி செல்ல ஆரம்பித்தேன்.

ஒரு இடத்தில் வந்து நின்று சில்வியா வருகிறாளா எனப்பார்த்தேன். அவள் அதே இடத்தில் நின்று கொண்டிருந்தாள். வீட்டை நோக்கிப் போவதா வேண்டாமா என்ற குழப்பத்துடன் அதே இடத்தில் நின்று கொண்டிருந்தேன்.

"சுப்பி" என்ற குரல் சப்தமாகக் கேட்டது.

அவளை நோக்கி சைக்கிளில் திரும்பிப் போனேன். அவள் ஒரு வண்ணத்துப்பூச்சியைக் கையில் வைத்திருந்தாள்.

"இதுக்குதான் என்னை போக சொன்னாயா" எனக் கேட்டேன்.

"வண்ணத்துப்பூச்சியோட நிறத்தை கைல ஒட்டிக்கிட்டா அதிர்ஷ்டம் வரும்."

"என்ன அதிர்ஷ்டம்."

"வரும்போது தெரியும்." என்றாள்.

பிறகு அந்த வண்ணத்துப்பூச்சியை வானில் பறக்கவிட்டாள்.

நான் சைக்கிளில் கால் ஊன்றியபடியே அவளைப் பார்த்துக் கொண்டிருந்தேன். மூன்றாம் வகுப்பில் படிக்கும் சிறுமி போல ஏன் நடந்து கொள்கிறாள் என்று புரியவேயில்லை.

நாங்கள் பிரதான சாலைக்கு வந்தபோது அவள் தொலைவில் தெரியும் புலிக்குகையைக் காட்டிக் கேட்டாள்.

"அது குகைதானே?"

"ஆமாம். புலிக்குகை. அதுக்குள்ளே ஒரு சாமியார் இருக்காரு."

"அவரைப் போயிப் பாக்கலாமா."

"உள்ளே பேய் இருக்குனு சொல்றாங்க."

"அப்போ அதையும் பாக்கலாம்."

"வேண்டாம் சில்வியா.. உள்ளே இருட்டா இருக்கும்."

"எனக்கு இருட்டைப் பற்றி பயம் கிடையாது. நாம போறோம்."

நாணல் வளர்ந்து கிடந்த புலிக்குகையை நோக்கி நாங்கள் சைக்கிளில் செல்ல ஆரம்பித்தோம். ஆடு மேய்த்துக் கொண்டிருந்த ஒரு கிழவன் தொலைவில் இருந்து கத்தினான்.

"அந்தப்பக்கம் போகாதீங்க. குளவியா இருக்கு."

நான் சைக்கிளை நிறுத்தினேன்.

அந்தக் கிழவர் சொன்னது புரியாமல் சில்வியா கேட்டாள். என்ன சொல்றார்?

"குளவியா இருக்காம்."

"குளவி என்ன செய்யும்."

"கடிச்சா பயங்கரமா வலிக்கும்.."

"அப்போ போக வேண்டாம்."

இப்போதுதான் முதன்முறையாக சில்வியா பயப்படுவதைக் கண்டேன். அதை மறைத்தபடியே அவள் கேட்டாள்.

"குளவி உன்னைக் கடிச்சிருக்கா?"

"கடிச்சிருக்கு.. சுண்ணாம்பு போட்ட பிறகுதான் வலி குறைஞ்சது."

“ஆடு மேய்க்கிற தாத்தாவைக் கடிக்காதா”

“அவருக்குக் கடி பழகியிருக்கும்.”

“இப்போ நாம எங்கே போறது?” எனக்கேட்டாள்.

“கன்யாகுமரிக்கு.” என்று கேலியாகச் சொன்னேன்.

“எனக்குப் பசிக்குது. வீட்டுக்குப் போனா மிளகா பஜ்ஜி சாப்பிடலாம்.”

“அப்போ வீட்டுக்குப் போவோம்.”

“வீட்டுக்குப் போனா போரடிக்கும்.”

“என்னதான் செய்யச் சொல்றே..”

“இன்னும் கொஞ்ச நேரம் சுத்துவோம்.”

“மெட்ராஸ்ல இப்படி சுத்தமுடியாதுல்ல?”

“ஆமா. வீடு, வீட்டைவிட்டா ஸ்கூல். எங்கே போனாலும் காரு.. இருக்கிற ஒரே இடம் பீச். அங்கே வண்ணத்துப்பூச்சி எப்படி வரும். லீவு விட்டா போற ஒரே இடம் பாம்பு பண்ணை மட்டும்தான்.”

“பாம்பு பண்ணைன்னா?”

“நிறைய விதமான பாம்பு வச்சிருப்பாங்க, அதை வேடிக்கை பார்ப்போம்.”

“சினிமா தியேட்டர் நிறைய இருக்கும்லே.”

“நாற்பது ஐம்பது இருக்கும். செவண்டி எம்எம் தியேட்டர் கூட இருக்கு. அதுல படம் பாத்துருக்கேன்.”

“செவண்டி எம்எம்னா” எனக்கேட்டேன்.

“பெரிய திரை. வானத்துல நாமளே பறக்கிற மாதிரி இருக்கும்.. நீ ஒரு தடவை மெட்ராஸ்க்கு வா.. அதை எல்லாம் பாக்கலாம்.”

“வந்தா நான் எங்க தங்குறது. எனக்குதான் யாரும் தெரிஞ் சவங்க இல்லையே.”

“எங்க வீட்லயே தங்கியிருக்கலாம். தனி ரூம்கூட இருக்கு.”

“உங்கப்பா ஒண்ணும் சொல்லமாட்டாரா?”

“நான் என்ன செய்தாலும் எங்கப்பா ஒண்ணுமே சொல்லமாட்டார்.”

ஒருமுறை சில்வியா வீட்டிற்குப் போய் தங்க வேண்டும் என ஆசையாக இருந்தது.

சில்வியா என் கண்களில் ஒளிரும் ஆசையை அடையாளம் கண்டவள் போல சொன்னாள்:

"காட் பிராமிஸ், நான் உன்னை மெட்ராஸ் கூட்டிக்கிட்டு போவேன்."

அதை அவள் சொன்னவிதம் அலாதியாக இருந்தது. இருவரும் சைக்கிளில் வீடு திரும்பி வரும்போது மில்காலனியைச் சேர்ந்த பையன்கள் பலரும் வேடிக்கை பார்த்துக் கொண்டிருந்தார்கள். யாரோ ஒரு பையன் சப்தமாக விசில் அடித்தான். சில்வியா பதிலுக்குத் திரும்பி தானும் விசில் அடித்தாள்.

சில்வியா ஆசைப்பட்டது போல கன்யாகுமரி வரை சைக்கிளில் போயிருந்தால் நன்றாக இருந்திருக்குமே என அன்றிரவு தோன்றியது. எப்போது மதராஸிலிருக்கும் சில்வியா வீட்டிற்குப் போவோம் என்பதைப் பற்றியே அதன்பிறகு யோசித்துக் கொண்டிருந்தேன்.

...

அத்தியாயம் 11

தேவால மணிக்கென்ற தனியான ஈர்ப்பு இருக்கிறது. அதுவும் அருகிலிருந்து கேட்கையில் மணியோசை மனதை என்னவோ செய்கிறது. நானும் சில்வியாவும் தேவாலயத்திற்குள் நின்றிருந்தோம். எங்கும் ஒளிமயம். வண்ணவிளக்குகளின் அலங்காரம். ஏராளமான மக்கள் கூட்டம். முக்காடு போட்ட பெண்கள். மதுவாடை வீசும் ஆண்கள். ஓடிவிளையாடும் சிறார்கள். தேவாலயத்திற்கென்றுள்ள தனியான சுகந்தம்.

பிரார்த்தனைப் பாடல் ஒலிக்கத் துவங்கியது. நான் வேறு ஒரு உலகில் இருப்பது போல உணர்ந்தேன். இந்த மனிதர்கள் யாவரும் என் உறவினர்கள் போல உணர்ந்தேன். நீர்க்குமிழ் ஒன்று காற்றில் பறப்பது போல மனதில் எடையற்ற உணர்வு.

யாரோ என் தோளை உரசினார்கள். யாரோ என்னைப் பார்த்து சிரித்தார்கள். சீரியல் பல்ப் சுற்றிய கிறிஸ்துமஸ் மரம் ஒளிர்ந்து கொண்டிருந்தது.

யூதர்கள் மறதிக்கென்று ஒரு தேவதை இருப்பதாக நம்புகிறார்கள். அந்த தேவதை ஒருவனின் மூக்கில்தான் முத்தமிடுமாம். அப்படி முத்தமிட்டுவிட்டால் அவனுக்கு நினைவாற்றல் போய்விடும் என்கிறார்கள். இந்த தேவதை மறதியை உருவாக்கி நல்லதே செய்யும் எனவும் நம்புகிறார்கள்.

அப்படி ஒரு தேவதை என்னை முத்தமிட்டு தேவையற்ற மனதின் துயர நினைவுகளைத் துடைத்துவிடாதா என்று தோன்றியது.

சொட்டுச்சொட்டாக மெழுகுவர்த்தி கரைந்து கொண்டிருப்பது போலவே நானும் கரைந்து கொண்டிருந்தேன். எப்போது பிரார்த்தனை முடிந்தது, எப்போது ஆட்கள் கலைந்து போகத் துவங்கினார்கள் என்ற உணர்வேயில்லை.

தேவாலயத்தின் கிழக்கு வாசல் வழியாக வெளியே வந்தபோது சில்வியா யாரோ ஒரு பெண்ணோடு பேசிக் கொண்டிருந்தாள்.

அவர்கள் ஒருவர் கையை மற்றவர் பற்றிக் கொண்டு பேசிக் கொண்டிருப்பதைக் காண அத்தனை மகிழ்ச்சியாக இருந்தது.

ஒரு சிறிய விடுமுறைக்கால காதல் கதை

அந்தப் பெண்ணோடு பேசியபடியே வந்துவிடுகிறேன் என்று சைகை காட்டினாள் சில்வியா.

நான் வான்நோக்கி உயர்ந்து நிற்கும் கோபுரத்தைப் பார்த்தபடியே நின்றிருந்தேன். சில்வியா வந்திருந்தாள்.

"என்ன பிரேயர் பண்ணினே" எனக்கேட்டாள்.

"பிரேயர்ல ஒண்ணுமே கேட்கலை. நமக்கு என்ன வேணும்னு கடவுளுக்குத் தெரியாதா என்ன" என்றேன்.

"நீ, உன் வொய்ப், நான்சி எல்லோரும் நல்லா இருக்கணும்னு ப்ரே பண்ணினேன்."

"ஏதோவொரு மாயலோகத்தில இருந்து திரும்பி வந்துட்ட மாதிரி இருக்குப்பா."

"உன் முகத்தைப் பார்த்தா தெரியுது."

"நான் ரொம்ப சந்தோஷமா இருக்கேன்."

"நானும் தான்" என்றாள்.

"நாம அப்படி அந்த மரத்தடியில உட்காருவோமா" எனக் கேட்டேன்.

தலையாட்டினாள். இருவரும் அலங்கரிக்கப்பட்ட மரம் ஒன்றின் அடியில் இருந்த மரப்பெஞ்சில் உட்கார்ந்து கொண்டோம். ஒன்றும் பேசிக்கொள்ளவில்லை. குளிர்காற்றின் இதம். காற்றில் இலைகள் அசைவதைப் பார்த்துக் கொண்டிருந்தோம். ஒளிரும் வண்ணவிளக்குகளை வியந்து பார்த்துக் கொண்டிருந்தோம். தூரத்து சாலையில் செல்லும் வாகனங்களைப் பார்த்துக் கொண்டிருந்தோம். பின்பு நீண்ட பெருமூச்சுடன் இருவரும் எழுந்து கொண்டோம்.

வீடு வந்து சேர்ந்தபோது பின்னிரவாக இருந்தது.

"கேக் சாப்பிடுறயா?" எனக்கேட்டாள் சில்வியா.

"இப்போவா" என்றேன்.

"இப்போதான் சாப்பிடணும்" என பிளம்கேக் ஒன்றைப் பிய்த்து எனக்குப் பாதி கொடுத்து அவள் பாதி சாப்பிட்டாள்.

அந்த நாளின் சந்தோஷம் கேக்கின் வழியே முழுமையடைந்தது போலிருந்தது.

•••

அத்தியாயம் 12

சிறுநகரத்தின் ஞாயிற்றுகிழமை அலாதியானது. அதிலும் கோவில்பட்டி ஞாயிற்றுகிழமைக்கென விசேசமான தன்மையை கொண்டிருக்கிறது. வழக்கமாக குடிக்கும் டீயின் ருசிகூட ஞாயிற்றுகிழமையில் மாறிவிடுகிறது. புதிய ருசி, புதிய வாழ்க்கை என ஞாயிற்றுகிழமையை ஊர் கொண்டாடியது.

பூப்போட்ட ரோஸ் வண்ணக் குடை ஒன்றைக் கையில் பிடித்தபடியே சில்வியாவும் அவளது தங்கைகளும் வீட்டை விட்டு இறங்கி நடக்க ஆரம்பித்திருந்தார்கள்.

எங்கே போகிறார்கள் என்று புரியாமல் நானும் பின்னால் நிழல் போல நடக்க ஆரம்பித்தேன். இப்படியொரு பூப்போட்ட ரோஸ் குடை அந்த ஊரில் யாரிடமும் இருக்காது எனத் தோன்றியது. அவளது தாத்தா குடைக்கம்பெனி வைத்திருப்பவர். அவர்களுக்கு இல்லாத குடையா என்ன.

வெயில் அதிகமில்லை. பின் எதற்காகக் குடை.

அதுவும் ஒரு ஸ்டைல் தானோ.

ஏன் பையன்கள் இப்படி எல்லாம் குடை பிடித்துக் கொண்டு போவதில்லை.

மூவரும் ஒன்று போல உடையணிந்திருந்தார்கள். கையில் ஒரே மாதிரி வாட்ச் கட்டியிருந்தார்கள். சில்வியா மட்டும் குதி உயரமான செருப்பு அணிந்திருந்தாள். அந்தப் பெண்கள் ஒன்றாகக் குடைக்குள் நடப்பது அத்தனை அழகாகயிருந்தது. மிக மெதுவாக, ஒவ்வொரு அடியும் எண்ணி வைப்பது போல அவர்கள் நடந்து போய்க் கொண்டிருந்தார்கள்.

ஜெசிந்தா கையில் மட்டும் கறுப்பு நிறப் புத்தகம் ஒன்றிருந்தது.

எங்கே போகிறார்கள்...

நூலகத்திற்காக...

பெண்கள் யாரும் நூலகத்திற்கு வரமாட்டார்களே.

நூலகத்திற்கு எப்போது போனாலும் வயதான ஆண்கள்தானே இருக்கிறார்கள்.

இளம்பெண்கள் ஏன் நூலகத்திற்குப் போக விரும்புவதில்லை.

இந்தப் பெண்கள் மூவரும் ஒருவேளை பஜாருக்கு போகிறார்களோ.

கடைக்குப் போவதற்கு எதற்கு இத்தனை அலங்காரம்.

எங்க போனால் எனக்கென்ன. அவர்களை பின்தொடர்வது சந்தோஷம் அளிக்கிறது. அதுபோதும்தானே.

நான் பின்னால் வருகிறேன் என்பது சில்வியாவிற்குத் தெரிந்திருக்கும்.

அவளுக்கு முதுகிலும் கண்கள் இருந்தன.

ஆமாம்.

சில நேரம் திரும்பி பார்க்காமலே நான் வருவதை கரெக்டாகச் சொல்லிவிடுவாள்.

அது எப்படி சாத்தியம்!

சில்வியாவும் அவள் சகோதரிகளும் அந்த ஊரின் இளவரசிகளைப் போல நடந்து போனார்கள். அவர்களுக்காக சூரியனும் வெயிலைக் குறைத்துக் கொண்டிருந்தது. சாலையில் செல்லும் மனிதர்கள் அவர்களை ஆச்சரியமாகப் பார்த்துக் கொண்டே போனார்கள். புளியமரத்தடியில் செருப்பு தைக்கும் மூப்பன்பட்டி கிழவர்கூட அவர்களை ஏறிட்டுத்தான் பார்த்தார்.

அவர்களின் நடை ஊர் முழுவதையும் நறுமணத்தால் நிரப்புவது போலிருந்தது. அவர்கள் பஜார் தாண்டி நடக்கும்போது எனக்கு அவர்கள் எங்கே போகிறார்கள் என்பது புரிந்துவிட்டது.

இன்றைக்கு ஞாயிற்றுக்கிழமை. அவர்கள் சர்ச்சிற்குப் போகிறார்கள்.

இதுவரை நான் எந்த சர்ச்சிற்குள்ளும் போனதேயில்லை. வெளியே நின்றுதான் பார்த்திருக்கிறேன்.

எங்கே சர்ச் கோபுரத்தைப் பார்த்தாலும் அழகாகத்தானிருக்கிறது.

நான் நினைத்தது போலவே அவர்கள் மூவரும் ரயில்வே ஸ்டேஷன் போகும் சாலையிலுள்ள தேவாலயத்திற்குள் போனார்கள். மஞ்சள் நிற வண்ணம் பூசிய சுவர்கள். தேவாலய வளாகத்தினுள் நிறைய மரங்கள் இருந்தன. பைபிளின் வாசகங்களை சுவரில்

எழுதிப்போட்டிருந்தார்கள். தேவாலயத்தின் உள்ளே போவதா வேண்டாமா என்ற குழப்பத்துடன் நின்றிருந்தேன். காரிலும் பைக்கிலும் வந்திறங்கி ஆட்கள் கூட்டங்கூட்டமாகத் தேவாலயத்தினுள் போய்க் கொண்டிருந்தார்கள்.

ரகசியமாக உள்ளே போய் என்ன நடக்கிறது என்று பார்க்கலாம்தானே. யார் நம்மைத் துரத்தப்போகிறார்கள் என்று உள்ளே நுழைய முற்பட்டேன். பிரார்த்தனை கூடத்தினுள்ளிருந்த மரப்பெஞ்சு முழுவதும் ஆட்கள் உட்கார்ந்திருந்தார்கள். வழி முழுவதும்கூட ஆட்கள் நின்றிருந்தார்கள். ரெட்வுட்டில் செய்த மர இருக்கைகள். சுவரில் காணப்படும் பைபிள் காட்சிகளைச் சித்தரிக்கும் ஓவியங்கள். கண்ணாடி சரவிளக்கின் வேலைப்பாடுகள். பகல் வெளிச்சம் தாண்டி மின்சார விளக்குகளின் வெளிச்சம் வேறு. மெழுகுவர்த்திகள் ஏற்றி வைக்கப்படும் இடத்தில் நாற்பது ஐம்பது மெழுகுவர்த்திகள் எரிந்து கொண்டிருந்தன.

பிரார்த்தனை துவங்கியது.

சில்வியா எங்கேயிருக்கிறாள் என்று கண்டறிய முடியவில்லை. அந்தக் கூட்டத்திற்குள் நிற்க வேண்டாம் என வெளியே வந்தேன்.

சில்வியாவிடம் பிரார்த்தனை செய்யும் என்னைப் போன்றவன் இருக்கும்போது சில்வியா கடவுளிடம் என்ன பிரார்த்தனை செய்வாள்.

சில்வியா பிரார்த்தனை முடித்துவிட்டு வரும்வரை நான் அந்த சாலையிலே சுற்றிக் கொண்டிருந்தேன்.

நோயுற்ற கழுதையொன்று கட்டைச்சுவர் ஓரமாக நின்று கொண்டிருந்தது. அதன் அருகில் போய் கழுதையின் கண்களைப் பார்த்தேன். நிறைய அழுதிருக்கும் போல. அதன் கண்களுக்கு அடியில் ஈரத்தடம். கழுதையை மெதுவாகத் தடவிவிட்டேன். அதன் ரோமங்களில் அழுக்கு படிந்து போயிருந்தது.

என் சிறுவயதில் ஆற்றிலிருந்து மணல் எடுத்துக் கழுதைகளில் மணல்மூட்டைகளை ஏற்றிக் கொண்டு போவதைக் கண்டிருக்கிறேன். துணி வெளுப்பவர்களும் அழுக்குதுணிப் பொதிகளைக் கழுதையில் ஏற்றிக் கொண்டுதான் போவார்கள். இந்தக் கழுதை நிறைய சுமந்திருக்கும். அதன் கால்களை அப்போதுதான் கவனித்தேன். வளைந்து போயிருந்தது. கால்கள் இவ்வளவு வளைந்து போயிருக்கிறது என்றால் நிறைய சுமந்துவிட்டது என்றுதானே அர்த்தம். ஏனோ அதைப் பார்க்கும்போது வருத்தமாக இருந்தது.

தேவாலயத்திற்கு நான் திரும்பி வந்தபோது பிரார்த்தனை முடிந்து ஆட்கள் வெளியேறிப் போயிருந்தார்கள். சில்வியாவும் போயிருப்பாள். அதை நினைக்கும்போது ஏமாற்றமாகயிருந்தது.

ஞாயிற்றுக்கிழமைக்கென தனியான சுபாவமிருக்கிறது. அடைத்து சாத்தப்பட்ட கடைகள் கொண்ட பஜாரைக் கடக்கும்போது அந்த சுபாவத்தை முழுமையாக உணர முடிகிறது.

சாலையோர உணவகம் ஒன்றில் ஒருஆள் பூரிகளைச் சுட்டு ஒன்றின்மீது ஒன்றாக உயரமாக அடுக்கிக் கொண்டிருந்தான். அந்தப் பூரிமலையை வேடிக்கை பார்த்தபடியே நடந்தேன்.

வீடு திரும்பி வந்தபோது சில்வியா அவள் வீட்டுவாசலில் நின்று கொண்டிருந்தாள்.

அவளைப் பார்க்காதவன் போல கடந்து போக முற்பட்ட போது அவள் கேலியான குரலில் சொன்னாள்:

"சர்ச்சுக்கு வரணும்னா என்கூடவே வா. நானே அடுத்த வாரம் உன்னைக் கூட்டிக்கிட்டுப் போறேன்."

வருவதாகத் தலையாட்டினேன்.

அடுத்தவாரம் அவளுடன் இணையாக நடந்து சர்ச்சிற்குப் போகப்போகிறேன். யாராவது பார்த்தால் பார்க்கட்டும்.

தாத்தாவிடம் சொன்னால் எனக்கொன்றும் பயமில்லை.

இயேசுநாதர் நிச்சயம் என்னைக் கோவித்துக் கொள்ளமாட்டார்.

..

சில்வியா தனது டயரியில் சிறிய குறிப்பு போல ஆங்கிலத்தில் இதை எழுதினாள்:

"இந்த உடல் என்னிடம் எதையோ சொல்ல முயற்சிக்கிறது அல்லது கேட்கிறது. அதன் குரலை நான் கேட்பதேயில்லை. உடல்நலமில்லாத போதுதான் உடம்பைக் கவனிக்கிறேன். இந்த உடம்புக்குள் இன்னொரு உடம்பு இருக்கிறது. அது எப்போதாவதுதான் வெளிப்படுகிறது. அந்த நிமிசம் எவ்வளவு சந்தோஷமாகயிருக்கிறது. இப்போதே மார்பு கனத்துப் பெரிதாகிவிட்டது.

ஏன் உடல் இப்போதெல்லாம் திடீரென ஒரு பக்கம் பாரமாகி இழுப்பது போலிருக்கிறது.

யாராவது நம்மைப் பார்க்க மாட்டார்களா என்று உடல் ஏங்க வைக்கிறது.

இதெல்லாம் வெறும் மயக்கம்தானா.

பையன்களோடு பேசுவதற்குத்தான் பிடித்திருக்கிறது.

பொம்பளைப் பிள்ளைகளுடன் பேசினால் சுத்த அறுவை.

ஒவ்வொருத்திக்கும் ஆயிரம் பிரச்சனைகள். பொறாமை, கவலை, யாருக்கும் யாரையும் பிடிக்கவில்லை.

ஆண்களின் கண்கள் என்னைக் கடந்து போகும்போது வேகத்தடையில் ஏறும் பேருந்தைப் போலத் தடுமாறிச் செல்கின்றன.

குளிக்கும்போது இந்த உடல் புதிய பொருளைப் போலிருக்கிறது.

விந்தையான மெழுகினால் செய்யப்பட்டது போலிருக்கிறது

குளிக்கும்போது நான் மிகவும் சந்தோஷமாக இருக்கிறேன்.

தண்ணீர் பட்டவுடன் உடலுக்குள் நிறைய கண்கள் திறந்து கொள்கின்றன.

தண்ணீர் தலையில் படும்போதுதான் என்னைப் பற்றி நினைக்க ஆரம்பிக்கிறேன்.

என்னை ஆராதனை செய்து கொள்கிறேன்.

ரோஜாச்செடி முழுவதும் பூக்கள் மலர்ந்திருப்பதைப் போல உடலிலும் நிறைய பூக்கள் பூக்கின்றன. அதை நான் மட்டுமே நுகர்ந்து கொள்கிறேன்.

பையன்களை உலகில் படைத்து இப்படி ஏக்கத்துடன் பார்க்க வைத்ததற்கு நன்றி கடவுளே

பையன்களின் குரலில் ஏதோவொரு கவர்ச்சியிருக்கிறது, அவர்கள் என் பெயரைச் சொல்லும்போது மத்தாப்பூ போல ஒளிர்கிறது.

பாவம் இந்த சுப்பி.

என் பின்னாலே சுற்றுகிறான்.

எனக்குத் தெரியும் எதற்கென்று.

சுற்றட்டும். அவன் சுற்றுவது எனக்குப் பிடித்திருக்கிறது.

அவனால் என் கண்களைப் பார்த்துப் பேச முடியாது.

அவனால் என் தோள்மீது கைபோட முடியாது.

பயப்படுகிறான். அந்த பயம் எனக்குப் பிடித்திருக்கிறது.

சுப்பியை விட அழகான பையன்களை எனக்குத் தெரியும். அவர்களிடம் இந்த பயமில்லை.

சுப்பி ஒரு முட்டாள்.

இனிமையான முட்டாள்."

..

சில்வியா தனியே இருக்கும் போது நிறைய யோசிப்பாள். எதையாவது இப்படி டயரியில் கிறுக்கி வைப்பாள். சில நேரம் தான் ஒரு ஆண் என்று கருதிக் கொண்டு தன் உடலை வேடிக்கை பார்ப்பாள். அவளுக்குள் ஏதோ நடந்து கொண்டிருந்தது. அதில் பாதி அவளுக்குப் புரிந்தது. பாதி புரியவில்லை

"நீ இரவில் கடற்கரைக்குப் போயிருக்கிறாயா" எனக்கேட்டாள் சில்வியா.

"நான் கடலையே நேர்ல பார்த்தது கிடையாது. பிறகு இரவில் கடற்கரைக்கு எப்படிப் போயிருக்க முடியும்?" என்றேன் நான்.

"கடலே பார்க்கலையா!" என்று வியப்புடன் கேட்டாள்.

"எங்க ஊர் பக்கம் கடல் கிடையாது. கடல் பார்க்கணும்னா ரெண்டு மணி நேரம் பஸ்ல போகணும் எங்க ஸ்கூல்ல ஒரு தடவை கன்யாகுமரி டூர் கூட்டிக்கிட்டு போனாங்க, அதுக்குக் கூட நான் போகலை."

"போய் பாத்துட்டு வர வேண்டியதுதானே."

"கடலை எதுக்கு நேர்ல பாக்கணும். அதான் போட்டோல பாத்துருக்கேன், சினிமாவுல பார்த்து இருக்கேனே."

"மெட்ராஸ்ல பெரிய கடல் இருக்கு."

"சினிமாவில காட்டியிருக்காங்க."

"மெரினா பீச் ரொம்ப பெருசா இருக்கும். நாங்க நிறைய தடவை பீச்சுக்குப் போயிருக்கோம். எங்கப்பா கிளினிக் முடிச்சிட்டு வர்றதுக்குப் பத்து மணி ஆகிடும். அதுக்கு அப்புறம் டாடி சாப்பிட்டு

முடிச்சு எல்லோரும் கார்ல பீச்சுக்குப் போவோம். கடற்கரைல ஆளே இருக்காது. நான் கடல் அலை கால்ல படுறமாதிரி நின்னுக்கிட்டு இருப்பேன். அப்பாவும் அம்மாவும் மணலில் உட்கார்ந்து பேசிக்கிட்டு இருப்பாங்க. இருட்டுல அலையைப் பார்த்து இருக்கியா. மினுமினுப்பா இருக்கும். காலடியில இருக்கிற மணலை அலை இழுத்துட்டுப் போறது சுருசுருனு இருக்கும். வீட்டுக்குப் போக மனசே வராது."

"உங்க வீட்ல இருந்து கடல் பக்கமா?"

"கொஞ்ச தூரம். சிலநாள் நான் தனியா சைக்கிள்ல கூடப் போவேன்."

"உனக்கு ஏன் கடல்பிடிக்குது?"

"என்னை மாதிரியே அதுவும் கத்திக்கிட்டே இருக்கே" என்றாள் சில்வியா.

"உனக்கு ரொம்பக் கோவம் வருது."

"எனக்குத் தெரியும். நான் அப்படித்தான். சின்ன விஷயத்துக்குக் கூட கோபப்பட்டு கத்துவேன்."

"உங்க அம்மா திட்டமாட்டாங்களா?"

"திட்டுவாங்க. ஆனா அதைக் கண்டுக்கிடவே மாட்டேன்."

"உங்க அம்மா ரொம்ப அழகா இருப்பாங்களா?"

"ரொம்ப ரொம்ப அழகா இருப்பாங்க. சின்னப்பொண்ணா இருக்கும்போது பக்கத்துல படுத்து இருக்கற அம்மா முகத்தைப் பார்த்துகிட்டே இருப்பேன். சிவப்பான அழகான முகம். அந்த சிவப்பு எனக்கு வேணும்னு என் விரலால் அவங்க முகத்தை தொட்டுத் தொட்டு என் முகத்து மேல வச்சிக்கிட்டே இருப்பேன். என்னடீ செய்றேனு அம்மா திட்டுவாங்க. அம்மா போடுற சோப், அம்மா போடுற பவுடர். அம்மா கட்டுற வாட்ச் இதெல்லாம் எனக்கும் பிடிக்கும். ஆனா நான் அம்மாவைவிட கலர் கம்மி. நான் ஒண்ணும் சிவப்பு இல்லை, மாநிறம்."

"இதான் மாநிறமா!" என கேட்டேன்.

அவள் என்னை முறைத்தபடியே கேட்டாள்:

"அப்போ நான் கறுப்பா?"

"ஏன் கறுப்பா இருந்தா என்ன. கறுப்பும் அழகு தானே."

"நீ கறுப்பா இருக்கே அதான் அப்படிச் சொல்றே. நான் புதுநிறம்னு எங்க அப்பா சொல்வாரு."

அதைக்கேட்டு நான் சிரித்தேன். சில்வியா ஓங்கி முதுகில் அடித்தபடியே சொன்னாள்:

"சிரிக்காதே.. புதுநிறம்னா.. மாநிறம்தான்."

இன்னும் சப்தமாக சிரித்தேன். இப்போது அவளும் சேர்ந்து சிரித்தாள். பிறகு அவளிடம் சொன்னேன்:

"இந்த நிறத்துக்கு ஒரு பேரு இருக்கு."

"என்னது" என வியப்பாகக் கேட்டாள்.

"சில்வியா நிறம்" என்றேன்.

அவள் கையை மடக்கிக் கொண்டு குத்த வருவது போல சொன்னாள்:

"சின்னபொண்ணா இருக்கும்போது இன்னும் அழகா இருந்தேன். நீ அந்த போட்டோ எல்லாம் பார்த்தது இல்லே."

"அதெல்லாம் எங்க இருக்கு?"

"மெட்ராஸ்ல.. ஒரு வேடிக்கை சொல்லட்டுமா. அப்போ நான் பிப்த் படிச்சிட்டு இருந்தேன். ஒருநாள் என்னோட போட்டோ ஒண்ணை எடுத்துட்டுப் போய் வீட்டுக்குப் பின்னாடி குழி தோண்டி புதைச்சி வச்சேன். எதுக்குத் தெரியுமா.. போட்டோ காய்க்கிற மரம் வளரட்டும். என் போட்டோ மட்டும் காய்க்கிற ஒரு மரம் இருந்தா எப்படி இருக்கும்னு ஆசையா இருந்துச்சி. யார்கிட்டேயும் இதைப்பற்றிச் சொல்லலை. ஆனால் எப்படியோ ஜெசி இதைக் கண்டுபிடிச்சிட்டா. எங்க மம்மி என்னைத் திட்டி, நீ என்ன லூசானு கேட்டாங்க. நான் ஒண்ணும் பதில் சொல்லலை. ஆனா அப்படி ஒரு போட்டோ செடி முளைச்சிருந்தா நல்லா இருக்கும்லே."

"நிஜமாவே போட்டோவைப் புதைச்சி வைச்சயா?"

"பின்னே என்ன கதையா சொல்றேன்."

"யாராவது இப்படி செய்வாங்களா?"

"எனக்கு செய்யணும்னு தோணுச்சி. செஞ்சேன்."

அதைக்கேட்டு என்னால் சிரிப்பை அடக்கமுடியவில்லை. சில்வியா போதும் என்று கையை உயர்த்தினாள். நான் சிரிப்பை அடக்கிக் கொண்டேன்.

அவளாகச் சொன்னாள்.

"எனக்கு இஷ்டமானதெல்லாம் நான் செய்யத்தான் செய்வேன். யாரு கேலி செய்தாலும் எனக்குக் கவலையில்லை."

அதுதான் சில்வியா.

இதனால்தான் எனக்கு சில்வியாவைப் பிடித்திருந்தது.

"பகல் ஏன் இவ்வளவு மெதுவாகப் போகிறது" என்று கேட்டாள் சில்வியா.

"எப்பவும் போலத்தானே இருக்கிறது" என்றேன்.

"இல்லை. இன்னைக்கு ரொம்ப ஸ்லோ. ரொம்ப போரடிக்குது" என்றாள்.

"கேரம் விளையோடுவோமா" எனக்கேட்டேன்.

"கேரம்போர்டைப் பார்த்தாலே அலுப்பா இருக்கு."

"அப்போ என்ன செய்யச் சொல்றே."

"நாம எதையாவது திருடுவோமா."

"திருடுறதா."

"ஆமா.. தீயணைக்கும் படை ஆபீஸ்ல போயி ஒரு ஹெல்மெட்டைத் திருடிட்டு வந்துருவமா."

"மாட்டினா.. அவ்வளவுதான்."

"மாட்டினா நீ அடிவாங்கு.. என்னை அடிக்கமாட்டாங்கப்பா."

"அப்போ நீ மட்டும் போ.. என்னை எதுக்குக் கூப்பிடுறே."

"நீ தானே என் பிரண்ட்."

"திருடுறதுல கூடவா."

"ஆமா.. அதுக்கு மட்டும் தனியா ஒரு ஆளை பிரண்ட் ஆக்க முடியுமா?"

"வேணாம் சில்வியா.. அங்கே எப்பவும் ஆள் இருப்பாங்க."

"இந்நேரம் ஒண்ணு ரெண்டு பேர்தான் இருப்பாங்க. நீ ஒரு பிளாஸ்டிக் குடத்தை எடுத்துட்டு வா.. தண்ணி பிடிக்கப் போற மாதிரி நைசா உள்ளே போயிடுவோம்."

"ஏன் நீ குடத்தை எடுத்துட்டு வரவேண்டியதுதானே."

"என்னைப் பாத்தா தண்ணிக்குடம் தூக்குற பொண்ணு மாதிரியா இருக்கு. சொல்லு."

"நானே கொண்டுகிட்டு வர்றேன்."

"போ.. வீட்ல போயி குடத்தை எடுத்துட்டு வேகமா வா."

"உங்க வீட்ல இருக்கிற குடத்தை எடுத்துக்கிடுவோம்."

"உன் இஷ்டம்."

அவர்கள் குளியல் அறையின் உள்ளே போய் பச்சை நிற பிளாஸ்டிக் குடம் ஒன்றை எடுத்துக் கொண்டு வந்தேன்.

தீயணைக்கும்படை அலுவலகத்திற்குள் போய் திருடுவது என்றால் லேசான விஷயமா என்ன. ஏன் இப்படி எல்லாம் யோசிக்கிறாள்.

சில்வியா கண்ணாடி பார்த்து முகத்திற்கு பவுடர் போட்டுக் கொண்டிருந்தாள்.

"இப்போ எதுக்கு மேக்கப் போட்டுக்கிறே" என்று கேட்டேன்.

"திருடப் போனா மேக்கப் பண்ணிக்கிட கூடாதா?"

அவளை முறைத்தபடியே "நான் கூட வரணுமா" என்று மறுபடி கேட்டேன்.

"வாயை மூடிக்கிட்டு கூட வா" என்று அவள் என் கையைப் பிடித்து இழுத்துக் கொண்டு போனாள். சில்வியா கையைப் பிடித்துக் கொள்கிறாள் என்றால் எங்கே வேண்டுமானாலும் போக வேண்டியதுதானே.

காலிக்குடத்துடன் நாங்கள் தீயணைக்கும்படை அலுவலகத்தின் முன்பு போனபோது ஒரு ஆள் சைக்கிளில் வெளியே போய்க் கொண்டிருந்தான். தீயணைக்கும் வாகனம் சிவப்பு வண்ணத்தில் நின்றிருந்தது. உள்ளே ஆள் நடமாட்டமேயில்லை. தண்ணீர் தட்டுப்பாடான நேரத்தில் அங்கே போய் ஒருகுடம் தண்ணீர் பிடித்துக் கொள்ள அனுமதிப்பார்கள். தண்ணீர் பிடிக்கப்போவது போல ரகசியமாக உள்ளே நடந்தேன்.

சில்வியா ஏதோ கல்யாண வீட்டிற்குள் போவது போல ஜாலியாக உள்ளே நடந்தாள். உள்அறையில் இரண்டுபேர் சீட்டாடிக் கொண்டிருந்தார்கள். நிழலில் ஒருஆள் துண்டை விரித்து உறங்கிக் கொண்டிருந்தார்.

யார் ஹெல்மெட்டைத் திருடப்போவது என்று புரியாமல் நான் குழம்பிப் போயிருந்தேன்.

இதற்குள் சில்வியா உள் அறையில் தொங்கிக் கொண்டிருந்த ஹெல்மெட்டில் ஒன்றைத் திருடிக் கொண்டு வந்திருந்தாள். அந்த ஹெல்மெட் அவள் தலையில் இருந்தது.

நான் காலிக்குடத்துடன் அவள் பின்னாடியே நடந்தேன்.

நல்லவேளை, யாரும் பார்க்கவில்லை. அவள் பார்த்தால் ஹெல்மெட்டை. கழட்டி கொடுத்துவிடுவோம் என்பது போல நிதானமாக வந்தாள். நாங்கள் தீயணைக்கும் படை அலுவலகத்தை விட்டு வெளியே வந்தவுடன் அந்த ஹெல்மெட்டை என்னை அணிந்து கொள்ளச் சொன்னாள். எனக்கோ பயமாக இருந்த்து.

அவளாகவே என் தலையில் ஹெல்மெட்டை மாட்டிவிட்டு குடத்தை இடுப்பிலே வச்சிக்கோ என்றாள்.

எனக்கு வெட்கமாகவும் சந்தோஷமாகவும் இருந்தது. யாரோ காக்கி உடையில் வருவதைக் கண்டு அவசரமாக ஹெல்மெட்டை கழட்டினேன். என்னிடமிருந்த ஹெல்மெட்டைக் கழட்டி ரோட்டில் வீசி எறிந்தாள் சில்வியா. அது பெருஞ்சப்தம் எழுப்பியபடியே உருண்டு ஓடியது. கால்பந்து விளையாடுவது போல அதை எத்தி விட்டாள். பைக்கில் கடந்து போன ஒருஆள் அவளை விநோதமாகப் பார்த்துப் போனார்.

நான் அந்த ஹெல்மெட்டை ஓடிப்போய் எடுத்துக் கொண்டு வீட்டை நோக்கி நடந்தேன்.

சில்வியா வீட்டிற்குப் போனதும் அவள் அந்த ஹெல்மெட் மீது பெயிண்டால் படம் வரைய ஆரம்பித்தாள். அடுத்த சில நிமிஷத்தில் அந்த ஹெல்மெட் மீது சிறகை விரித்த ஒரு பறவையின் படம் வரையப்பட்டிருந்தது. அந்த ஹெல்மெட்டை அணிந்தபடியே அவள் ஆங்கிலப்படங்களில் நடனமாடும் பெண்களைப் போல இடுப்பை வளைத்து துள்ளி ஆட ஆரம்பித்தாள்.

நிச்சயம் நம்மைக் கண்டுபிடித்துவிடுவார்கள். வீடு தேடி வந்து ஹெல்மெட்டைப் பறிமுதல் செய்துவிடுவார்கள் என்று பயந்து கொண்டேயிருந்தேன்.

யாரும் தேடி வரவேயில்லை. மறுநாள் சில்வியா சொன்னாள்:

“நேத்து நாள் போனதே தெரியலை.. வேகமா போயிருச்சில்ல.”

"மாட்டிக் கொண்டு இருந்தால் தெரிந்திருக்கும்" என்றேன். சில்வியா உதட்டைச் சுழித்தபடியே சொன்னாள்:

"பயந்து பயந்து வீட்டுக்குள்ளே கிடந்தா ஒரு த்ரில்லும் கிடைக்காது."

"உன் கையைக் காலைக் கட்டி ஒரு ரூம்ல போட்டு வச்சுட்டா என்ன செய்வே?"

"அப்படியே செத்துப்போயிடுவேன். என்னாலே ஐந்து நிமிசம் ஒரு இடத்துல இருக்க முடியாதுப்பா.."

"ஸ்கூல்ல என்ன செய்வே?"

"அது பெரிய கதை. இன்னொரு நாள் சொல்றேன்."

இதற்குள் ஜெசிந்தா வந்து "மணி மூணு ஆகப்போகுது. உன்னை பாட்டி சாப்பிடக்கூப்பிடுறா " என்றாள்.

"நண்டு ப்ரை இருக்கு.. சாப்பிடுறயா" என என்னைப் பார்த்துக் கேலியாகக் கேட்டாள்.

நான் வீட்டிற்குப் போய் வெண்டைக்காய் சாப்பிட்டுக் கொள்வதாகக் கிளம்பினேன்.

சில்வியாவோடு இருந்தால் ஒருநாள் என்பது சொடக்கு போடும் நேரம்போல சட்டென மறைந்துவிடுகிறது.

விடுமுறை முடிவதற்கு பத்து நாட்களுக்கு முன்பாகவே மதராஸிலிருந்து சில்வியாவின் அப்பாவும் அம்மாவும் வந்திருந்தார்கள். சில்வியா சொன்னதுபோல அவளது அம்மா ஒன்றும் பேரழகியில்லை. ஆனால் சில்வியாவின் கண்களுக்கு அவள் அழகாகத் தெரிகிறாள். அப்படித்தானே இருக்க முடியும்.

சில்வியாவின் அப்பா சினிமா நடிகர் அசோகன் போலிருந்தார். பருத்த தொப்பை. அகலமான முகம். சில்வியா அவளது அப்பாவைப் பார்ப்பதற்காக என்னை அழைத்தாள். ஏனோ அவரைக் காண கூச்சமாக இருந்தது. அவர் ஒருநாள் கோவில்பட்டியில் இருந்தார். மறுநாள் காலை அவர்கள் காரில் கிளம்பினார்கள். கொல்லம் வரை போய் அங்கே சில நாட்கள் தங்கிவிட்டு பிறகு ரயிலில் மதராஸ் போகப்போவதாகச் சொன்னாள் சில்வியா.

ஏன் அவள் ஊரைவிட்டுப் போகிறாள் என்று வருத்தமாக இருந்தது. ஆனால் அதைக்காட்டிக் கொள்ளவில்லை.

சில்வியா உற்சாகமாகக் கிளம்பிக் கொண்டிருந்தாள். அவர்கள் கார் கிளம்பும் வரை அவர்கள் வீட்டுவாசலில் நின்று கொண்டிருந்தேன். சில்வியா கையசைத்தாள். பதிலுக்கு நானும் கையசைத்தேன். அவள் ஊருக்கு அவள் போகிறாள். நானும் உடனே ஊருக்குக் கிளம்பிவிட வேண்டும் என்று நினைத்தேன்.

"அப்பா வந்து கூப்பிட்டுப் போகும்வரை இரு" என்றாள் ஆச்சி.

ஆனால் என்னால் இங்கே ஒருநாள்கூட இருக்க முடியாது என்பதால் நான் தனியே போகிறேன் என்று சொன்னேன்.

நானே உங்களைக் கொண்டு போய் விடுகிறேன் என்று ஆச்சியே கிளம்பினாள்.

ஏன் இப்படி அவசரப்படுகிறேன் என்று தம்பி சீனி கோபித்துக் கொண்டான். சித்தி மறுநாள் போகலாம் என்றாள். சில்வியா இல்லாத வெறுமை மனதை அழுத்தியது. அவள் கார் இந்நேரம் எங்கே போய்க் கொண்டிருக்கும் என்பதைப் பற்றியே நினைத்துக் கொண்டிருந்தேன்.

மெட்ராஸ் போனதும் அவள் என்னை மறந்துவிடுவாள். என்னால்தான் அவளை மறக்க இயலாது.

மறுநாள் ஆச்சியுடன் ஊருக்குக் கிளம்பியபோது சில்வியா வீட்டின் முன்னால் சைக்கிள் இல்லாத வெறுமையை கண்டேன். அவளது சிரிப்பு சப்தம், துள்ளல், வேகம், முன்கோபம் எல்லாமும் விடைபெற்றுப் போய்விட்டன.

சில்வியா இல்லாத பகல் பொழுதில் வெயில்கூட உக்கிரம் கொண்டேயிருந்தது.

ஆச்சியும் நாங்களும் பேருந்திற்காகக் காத்திருந்தோம்.

பால்கோவா வேண்டுமா என்று ஆச்சி கேட்டாள். வேண்டாம் எனத் தலையாட்டினேன்.

பேருந்தின் ஜன்னல் சீட்டினை மாலா பிடித்துக் கொண்டாள். அடுத்து ஆச்சி. பின்பக்கமிருந்த சீட்டில் நான், அடுத்து சீனி என உட்கார்ந்து கொண்டோம். அருப்புக்கோட்டைவரை அந்த பஸ் போகும். அங்கிருந்து இன்னொரு டவுன் பஸ் பிடிக்க வேண்டும்.

ஊர் போய் இறங்கும்போது மதியம் இரண்டுமணியாகியிருந்த்து.

"என்னடா அதுக்குள்ளே வந்துட்டே" என்றாள் அம்மா.

"எனக்கு காச்ச அடிக்க மாதிரி இருக்கு" என்றபடியே உள் அறையில் போய் படுத்துக் கொண்டேன்.

நினைவில் சில்வியா கொதித்துக் கொண்டிருந்தாள்.

...

அத்தியாயம் 13

நான்சி குழந்தையாக இருந்தபோதிருந்து எடுத்த சில புகைப்படங்களை என் கையில் கொடுத்துப் பார்க்கச் சொன்னாள் சில்வியா.

"அவ குழந்தையா இருக்கிறப்போ நீ பார்க்கலை.. ரொம்ப அழகா இருந்தா."

"ஏன்? இப்போ என்ன? அழகாதானே இருக்கா."

"வளர வளர முகம் மாறிக்கிட்டே இருக்கு."

"உங்க ரெண்டு பேருக்கும் கண்ணு மூக்கு எல்லாம் ஒரே மாதிரி இருக்கு. அச்சடித்த ரூபாய் மாதிரி."

"உன் ஆராய்ச்சியை ஆரம்பிச்சிட்டியா. அம்மா பொண்ணு ரெண்டு பேருக்கும் ஜாடை ஒண்ணா இருக்கிறதுல என்ன ஆராய்ச்சி வேண்டிக் கிடக்கு."

"சிலருக்கு அப்பா ஜாடை வந்துரும்."

"இவளுக்கு அவ அப்பா குணம் மட்டும்தான் இருக்கு. அவரு வாயைத் திறந்து பேசவே மாட்டாரு. பத்து தடவை பேசினா ஒரு வார்த்தை வெளியே வரும். நான்சி அப்படியே அவங்க அப்பாவைக்கொண்டு பிறந்திருக்கா."

"அவளுக்கு சேர்ந்துதான் நீ பேசுவியே."

"பேசிப்பேசித்தானே இந்தக் கதியாகிட்டேன்."

"நான்சி பிறக்கிறப்போ எங்க இருந்தீங்க?"

"ஊட்டில.. அப்போ நான்சி அப்பாவுக்கு ஊட்டில வேலை. ஒன்றரை வருஷம் அங்கே இருந்திருப்போம்."

"நான் பலதடவை ஊட்டிக்கு வந்துட்டுதான் இருந்தேன். நீ கண்ணிலே படவேயில்லை."

"ரோட்டில நின்னுட்டு போறவர்றவங்களுக்கு டாட்டா காட்டுறதா என் வேலை."

“உன்னைத் திரும்ப பாக்கவே முடியாதோனு நினைச்சிருக்கேன்.”

“நான் எதையும் நினைச்சே பாக்கக் கூடாதுனு வைராக்கியமா இருந்தேன். சொந்த ஊரு, அப்பா அம்மா பத்தி யாரு எப்போ கேட்டாலும் பொய்யா ஏதாவது சொல்வேன். என்னை நானே ஏமாத்திக்கிட்டு இருந்தேன். வீட்ல யாராவது கூட இருந்தா பழைய விஷயங்கள் நினைப்பே வராது. ஆள் இல்லாட்டிப் போனா நடந்து போன விஷயம் அத்தனையும் மனதில் கொப்பளிக்க ஆரம்பிச்சிரும். அழுவேன். நானா அழுதுக்கிட்டு இருப்பேன். நான்சி என் வயிற்றுல இருந்தா. அவளுக்கும் இந்த அழுகை கேட்டு இருக்கும். அழுது அழுது கண்ணுவீங்கி சோர்ந்து படுத்துக்கிடுவேன். சாயங்காலம் வேலை விட்டு வந்த நான்சி அப்பா ஒரு வார்த்தை என்ன ஆச்சுனு கேட்க மாட்டாரு. அவருக்கு இந்த உடம்பு மட்டும்தான் வேணும். உடம்புக்கு என்ன செய்தாலும் கூட படுத்துகிடணும். அவரு முத்தம் கொடுத்தாகூட வெறுப்பா தான் இருக்கும். என்ன செய்ய கட்டிகிட்டவனை தூரப்போனு தள்ளிவிட முடியாதே. அந்த மனுசனைக் கட்டிக்கிட்டு நான் பட்டதெல்லாம் துன்பம்தான்.”

“பிடிக்காம அவரை ஏன் கட்டிக்கிட்டே?”

“பயம். இந்த மனுசனை விட்டா யாரு நம்மளைக் கட்டிக்கிடுவாங்கன்னு பயம்.”

“நீ காலேஜ்ல போயி படிச்சிருக்கணும்.”

“எங்கப்பா இருந்திருந்தா படிக்க வச்சிருப்பார். அவரு இப்படி ஆக்சிடெண்ட்ல சாவாருனு எனக்கு எப்படித் தெரியும். வேளாங்கண்ணிக்கு மம்மியும் அவரும் கிளம்பி ஒண்ணா போனாங்க. அன்னைக்கு என்னையும்கூட கூப்பிட்டாங்க. நான் வரலைன்னு சொன்னேன். சிதம்பரம்கிட்ட எதிரே வந்த ஒரு லாரி மோதி ஸ்பாட்டிலே அப்பா அம்மா ரெண்டு பேரும் அவுட். கார் மரத்துல மோதி நசுங்கிப் போயிருந்துச்சி..

நாங்க போயி பார்த்தோம். அப்படியொரு சாவு யாருக்கும் வரக்கூடாது இயேசப்பா.. அழுது அழுது தொண்டை கட்டிப்போச்சு.. அதுக்கு அப்புறம் எங்களை யாரு பார்த்துக்கிடுறதுனு சொந்தக்காரங்களுக்குள்ளே சண்டை. சொந்தக்காரங்க ஒண்ணு கூடி எங்களை ஏமாத்திட்டாங்க. நகை பணம் வீடு, ஆஸ்பத்திரி எல்லாம் போயிருச்சி. எங்களுக்குப் போக்கிடமேயில்லை. சொன்னா நம்ப மாட்டே. எங்கப்பா ஆஸ்பிடல்ல வேலை பார்த்த ஒரு டாக்டர் எங்களை வீட்டுவேலைக்கு வச்சிக்கிடுறதா

சொன்னாரு. அதைக் கேட்டு ஜெசி அழுதா. நான் அழுதேன். அதுக்கு அப்புறம் நடந்தது எல்லாம் துன்பக்கதை. இனிப் பேசி என்ன ஆகப்போகுது."

"நீ லண்டனுக்குப் படிக்கப் போயி பெரிய லாயர் ஆகிருப்பேனு நினைச்சிக்கிட்டு இருந்தேன்."

"அதெல்லாம் வெறும் கனவா போயிருச்சு. ஸ்கூல்ல படிச்ச சர்டிபிகேட் கூட என்கிட்ட இல்லே. அதெல்லாம் எங்க போச்சோ. யாருக்குத் தெரியும்."

"நான்சியை லண்டனுக்கு அனுப்பிப் படிக்க வச்சிருவோம்."

"அவளுக்கு அதெல்லாம் இஷ்டமில்லை. ஒரு நாள் அவ என்கிட்ட வந்து 'அம்மா, நான் கன்னியாஸ்த்ரீ ஆகப்போறேன்'னு சொல்றா."

"ஏனாம்?"

"எல்லாம் நான் படுற கஷ்டத்தைப் பார்த்துதான். நீ நல்லா படி.. பெரிய வேலைக்குப் போன்னு சொன்னேன். அதுக்கு யாரு பணம் வச்சிருக்கானு கேட்கிறா.. என்ன பதில் சொல்றது?"

"அவ என்ன படிக்க நினைக்காளோ அதை நான் படிக்க வைக்கிறேன்."

"என் வயித்துல வந்து பிறந்து அவ ஒரு சொகத்தையும் காணலே.. அம்மா நீங்க கஷ்டப்படாதீங்கன்னுதான் சொல்லுவா.. அவ வயசில நான் இப்படியா இருந்தேன். புள்ளைக்கு ஒண்ணும் செய்ய முடியலையேனுதான் எனக்கு வருத்தம்."

என்றபடி தன்னை மீறிக் கசியும் கண்ணீரைத் துடைத்துக் கொண்டாள்.

"அதெல்லாம் செய்ய வேண்டிய நேரத்துல செய்யலாம். நீ கண்ணைத் துடை" என்றேன்.

அவள் எழுந்து போய் ஒரு டம்ளர் தண்ணீர் குடித்துவிட்டுவந்தாள்.

"எனக்கும் ஒரு டம்ளர் தண்ணி குடு" என்றேன்.

அவள் தந்த தண்ணீரை நீட்டியபோது கைகள் நடுங்கிக் கொண்டிருப்பதைக் கண்டேன்.

...

ஒரு சிறிய விடுமுறைக்கால காதல் கதை | 139

அத்தியாயம் 14

சில்வியாவைச் சந்தித்து வந்த பிறகு ஒன்பதாம் வகுப்பிற்காக அருப்புக் கோட்டையில் உள்ள பள்ளி ஒன்றில் சேர்க்கப்பட்டேன். இனி சில்வியாவைக் காண ஒரு வருஷம் காத்துக்கிடக்க வேண்டும். கடிதம் எழுதலாம். முகவரி தெரியாது. அவளை நினைத்துக் கொண்டே நாட்களை ஓட்ட வேண்டியதுதான்.

அருப்புக்கோட்டையிலுள்ள புதுப்பள்ளிக்குப் போன போதும் விடுமுறை நாட்களின் நினைவிலிருந்து விடுபடவேயில்லை. மாணவர்கள் ஒவ்வொருவரும் விடுமுறைக்காக எந்த ஊருக்குப் போனார்கள், என்ன சாப்பிட்டார்கள், என்ன படம் பார்த்தார்கள் என்று அரட்டை அடித்துக் கொண்டிருந்தார்கள். நான் எதையும் எவரிடமும் சொல்லிக் கொள்ளவில்லை.

அடுத்த கோடை விடுமுறை எப்போது வரும் என்று நாட்களை எண்ணத் துவங்கினேன். இன்னும் நிறைய நாட்கள் இருந்தன. அடுத்த வருஷமும் சில்வியா வருவாள்தானே.

இனி வரவே மாட்டாளா.

ஒருவேளை அவள் வராமல் போய்விட்டால் என்ன செய்வது.

மதராஸிற்குப் போய் அவளைப் பார்த்து வரலாமா.

ஏன் அவள் அட்ரஸ்கூட வாங்கி வைத்துக் கொள்ளாமல் போய்விட்டோம் என்று யோசனைகள் பலவாறாக வந்தவண்ணம் இருந்தன. நிச்சயம் சில்வியா வருவாள் என்ற நம்பிக்கை எனக்கிருந்தது.

ஒன்பதாம் வகுப்பில் பிரதீபன் என்றொரு பையன் புதிதாக வந்து சேர்ந்திருந்தான். அவன்தான் எனது புதிய நண்பனாக மாறினான். நானும் பிரதீப்பும் எப்போதும் ஒன்றாகச் சுற்றினோம். ஒரு நாள் பிரதீப்பிடம் சில்வியாவைப் பற்றி சொன்னேன். அவன் நம்ப முடியாமல் கேட்டான்.

"அவ, கூடயே சுத்துனயா.."

"ஆமா."

"அவளைத் தொட்டயா."

"ஆமா"

"அவள் உன் கையை பிடிச்சிட்டாளா."

"ஆமா, கட்டிக்கூட புடிச்சேன்."

"நான் நம்ப மாட்டேன்."

"நீ நம்பாட்டி போ.. ஆனா அதுதான் உண்மை."

பிரதீப் இந்த விஷயத்தை மறுநாள் பள்ளிக்கூடம் முழுவதும் சொல்லிவிட்டான். அடுத்த நாள் மாணவர்கள் அத்தனை பேரும் என்னைக் கேலி செய்தார்கள். பிரதீப் ஏன் இப்படி நடந்து கொண்டான் என்று ஆத்திரமாக வந்தது. ஒரு நாள் மதிய உணவு இடைவேளையின் போது எனது டிபன்பாக்ஸால் அவனது தலையில் ஓங்கி அடித்தேன். சாம்பார் சோறு அவன் தலையில் கொட்டியது. அவன் ஆத்திரத்துடன் என்மீது பாய்ந்து என் கையைக் கடித்து வைத்துவிட்டான். கணித ஆசிரியர் வந்து விலக்கிவிட்டார்.

மாலையில் இருவரையும் ஹெச் எம். அறையில் அழைத்து விசாரணை நடத்தினார்கள். நான் எதையும் சொல்லவேயில்லை. இவனாக சில்வியாவைப் பற்றி ஏதோ சொல்லிக் கதை விடுகிறான் என்று சத்தியம் செய்தேன். பொய் சொன்னது மற்றும் என் கையைக் கடித்து வைத்தது இரண்டுக்குமாக அவனை வேறு பிரிவிற்கு மாற்றிவிட்டார்கள். இதன்பிறகு ஒருவரிடமும் சில்வியாவைப் பற்றி சொல்லக்கூடாது என்பதில் உறுதியாக இருந்தேன்.

ஒவ்வொரு நாளும் தனியாக இருக்கும் நேரங்களில் அவளைப் பற்றியே நினைத்துக் கொண்டிருப்பேன். அவள் பெயரை மனதிற்குள் சொல்லிக் கொண்டேயிருப்பேன். சில சமயம் அவள் வரைந்தது போல சிறகு விரித்த பறவையைப் படம் வரைந்து பார்ப்பேன். சில்வியாவை நினைக்கும் போதெல்லாம் நெறிகட்டியது போல வலிக்கும்.

ஒரு ஆண்டு என்பது எதற்காக 365 நாட்கள் கொண்டதாக இருக்கிறது. ஒருநாள் அல்லது ஒருவாரம் என மாற்றிவிட்டால் எவ்வளவு நன்றாக இருக்கும். பள்ளிப்பாடங்களின் சுமை அதிகமானதும் மெல்ல மனதிலிருந்து சில்வியா விலகிப்போகத்

துவங்கினாள். அன்றாடம் டவுன் பஸ் பிடித்து அருப்புக்கோட்டை போய்வரும் சிரமம் பெரியதாகியது. பலநாட்கள் பஸ் நிற்காது. நடந்தோ, எவரது சைக்கிளிலாவதோ பின்னால் தொற்றிக் கொண்டு போக வேண்டும். இதுபோலதான் பள்ளிவிட்டதும் டவுன் பஸ் கிடையாது. வீடு திரும்ப ஏழு மணியாகிவிடும்.

வீடு வந்தவுடன் பையைத் தூக்கி போட்டுவிட்டு கைகால் கழுவிவிட்டுச் சாப்பிடுவேன். பிறகு நோட்டைத் திறந்து ஹோம் வொர்க் எழுத ஆரம்பிப்பதற்குள் தூக்கம் வந்துவிடும். திடீரென ஒரு நாள் கண்ணாடியில் என்னைப் பார்த்தபோது நான் மிகவும் உயரமாக வளர்ந்துவிட்டது போல தோன்றியது. அரும்பு மீசையாக உள்ள ரோமங்களைத் தடவியபடியே கண்ணாடியில் என்னைப் பார்த்துக் கொண்டேன்.

அப்போது சில்வியாவின் ஞாபகம் வந்து போனது.

••

ஒன்பதாம் வகுப்பு கோடைவிடுமுறை துவங்கிய மறுநாள் ஆச்சி வீட்டிற்கு வந்திருந்தேன். சில்வியாவும் அவள் தங்கைகளும் எப்போது வருவார்கள் என்று ஜெபசிங் தாத்தா வீட்டில் விசாரித்தேன். அவள் வரமாட்டாள் என்றார்கள்.

எனக்கென்னவோ அவள் நிச்சயம் வருவாள் என்றுதான் தோன்றியது. ஒவ்வொரு நாள் காலையிலும் அவள் இரவில் வந்திருப்பாள் என்பதுபோல அவளது தாத்தா வீட்டினை நோக்கி ஓடுவேன். அதே டயர் செருப்பு ஒன்று மட்டுமே கிடக்கும்.

சில்வியா எங்கே போயிருப்பாள். ஏன் விடுமுறைக்கு தாத்தா வீட்டிற்கு வரவில்லை. மறுபடியும் அவள் அப்பாவிற்கும் அம்மாவிற்கும் சண்டை வந்திருக்குமா. என்னென்னவோ யோசனைகள், குழப்பங்கள். வழக்கமாக சுற்றும் குமாரும் கேசவனும் என்னை ஊரெல்லாம் கூட்டிக்கொண்டு திரிந்தார்கள். எப்போதும் போல இருப்பதாக நடித்துக் கொண்டிருந்தேன்.

ஏப்ரல் மாதம் முடிந்து மே மாதமும் துவங்கியது. சில்வியா வரவில்லை. இனி அவள் வரமாட்டாள். அவளை இனி பார்க்கவே முடியாது என்று உறுதியாகத் தெரிந்தது.

ஒரு ஞாயிறுகிழமை காலை எப்போதும் போல ஹாக்கி விளையாட மைதானத்திற்குப் போகலாம் என குமாரை அழைப்பதற்காக எழுந்து போனபோது சில்வியா தாத்தா வீட்டின்

வாசலில் நிறைய செருப்புகள் இருந்தன. ஒரே பேச்சுக்குரலாக இருந்தது. ஒரு விநாடி சந்தோஷம் பெருக்கெடுக்க அப்படியே நின்றிருந்தேன்.

திரைச்சீலையை விலக்கி சில்வியா வெளியே வந்தாள். புதிதாகக் கண்ணாடி போட்டிருந்தாள். கோல்ட் பிரேம் வைத்த மூக்கு கண்ணாடி. நிறைய தலைமயிர். அதை குதிரைவால் கொண்டை போல போட்டிருந்தாள். அவளிடம் நிறைய மாற்றமிருப்பதை பார்த்தவுடனே உணர முடிந்தது. ஒரு வருஷத்தில் பெண் எப்படி எல்லாம் உருமாறிவிடுகிறாள். சில்வியா முகத்தில் விளையாட்டுதனமில்லை. பொறுப்பான பெண் என்பது போல முகம் மாறியிருந்தது. ஆனால் அதே ஒளிரும் கண்கள்.

"நான் வந்துட்டேனு எப்படி தெரியும். அதுக்குள்ளே உனக்கு எப்படி மூக்கு வியர்த்துருச்சி" எனக்கேட்டாள்.

"எப்போ வந்தே?" எனக்கேட்டேன்.

"அரைமணி நேரம் இருக்கும். இந்த தடவை நாங்க ஊட்டிக்குப் போயிட்டோம். டாடி அங்கே ஒரு கெஸ்ட் அவுஸ் விலைக்கு வாங்கியிருக்கார். பெரியபங்களா. ஒரு மாசம் ஊட்டில ஜாலியா இருந்தோம்."

"நீ வரமாட்டயோனு நினைச்சேன்."

"நான்தான் போகணும்னு அடம் பிடிச்சி எல்லோரையும் கூட்டிக்கிட்டு வந்தேன்."

"லீவு முடிய இன்னும் பத்து நாள்தான் இருக்கு."

"பத்து நாள் இருக்குல்லே.. அதுக்குள்ளே எவ்வளவு சுத்தலாம்" என்றபடியே சில்வியா வீட்டினுள் போய்விட்டாள்.

குமாருடன் ஹாக்கி விளையாடப் போகவேண்டாம் என முடிவு செய்து என் வீட்டிற்குத் திரும்பினேன்.

சென்ற வருஷம் பார்த்த சில்வியா போல இந்த வருஷம் பார்த்த சில்வியா இல்லை. சதா ஏதோ யோசனையோடு இருந்தாள். ஊஞ் சல் கட்டித்தரச் சொல்லிக் கேட்கவில்லை. பாதி நேரம் வீட்டில் தூங்கிக் கொண்டேயிருந்தாள்.

இதைப்பற்றி சாராவிடம் கேட்டபோது அவள் சொன்னாள்.

"அக்கா நிறைய மாத்திரை சாப்பிடுறா."

“எதுக்கு?.”

“அவளுக்கு அடிக்கடி தலைவலி வருது. வலி தாங்கமுடியாமல் அழுவா. டாடி தான் மாத்திரை குடுத்தாரு. அதைப் போட்டா தூக்கம் தூக்கமா வரும். அதான் அடிக்கடி தூங்கிடுறா.”

ஏன் திடீரென தலைவலி உருவானது.

சில்வியா வந்த இரண்டு நாட்களுக்கு வீட்டிற்குள்ளாகவே கிடந்தாள். மூன்றாம் நாள் என்னை அழைத்துக் கேட்டாள்.

“இந்த ஊர்லயே ரொம்ப உயரமான இடம் எது?.”

“கதிரேசன் மலை.”

“நாம அங்கே போகலாமா?.”

நான் ஆமோதிப்பவன் போல தலையாட்டினேன்.

மறுநாள் மாலை நாங்கள் கதிரேசன் கோவில் பாதையில் நடக்க ஆரம்பித்தோம். இந்த மலைக்கு மட்டும் எங்கிருந்து இப்படி காற்று வருகிறது. காற்றின் நதியோடுவது போலவே இருக்கிறதே. தொலைவில் எங்கிருந்தோ ஒரு மயிலின் சப்தம் கேட்டது. சில்வியா ஏதோ யோசனையுடன் நகம் கடித்தபடியே நடந்து கொண்டிருந்தாள்.

நாங்கள் மலையின் உச்சியை சென்று அடையும் வரை பேசிக் கொள்ளவேயில்லை. உயரத்தில் இருந்து பார்க்கும்போது அடிவானம் வரை விரிந்து கிடந்த நிலமும் மரங்களும் பேரழகாகத் தெரிந்தன.

காற்று சில்வியாவின் முகத்தில் அடித்தது. அவள் கைகளால் அதைத் தடுத்து விளையாடிக் கொண்டிருந்தாள்.

“நீ ரொம்ப மாறிட்டே சில்வியா” என்றேன்.

“எனக்கே தெரியும். திடீர்னு என்னமோ ஆகிருச்சி. உடம்பும் மனசும் கட்டுபாடுல இல்லை. என்னமோ செய்யுது.”

“உனக்கு அடிக்கடி தலைவலி வருதுனு உன் தங்கச்சி சொன்னா.”

“உன்கிட்ட ஒரு உண்மையை சொல்லட்டுமா.”

“சொல்லு.”

“எங்க அப்பாவோட கேரக்டர் சரியில்லைனு அம்மா சொல்றா. கூட வேலை பாக்குற ஒரு லேடி டாக்டரோட நெருக்கமா இருக்கார். ஒண்ணா சுத்துறார்னு மம்மிக்கு கோபம். நான் அப்படி

தான் இருப்பேன். நீயும் என்கூட சுத்துனவதானடீனு அப்பா சண்டைபோடுறார். மம்மியும் நாங்களும் பத்து நாள் தனியே ஹோட்டல் ரூம் எடுத்து தங்கியிருந்தோம். கடைசில அப்பா வந்து சமாதானம் சொல்லி கூட்டிகிட்டு போனாரு. ஆனா அந்த லேடி டாக்டர் அப்பாவை விடமாட்டேங்குறா. அவ கூடயும் மம்மி சண்டை போட்டாங்க. போலீஸ் கேஸ் ஆகி பெரிய பிரச்சனை. எங்க வீட்ல நிம்மதியே இல்லை.

அம்மா தூக்கம் வர்றதுக்காக தினம் மாத்திரை போட்டுக்கிடுறாங்க. இந்த சண்டைய பாத்துப் பார்த்து எனக்குத் தலைவலி வர ஆரம்பிச்சிருச்சி."

"உங்க அப்பா இப்போ ஊட்டில புதுசா கெஸ்ட்அவுஸ் வாங்கியிருக்காருனு சொன்னே."

"அம்மாவை சமாதானம் பண்ண அப்பா ஊட்டில வீடு வாங்கியிருக்காரு. இப்போ ஊட்டிக்குப் போயிருந்தோம்ல அங்கேயும் சண்டை. ஏன்டா ஊட்டிக்கு வந்தோம்னு ஆகிருச்சி. ஆனா அப்பாவோட கட்டாயத்தாலே அங்கே ஒரு மாசம் இருந்தோம். என்னாலே அங்கே இருக்கவே முடியலே."

"நீ உங்க தாத்தா வீட்லயே இருந்து படிக்க வேண்டியதுதானே."

"அதைக்கூட சொல்லி பார்த்துட்டேன். டாடி விட மாட்டேன்னுட்டாரு."

"தலைவலிக்குதான் கண்ணாடி போட்டிருக்கியா?."

"எனக்கு என்னமோ செய்யுது. நான் என்னமோ ஆகிட்டு வர்றேன். ஏன்பா எனக்கு இப்படி எல்லாம் நடக்குது."

எனக்கேட்டு சில்வியா சட்டென என் கைகளைப் பற்றிக் கொண்டு கண்ணீர் விடத்துவங்கினாள்.

சில்வியா அழுவதை முதன்முறையாகப் பார்க்கிறேன். அவளுக்கு என்ன ஆறுதல் சொல்வது எனத்தெரியவில்லை. அவளது கைகளை அழுத்திப்பிடித்துக் கொண்டேன்.

அவளாக அழுகையைக் கட்டுப்படுத்திக் கொண்டாள். பிறகு கண்ணைத் துடைத்தபடியே சொன்னாள்.

"நல்லா காத்து அடிக்குதுல்லே."

அவளையே வெறித்துப் பார்த்துக் கொண்டிருந்தேன்.

"உன்னைப் பார்த்த பிறகு நான் முன்னாடி மாதிரி மாறிடுவேனு தோணுது."

"நீ அப்படிதான் சில்வியா இருக்கணும்."

"ஆனா முடியல்லப்பா.. திடீர்னு எங்கப்பா எங்கம்மாவை வீட்டை விட்டுத் துரத்திட்டா நாங்க என்ன செய்றதுனு பயமா இருக்கு."

"அப்படியெல்லாம் நடக்காது."

"இல்ல. அப்பாவோட சண்டை போட்டுட்டு ஒரு நாள் முழுக்க அம்மா காணாமல் போயிட்டாங்க. தேடு தேடுனு தேடுனோம். கண்டுபிடிக்கவே முடியலை. மறுநாள் மதியம்தான் வந்தாங்க. டாடி ஒரு வார்த்தை பேசலை. அம்மா பெட்ரூம்ல போயி கதவை மூடிக்கிட்டாங்க. நாங்க கதவைத் தட்டினாலும் திறக்கலை. அன்னைக்கு நைட் டாடி மம்மிகிட்ட சாரி கேட்டாரு. இனிமே இப்படி நடந்தா நான் கடல்ல விழுந்து செத்துப்போயிருவேனு மம்மி சொன்னாங்க. அப்படி சொன்னப்ப அவங்க முகத்தைப் பாக்கணுமே. எனக்கு பயமா இருந்துச்சி.. மம்மி செத்துப்போனா நாங்க அவ்வளவுதான்."

"போதும் சில்வியா, அதையே நினைச்சிக்கிட்டு இருக்காதே."

சில்வியா தனியே நடந்துபோனாள். நீண்ட நேரம் தனியே தொலைவில் தெரியும் வீடுகளை வெறித்துப் பார்த்தபடியே இருந்தாள். பிறகு தன்னை மறந்து ஒரு ஆங்கிலப் பாடலை பாடத்துவங்கினாள். அந்த பாடலை கேட்க அத்தனை இனிமையாக இருந்தது.

..

குமாரும் கேசவனும் என்னைச் சுற்றி உட்கார்ந்து கொண்டு கேட்டார்கள்.

"ஏன்டா சில்வியா வந்ததுல இருந்து அவ பின்னாடியே சுத்திக்கிட்டு இருக்கே."

"அவதான் கூப்பிடுறா."

"அவ கூப்பிட்டா நீ பின்னாடியே போயிருவியா.. நீ அவளை லவ் பண்ணுறயா?."

பதில் பேசாமல் இருந்தேன்.

“வாயைத் திறந்து சொல்லு. குமாரு அவளை லவ் பண்ணுறான்” என்றான் கேசவன்.

“அவ ஒண்ணும் குமாரை லவ் பண்ணலே.”

“அதைப் பத்தி எங்களுக்குக் கவலையில்லை நாங்க அவளை லவ் பண்ணுறோம்.”

“நாங்கன்னா.”

“ரெண்டு பேரும்.”

“முதல்ல குமாரு லவ் பண்ணுறான்னு சொன்னே.”

“அவனும் லவ் பண்ணுறான். நானும் லவ் பண்ணுறேன் . அவ யாரை லவ் பண்ணினாலும் நாங்க பிரண்ட்லியா அதை ஏத்துக்கிடுவோம்.”

நான் சில்வியாவை லவ் பண்ணுகிறேன் என்று சொல்ல வாய் வரவேயில்லை.

“அப்படி எல்லாம் ஒண்ணுமில்லே” என்று மட்டும் சொன்னேன்.

“அப்போ நீ ஒதுங்கிக்கோ” என்றான் குமார்.

“எதுக்கு. அவ என் பிரண்ட்” என்றேன்.

“பிரண்டாம். அவளுக்கு எடுபிடினு சொல்லு.. அது கரெக்டா இருக்கும்.”

“அப்படியே வச்சிக்கோ.. எனக்கொண்ணுமில்லை.”

“நீ என்ன செய்றே. அவ என்னை லவ் பண்ணுறாளா இல்லேயானு கேட்டுக்கிட்டு வந்து சொல்லு.”

“ஏன் அதை நீயே கேட்க வேண்டியதுதானே.”

“கேட்கலாம். டீசண்டா இருக்காது.”

“நான் கேட்கமாட்டேன்.”

“விடுறா.. நாமளே கேட்டிரலாம்” என்றான் கேசவன்.

குமார் என்னை முறைத்தபடியே சொன்னான்:

“இவன் நம்மளைப் பத்தி தப்பா போட்டுவிட்ருப்பான்.”

“அப்படி எல்லாம் இல்லை.”

“அவ சிட்டில இருந்து வந்தவனு ரொம்ப திமிரு.. வேணும்னே.. நம்மளை அலையவிடுறா” என்றான் கேசவன்.

“முந்தா நாள் அவ என்கூட சினிமாவுக்கு வர்றேன்னு சொன்னா. ” என்றான் குமார்.

“போனியா” எனக்கேட்டேன்.

“போயி கால்கடுக்க நின்னுகிட்டு இருந்தேன். ஆனா அவ வரவேயில்லை.”

“பிறகு.”

“திரும்பி வரும்போது பார்த்தா சில்வியா சைக்களில் வந்துக்கிட்டு இருந்தா. என்னைப் பார்த்தவுடனே உனக்காக கிரவுண்ட்ல எவ்வளவு நேரம் வெயிட் பண்ணுறதுனு கேட்கிறா. எனக்கு ஒண்ணுமே புரியலை. என்கூட வானு கூட்டிக்கிட்டு போனா.”

“எங்கே?.”

“மார்டன் பேக்கரிக்கு போறவழியில ஒரு சலூன் இருந்துச்சி.. அதைப் பார்த்தவுடனே நீ காதுகுத்திகிடுறயானு கேட்டா. அய்யோ நான் மாட்டேன்னு சொன்னேன். அப்போ ஒரு மொட்டையாவது அடிச்சிக்கோ. என்னை லவ் பண்ணுறவன் இது கூடவா செய்யமாட்டேனு கேட்குறா.”

அதைக் கேட்டபோது எனக்கு சிரிப்பாக வந்தது.

“வீட்ல திட்டுவாங்கன்னு சொன்னேன். அதுக்கு அவ என்னைக் கெட்ட கெட்ட வார்த்தைல திட்டுனா.”

“கெட்டவார்த்தையா” என வியப்புடன் கேட்டேன்.

“ஆமா. அவளுக்கு இவ்வளவு கெட்டவார்த்தை எப்படித் தெரியும்” என கேட்டான் கேசவன்.

“அவளை எப்படியாவது லவ் பண்ண வைக்கணும்” என்றான் குமார்.

“பல்லிமுட்டையை உடைச்சி அவ எச்சில் துப்புன இடத்துல ஊத்திட்டா தானே லவ் பண்ணுவா.”

“நிஜமாவா.”

“ஒரு புக்ல படிச்சேன்.”

“ட்ரை பண்ணிடுவோம்” என குமார் சிரித்தான்.

குமாரும் கேசவனும் தோளில் கைபோட்டபடியே சாலையை நோக்கி நடந்து போனார்கள்.

உடனே சில்வியாவிடம் போய் இதைப்பற்றிச் சொல்ல வேண்டும் போலிருந்தது. ஆனால் சொல்லவில்லை. இரவில் என்னை அறியாமல் உளறிவிட்டேன்.

அதைக்கேட்டதும் சில்வியாவின் முகம் சிவந்து போனது.

"கேசவன் வீடு எங்கே இருக்கு?."

"ரயில்வே லைனைத் தாண்டி."

"உனக்கு அவன் வீடு தெரியுமா?."

"தெரியும்" என தலையாட்டினேன்.

"வா போவோம்" என்றாள் சில்வியா.

"இப்போவா" எனக் குழப்பத்துடன் கேட்டேன்.

"ஆமா. கிளம்பு."

"அந்த ரோட்டில ஒரே இருட்டா இருக்கும். நிறைய முள்ளுச்செடி வேலி வேற இருக்கு."

"இருக்கட்டும். நாம போறோம்."

அதற்கு அப்புறம் நான் ஒன்றும் கேட்டுக் கொள்ளவில்லை. சில்வியா கோபத்துடன் நடக்க ஆரம்பித்தாள். அவள் பின்னாடியே நடந்து போனேன். இரண்டு பேர் போதையில் தள்ளாடியபடியே நடந்து போய்க் கொண்டிருப்பதைக் கண்டேன். அரசமரம் ஒன்றை ஒட்டிய ஓட்டு வீடுதான் கேசவனுடையது. வீட்டின் உள்ளே யாரோ சாப்பிட்டுக் கொண்டிருந்தார்கள்.

சில்வியா அந்த வீட்டுவாசலில் நின்று கேசவா கேசவா என்று அழைத்தாள்.

உள்ளிருந்து கேசவனின் அம்மா வெளியே வந்தாள்.

சில்வியா அவளை முறைத்துப் பார்த்தபடியே சொன்னாள்:

"கேசவன் என் சைக்கிளைத் திருடிக்கிட்டுப் போயிட்டான். அதைக் குடுக்காட்டி போலீஸ்ல கம்ப்ளெயிண்ட் பண்ணப்போறோம்."

"நீ யாரும்மா?" என்று கேட்டாள் கேசவனின் தாய்.

"பேட்டைக்குள்ளே இருக்கோம்" என்றோம்.

“கேசவன் வரட்டும், கேக்குறேன்” என்றாள் அவளது அம்மா.

“சைக்கிள் வராட்டி நாங்க போலீஸ்க்குப் போயிருவோம்” என்று சொல்லிவிட்டு என் கையைப் பிடித்து இழுத்துக் கொண்டு நடந்தாள்.

திரும்பி வரும்போது கேட்டேன்:

“உன் சைக்கிள் வீட்லதானே இருக்கு.”

“அதைக் கொண்டு போய் ஸ்டீல் கம்பெனி குடோன் பக்கம் ஒளிச்சி வச்சிடு.”

“கேசவனை போலீஸ் பிடிச்சிடுமா?”

“காலையில் அய்யா தானே அலறிக்கிட்டு வருவான் பாரு” என்றபடியே விசில் அடித்தாள். என்ன பெண்ணிவள். கோபம் வந்தால் இப்படி இருக்கிறாளே என்றபடியே அவளுடன் நடந்தேன்.

அவள் சொன்னது போலவே காலையில் கேசவனும் அவனது அப்பாவும் சில்வியா வீட்டுவாசலில் நின்றிருந்தார்கள்.

கேசவன், தான் அவளது சைக்கிளை எடுக்கவேயில்லை என்றான்.

“அவன் திருடிட்டுப் போறதை சுப்பி பாத்துருக்கான்” என்றாள் சில்வியா.

நான்தான் சாட்சியா எனத் திகைப்பாக இருந்தது.

“நான் பார்த்தேன். கேசவன்தான் சைக்கிளைத் திருடிக் கொண்டு போனான்” என்று உறுதியாகச் சொன்னேன்.

கேசவனின் அப்பா சில்வியா வீட்டுவாசலிலே வைத்து அவன் கன்னத்தில் அறை கொடுத்து “உண்மையைச் சொல்லு. சைக்கிளை எங்கடா வித்தே” என்று கேட்டார்.

“நான் எடுக்கலைப்பா” என்று அழுதபடியே சொன்னான்.

“அப்போ இந்தப் பையன் பொய் சொல்றானா” எனக் கேட்டார் கேசவனின் அப்பா.

கேசவன் என்னை முறைத்தான்.. மறுபடியும் ஒரு அறை விழுந்தது.

“நீங்க போலீஸ்ல கம்ப்ளெயிண்ட் குடுக்க வேண்டாம். நானே கண்டுபிடிச்சி சைக்கிளைக் கொண்டுவந்து ஒப்படைக்கிறேன்” என்றார் கேசவனின் அப்பா.

சில்வியாவின் தாத்தா தலையாட்டினார். அவருக்கு நடந்த விஷயம் எதுவும் புரியவில்லை.

"இனிமே இந்தப் பேட்டை பக்கம் போனே.. உன் காலை முறிச்சிடுவேன்" என்று தரதரவென கேசவனை இழுத்துக் கொண்டு போனார் அவனது அப்பா.

அதன்பிறகு நானும் சில்வியாவும் சிரித்துக் கொண்டோம்.

"நாம சைக்கிளை ஒளிச்சி வச்சிருக்கிறதை யாராவது பார்த்துட்டா."

"கேசவன்தான் ஒளிச்சி வச்சான்னு சொல்லிடுவோம்" என்றாள் சில்வியா.

"நல்லா அவனை மாட்டிவிட்டே" என்றேன்.

"லவ் பண்ண ஐடியா குடுக்கிற முகரைப்பாரு" எனச்சொல்லி சிரித்தாள்.

"இனிமே கேசவன் இந்தப் பக்கமே வரமாட்டான்" என்றாள் சில்வியா.

அவள் சொன்னது போலவே அதன் பிறகு கேசவன் பேட்டைக்குள் வரவில்லை. ஆனால் குமார் தன்னையும் இது போல மாட்டிவிடுவாளோ என்று பயந்து சில்வியா என்ன சொன்னாலும் செய்ய ஆரம்பித்தான். இதில் உச்சபட்ச வேடிக்கை. அவன் மொட்டை அடித்துக் கொண்டு வந்தது.

சில்வியா அதைக்கண்டு இரண்டு நாட்களுக்கு சிரித்துக் கொண்டேயிருந்தாள்.

..

"உனக்குக் கவிதை எழுதத் தெரியுமா" எனக்கேட்டாள் சில்வியா.

"தெரியாது" என்றேன்.

"எனக்குத் தெரியும். ஆனால் நான் எழுதுன கவிதைகளை யாரிடமும் காட்டமாட்டேன்" என்றாள்.

"எதைப்பத்தின கவிதை."

"சாவைப்பற்றி" என்று சொன்னாள்.

"எல்லோரும் காதலைப்பற்றி தானே எழுதுவார்கள்."

"எல்லோரும் சாவைப்பற்றி தானே பயப்படுகிறார்கள். எனக்கு சாவதைப்பற்றி பயமே கிடையாது. அதனால்தான் அதைப்பற்றி எழுதுகிறேன்."

"எனக்கெல்லாம் சாவு வீட்டைக் கண்டாலே பயம்."

"உன்னிடம் ஒரு உண்மையைச் சொல்லட்டுமா. என்னுடைய சின்ன மாமா இறந்து போன வீட்டில் நான் யாருக்கும் தெரியாமல் ஒரு வேலை செய்தேன். செத்துப்போனவரை நல்லா கிள்ளி வைத்தேன். எவ்வளவு அழுத்தமாக கிள்ளினாலும் அவருக்கு வலிக்கவேயில்லை."

"ஏன் அப்படி செய்தே?"

"அவர் நிறைய தடவை என்னைக் கிள்ளியிருக்கிறார். செத்துப்போனவர்களால் சுண்டு விரலைக் கூட அசைக்கமுடியாது. ஆனால் அவர்கள் வாயில் பாலை ஊற்றுகிறார்கள். அவரால் எப்படிக் குடிக்க முடியும். ஏன் செத்தவர்களுக்கு மாலை போடுகிறார்கள்? இத்தனை மாலை போடப்பட்டிருப்பது அவர்களுக்குத் தெரியுமா என்ன. சாவு வீட்டில் ஒப்பாரி வைப்பவர்களைப் பார்த்திருக்கிறாயா. மாரில்தான் அடித்துக் கொண்டு அழுவார்கள். சரிந்த அந்த மார்பை எத்தனை ஆண்கள் வெறித்துப் பார்த்துக் கொண்டிருப்பார்கள் தெரியுமா. நானும் ஒரு முறை ஒப்பாரியில் சேர்ந்து அழுது பார்த்திருக்கிறேன். எனக்கு அழுகை வரவேயில்லை. அந்தப் பெண்கள் செத்துப்போனவருக்காக அழவில்லை. எதையோ நினைத்து அழுகிறார்கள். என்ன கஷ்டத்தை நினைத்துக் கொண்டார்களோ. ஒரு பறவை செத்துப் போனால் மற்ற பறவை அழுமா என்ன."

"அதை எல்லாம் ஏன் யோசிக்கிறே. எங்கள் தெருவில் பாடை போனால்கூட எனக்குப் பயமாக இருக்கும். அதுவும் சாமந்திப்பூக்களை வீசி எறிவார்கள். அந்தப் பூவைக் காலில் தெரியாமல் மிதித்துவிடக்கூடாது என்று கவனமாக நடப்பேன்."

"நீயும் செத்துப்போய்விடுவாய் என்று பயப்படுகிறாயா?"

"ஆமாம்" எனத் தலையாட்டினேன். அவள் எதையோ யோசிப்பவள் போலிருந்தாள். பிறகு சொன்னாள்:

"செத்துப்போனவர்கள் எல்லோரும் வானத்தில்தான் இருக்கிறார்கள் என்றால் பூமியை விடவும் அங்கே கூட்டம் அதிகமிருக்குமில்லையா."

இதைச் சொல்லிவிட்டு அவளாக சிரித்துக் கொண்டாள். திடீரென சீரியஸாகப் பேசும் அவள் ஏன் இப்படி சட்டென வேடிக்கையாகவும் மாறிவிடுகிறாள்.

தராசின் முள்ளைப் போல சில்வியாவின் மனது ஆடிக்கொண்டேயிருக்கிறது போலும்.

••

"ஆண்களின் பர்ஸ் போல பெண்களின் பர்ஸ் அழகானதில்லை. அதிலும் இந்த ஹேண்ட்பேக் இருக்கிறதே அது எனக்குப் பிடிக்கவே பிடிக்காது. புது பர்ஸ் வாங்கியதும் முகர்ந்து பார்த்தால் அந்த வாசனை நன்றாக இருக்கும். நாமாக பர்ஸ் வாங்கவே கூடாது. யாராவதுதான் நமக்கு பர்ஸ் வாங்கித்தர வேண்டும். அதுவும் வெறும் பர்ஸாகத் தரக்கூடாது. அதில் புது ரூபாய் நோட்டு வைத்து தர வேண்டும். எனக்கு யாரும் அப்படி பர்ஸ் வாங்கித் தந்தது கிடையாது. " என்றாள் சில்வியா.

"நான் வாங்கித் தரட்டுமா?"

"அய்யோ.. சொல்லிவிட்டு வாங்கிக்கொடுக்கக் கூடாது. சீக்ரெட்டாக வாங்கித் தரவேண்டும்."

"சரி, சீக்ரெட்டாக வாங்கித் தருகிறேன்."

"என்னிடம் சொல்லிவிட்ட பிறகு எப்படி சீக்ரெட்டா இருக்கும்."

"எப்போது வாங்கித் தருவேன் என்பது சீக்ரெட்தானே."

"அது ஓகே. நீ பர்ஸ் வைச்சிருக்கியா?"

"வீட்டில் வைத்திருக்கிறேன். ஆனால் அதில் சல்லிக்காசு கூட கிடையாது."

"காலியாக பர்ஸ் இருந்தால் அது அழுமாம். பர்ஸுக்குள் பணம் வைப்பது அதன் பசிக்காகதான். நிறைய பணம் வைத்தால் அதற்கு ரொம்ப நாள் பசி எடுக்காதாம்."

"நல்ல கதையாக இருக்கு."

"ஒரு புக்ல படிச்சேன்."

"பொய் சொல்றே. நீயா கதைவிடுறே."

"ஆமா.. நானாதான் சொல்றேன். அதுக்கென்ன. எங்கப்பா பர்ஸைப் பார்த்தா எவ்வளவு பெரிசா இருக்கும் தெரியுமா.. நைசா அதுல நூறுரூபாகூட எடுத்துருக்கேன்."

"அவரு எண்ணமாட்டாரா?"

"அதைப்பத்தி எனக்குப் கவலையில்லை."

“எங்க தெரு முனையில ஒரு கடையிருக்கு. அங்கே போயி நூறு ரூபாய்க்கும் சாக்லேட் வாங்கி சாப்பிடுவேன்.”

“அத்தனை சாக்லேட்டையுமா.”

“ஆமா.. ஆனா சாக்லேட் பேப்பரைக் கீழே போட மாட்டேன். வீட்டுக்குக் கொண்டுக்கிட்டு போயி ஜெசிந்தாகிட்ட காட்டுவேன். அதைப் பார்த்து பொறாமையா இவ்வளவு சாக்லேட்டும்மா சாப்பிட்டேனு கேட்பா பாரு.. அதைப் பார்க்க செமையா இருக்கும்.”

“அவளுக்கும் சாக்லேட் கொடுக்கலாம்லே.”

“அடுத்தவங்களுக்கு கொடுத்தா சாக்லேட் கசந்து போயிடும்.”

“அப்படினு யாரு சொன்னது?”

“நான்தான். சும்மா ஏன் யாரு சொன்னது, எப்போ சொன்னதுனு கேட்டுகிட்டே இருக்கே. எல்லாமே நான் சொல்றதுதான். என் மூளையை யூஸ் பண்ணி நானா சொல்றதுதான் போதுமா.”

அதைச் சொல்லும்போது அவள் முகத்தில் வெளிப்படும் பெருமையும் கர்வமும் அத்தனை அழகாகயிருந்தது. சில்வியாவைத் தவிர வேறு யாரால் இப்படிச் சொல்ல முடியும்.

••

அந்தக் குடிகாரனின் பெயர் தம்பான். அவனுக்கு வயது நாற்பதைக் கடந்திருக்கும். அடர்ந்த தாடி. அழுக்கடைந்து போன வேஷ்டி சட்டை. வாயிலிருந்து எச்சில் ஒழுகிக் கொண்டிருக்கும். எப்போதும் போதையில்தானிருப்பான். அவனுக்கு யாராவது மது வாங்கி கொடுத்துவிடுவார்கள் என்றார்கள்.

தம்பான் சிறுவர்களிடம் மட்டும் மிகப்பரிவாகப் பேசுவான். தன் சட்டைப்பாக்கெட்டில் கையைவிட்டுத் துழாவி சில்லறை எடுத்து தருவான். சில நேரம் ஆசையாக அவர்கள் தலையைத் தடவி முத்தமிடுவான்.

அவன் எப்போதும் மரக்கடை நடத்தும் ஞானம் வீட்டு முன்பாகத்தான் உட்கார்ந்திருப்பான். அந்த வீடு பெரிய பங்களா. சாலையை ஒட்டிய வீடு. யானை உருவம் பதித்த பெரிய இரும்பு கேட் போட்டிருப்பார்கள். அந்த வீட்டின் எதிரே டயர் பஞ்சர் பார்க்கும் கடை ஒன்றிருந்தது. அந்தக் கடையின் முன்னால் ஒரு புளியமரம். அதன் அடியில் அந்தக் குடிகாரன் இருப்பான். போதையில் அவனது கண்கள் சிவந்து மினுங்கிக் கொண்டிருக்கும்.

ஞானம் வீட்டை ஏறிட்டுப் பார்த்தபடியே அவன் புளியமரத்தடியில் குத்துக்காலிட்டு உட்கார்ந்திருப்பான்.

சில சமயம் அந்த வீட்டைப் பார்த்துக் காறித் துப்புவான். சில சமயம் அந்த வீட்டைப் பார்த்து சிரித்துக் கொள்வான். சிறுவயதில் நான்கூட அவனிடம் காசு வாங்கியிருக்கிறேன். ஒருமுறை அவனைப் பற்றி குமார் தான் சொன்னான்.

"அந்த ஆளு எதுக்கு ஞானம் வீட்டு முன்னாடியே உட்கார்ந்திருக்கான் தெரியுமா? இவன் லவ் பண்ணுன பொண்ணைதான் ஞானம் கட்டிக்கிட்டானாம். அதான் அந்த வீட்டைப் பார்த்துப் பொறாமைப்பட உட்கார்ந்து இருக்கானாம்."

"உனக்கு யாரு சொன்னது?"

"பஞ்சர் ஒட்டுற மாரி. ஞானம் பொண்டாட்டி வெளியே வரவே மாட்டா. ஆனா எப்போவாவது மாடி ஜன்னல் வழியா ரோட்டைப் பார்ப்பா. அப்போதான் தம்பான் காறித்துப்புவான்."

"அவளுக்குத்தான் கல்யாணம் ஆகிருச்சில்லே.. இனிமே தம்பான் என்ன செய்ய முடியும்."

"கல்யாணமாகி இருபது வருசமாச்சி.. ரெண்டு புள்ளை இருக்கு. அதுல ஒண்ணு காலேஜ்ல படிக்குது.. ஆனா தம்பானுக்கு அதைப்பற்றி எல்லாம் கவலையில்லை. நம்ம கட்ட வேண்டிய பொண்ணை ஞானம் கட்டிக்கிட்டானேனு பொறாமை."

"பொறாமைப்பட்டு என்ன ஆகப்போகுது?"

"அப்படிவிட முடியுமா.. லவ்வுல."

"அந்தப் பொண்ணு ஏன் ஞானத்தைக் கட்டிக்கிட்டா?"

"தம்பான் வெறும்பய அவனை யாரு கட்டிக்கிடுவா."

"அப்போ ஏன் அவனை லவ் பண்ணினா?"

"அது வயசுல வர்றதுதான். அதுக்காக லவ் பண்ணினவங்களைக் கட்டிக்கிடணுமா என்ன."

"அப்போ தம்பான் செய்றதுதான் கரெக்ட்."

"இதுல வேடிக்கை என்ன தெரியுமா? இந்தக் கதை ஞானத்துக்குத் தெரியும். அவன் ஒரு நாளும் தம்பானைக் கோவிச்சிக்கிட்டதே இல்லை. சிலநாள் தம்பான் குடிக்க அவன்தான் காசு குடுக்கான்."

“எதுக்கு?”

“அது அப்படிதான். தம்பானை ஒரு நாள் வீட்டுக்கு சாப்பிடக் கூட கூப்பிட்டு இருக்கான். தம்பான் போகலை. ஞானம் பொண்டாட்டி பேரு சரளா.. அவ கோவிலுக்குப் போறப்ப மட்டும் வெளியே வருவா.. குனிஞ்ச தலை நிமிரா ரோட்டுல நடந்து போவா.”

“தம்பான் ஒண்ணும் செய்யமாட்டானா?”

“நல்லா இரு. நல்லா இருனு மண்ணை அள்ளி அவ போற வழிபாத்து வீசுவான். தம்பான் வீட்டுக்குப் பக்கத்து வீட்லதான் சரளா வீடு. சின்னப்புள்ளல இருந்து பழக்கம். அதான் தம்பானோட கோபம்.”

“பாவம் தம்பான்.”

“சாகுற வரைக்கும் அந்த இடத்தைவிட்டு தம்பான் போக மாட்டான் அதுதான் அவளுக்குக் குடுக்குற தண்டனை.”

“பாவம் சரளா” என்றேன்.

“அவளுக்கு ஏன்டா பாவம் பாக்குறே.. துட்டுக்கு ஆசைப்பட்டு மரக்கடைக்காரனைக் கட்டிக்கிட்டாளே.. நல்லா வேணும்.”

“அவளா ஆசைப்பட்டான்னு எப்படித் தெரியும். வீட்டுல சொல்லியிருக்கலாம்லே.”

“அவளுக்கு புத்தி எங்க போச்சு. அவளும் தெரிஞ்சிதான் கட்டிக்கிட்டா. ரெண்டு புள்ளை பெத்து இருக்காளே. அது தெரியாம நடந்த விஷயமா?”

தம்பான் கதை ஊர் அறிந்த விஷயம். காதல் தோல்வியில் இப்படி அலைகிறான் என்பதால்தானோ என்னவோ யார் கேட்டாலும் அவனுக்கு மது வாங்கிக் கொடுத்துவிடுகிறார்கள். போதையில் தம்பான் உரத்த குரலில் ‘சமரசம் உலாவும் இடமே நம் வாழ்வில் காணா’ பாடலைப் பாடுவான். அதைக் கேட்கையில் மனதைப் பிசைவதாக இருக்கும். சந்தோஷம் ஏன் ஒருவனது வாழ்வில் திடீரென தோன்றி திடீரென பறிக்கப்பட்டுவிடுகிறது. வாழ்நாள் முழுவதும் எவராலும் சந்தோஷமாக இருந்துவிட முடியாதுதானா.

தம்பானைப் பற்றி சில்வியாவிடம் சொன்னபோது “அந்தப் பொண்ணு பாவம்” என்றாள்.

"தம்பான்தான் பாவம்" என்றேன்.

"அதான் அவளுக்குக் கல்யாணமாகிருச்சில்லே. விட வேண்டியதுதானே.. அப்புறம் என்ன லவ்வு."

"அப்படி விட்ற முடியாதுப்பா. அது லவ்."

"பொண்ணுக மறக்கணும்னு நினைச்சா உடனே மறந்துருவாங்க."

"அதெல்லாம் பொய். மறக்குற மாதிரி நடிப்பாங்க."

"ஆமா. நடிப்புதான்.. அதுகூட பசங்களுக்கு வராதே."

"தம்பானுக்கு அந்தப் பொண்ணைப் பாத்துகிட்டே இருந்தா போதும். அந்த சந்தோஷத்துல வாழ்ந்துருவான்."

"அதுக்குப் பேரு கிறுக்கு."

"இருக்கட்டும். சின்சியரா லவ் பண்ணுறவன் அப்படித்தான் இருப்பான்."

"இதெல்லாம் டூமச் " என்றாள் சில்வியா. பிறகு ஏதோ யோசனையோடு சொன்னாள்:

"இதை எல்லாம் பார்த்துகிட்டே இருந்தே, நீயும் ஒரு நாள் தம்பான் மாதிரிஆகிருவே பாத்துக்கோ."

அதைக்கேட்டு நான் சிரித்தேன். அப்போது எதிர்காலம் பற்றி எதையும் அறிந்திருக்கவேயில்லை.

..

கண்ணாடி அணிந்த சில்வியாவிற்கும் கண்ணாடி அணியாத சில்வியாவுக்கும் ஆயிரம் வித்தியாசங்கள் இருந்தன. கண்ணாடி அணிந்த சில்வியா பெரிய மனுஷி போலவே அதிகம் நடந்து கொண்டாள். சிலநேரம்தான் அவளிடம் விளையாட்டு சிறுமியின் குணம் வெளிப்பட்டது. கண்ணாடி அணிந்த சில்வியா நிறைய யோசித்தாள். நிறைய நேரம் தனியாக இருந்தாள். அவளுடன் நடந்து போகையில்கூட முகத்தில் ஏதோ கவலைகள். அதை மறைத்துக் கொள்ள விளையாட்டுத்தனம் செய்யும் முயற்சி. அதைவிட பாட்டியோடு கண்ணாடி அணிந்த சில்வியா நெருக்கமாகிவிட்டாள். அவர்கள் இருவரும் ஒன்றாகத்தான் சாப்பிட்டார்கள். கதை பேசினார்கள்.

ஒரு நாள் கண்ணாடி அணிந்த சில்வியா என்னிடம் சொன்னாள்.

"மார்க்கெட்ல ஒரு தாத்தா பானை விக்கிறாரே. அவருக்குக் கண்ணு தெரியாது. ஆனா கரெக்டா காசு வாங்கிப்போடுவாரு பாத்திருக்கியா?"

"எந்த மார்க்கெட்ல."

"காய்கறி மார்க்கெட்ல."

"அங்கே ஏது பானைக்கடை."

"அந்த மார்க்கெட் பின்னாடி. கயிறு, வாளி எல்லாம் விற்கிறாங்களே, அந்தக் கடைகளைத் தாண்டி ஒரு தாத்தா மண்பானை விக்குறாரு."

"நீ மார்க்கெட்டுக்கு எதுக்குப் போனே."

"சாமிகண்ணு காய்கறி வாங்க மார்க்கெட் போகும்போது நானும் கூடப் போயிருந்தேன். அந்த தாத்தாகிட்ட மண்பானை ஒண்ணு வாங்கினோம். அவரு சேவல் சண்டை விடுறதுல பெரிய ஆளாம். நாங்க கடையில நிக்கும்போது ஒரு ஆள் சேவலை அவர் கையில கொடுத்தார். அவரு தடவித்தடவிப் பார்த்துக்கிட்டே இருந்துட்டு இதை சண்டைக்கு விடாதே. ரெண்டு அடில தோத்துப் போயிரும்னு சொன்னாரு. அந்த ஆளும் தலையாட்டிக்கிட்டே சேவலை வாங்கிட்டுப் போயிட்டாரு. அப்புறமா நான் தாத்தா, நான் சேவற்சண்டை பாக்கணும்னு சொன்னேன். வீட்டுக்கு வரச் சொல்லியிருக்கார்."

"உனக்கு மட்டும் இப்படியான ஆளா மாட்டுறாங்க" எனக்கேட்டேன்.

"சேவற்சண்டை பாக்க நீயும் வர்றியா?"

"எங்க ஸ்கூல் முன்னாடி சேவல் சண்டை விடுறதைப் பாத்து இருக்கேன்."

"சிட்டில சேவலே கிடையாது" என்றாள் சில்வியா.

"அதுக்குப் பதிலா நீங்களே காலையில கூவிக்கிடுவீங்களா" எனக்கேட்டேன்.

என்னை முறைத்தபடியே சொன்னாள்:

"நீ ஒரு லூசு."

..

சகோதரிகள் மூவருக்குள்ளும் தினமும் ஒருமுறை எதற்காவது சண்டை வந்து கொண்டுதானிருந்தது. இதில் ஜெசிந்தாதான் அதிகம் பாதிக்கபட்டாள். அவள் சிலநாள் இந்த சண்டையைக் காரணம் காட்டி மதியம் சாப்பிடாமல் இருப்பாள். நீ சாப்பிடாவிட்டால் எனக்கென்ன. உனக்கும் சேர்த்து நான் சாப்பிட்டுவிடுகிறேன் என்று சொல்லி வேண்டுமென்றே அவளுடைய பங்கு மீனையும் சேர்த்து சில்வியா சாப்பிட்டாள். ஆனால் இந்தக் கோபம், சண்டை எப்படித் தீர்ந்து போகிறது என்று யாருக்கும் தெரியாது. மாலையில் மூவரும் ஒன்றாக ஒருவர் டீயில் மற்றவர் பிஸ்கட்டை முக்கி சாப்பிட்டுக் கொண்டிருப்பார்கள். ஒன்றாக கைகோர்த்தபடியே பஜாருக்குப் போய் வருவார்கள். ஒன்றுபோல உடையணிந்து கொள்வார்கள். வீட்டில் மூவரது தலையணை உறைகூட ஒன்று போலத்தானிருக்கும் என்றாள் சில்வியா. அவர்கள் எதற்காக அடித்துக் கொண்டார்கள். எப்படிக் கூடிக்கொண்டார்கள் எதையும் என்னால் புரிந்துகொள்ள முடியவேயில்லை.

••

கணேஷ் மார்க் கடையில் ரோஸ்மில்க் மிகவும் ருசியாக இருக்கும். ரோஸ்மில்க் குடிப்பதற்காகவே மாலை நேரங்களில் நானும் சில்வியும் அங்கே செல்வோம். சில நாட்கள் எல்லோரும் சேர்ந்தும் போவதுண்டு. அந்தக்கடை செண்பகவள்ளியம்மன் கோவில் மேட்டை ஒட்டியதாக இருந்தது. அங்கே ரோஸ்மில்க், எல்லோ மில்க், பன்னீர் சோடா எல்லாமும் கிடைக்கும். சில்வியா ரோஸ்மில்க் மட்டும்தான் குடிப்பாள். நான் சிலநாட்கள் எல்லோ மில்க் எனப்படும் பாதாம் மில்க் குடிப்பேன். கண்ணாடி டம்ளர் நிறைய ரோஸ்மில்க்கை ஊற்றித் தருவார்கள். குளிர்ச்சியான அந்த டம்ளரை அப்படியே தனது கன்னத்தில் வைத்துக் கொள்வாள் சில்வியா. குளிர்ச்சி அவள் முகத்தில் படரும். அப்போது அவள் முகத்தைப் பார்க்க வேண்டுமே. அத்தனை சந்தோஷம், பூரிப்பு. ரோஸ்மில்கை நாக்கால் தொட்டு பூனை ருசிப்பதுபோல குடிப்பாள். ஒரு ரோஸ்மில்க் குடித்து முடித்தவுடன் அடுத்த ரோஸ்மில்க். சில நாட்கள் நாலு ரோஸ்மில்க் குடித்த பிறகுதான் கிளம்புவாள்.

ரோஸ்மில்க் அவ்வளவு பிடிக்கும்.

ஒருமுறை இதைப்பற்றிய பேச்சு வந்தபோது சில்வியா சொன்னாள்:

"சின்ன வயசில ஒரு கிணறு பூரா ரோஸ் மில்க் இருந்தா நல்லா இருக்கும்னு நினைச்சிருக்கேன். கிணறு புல்லா ரோஸ்மில்க் இருந்தா வாளியில் இறைத்து, இறைத்து குடிக்கலாம்லே."

இதைச் சொல்லும்போது அவள் முகத்தில் படரும் ஆசைதான் எத்தனை விநோதமானது.

நானும் ரோஸ்மில்க் குடித்திருக்கிறேன். ஆனால் இப்படி எல்லாம் கற்பனை செய்து கொண்டது கிடையாது. பிடித்தமான விஷயத்தில் தன்னை முழுவதுமாகப் பெண்கள் கரைத்துக் கொண்டுவிடுகிறார்கள். ரோஸ்மில்க் குடிக்கிற நேரத்தில் அது மட்டும்தான் உலகம். வேறு எதுவும் அவளுக்குத் தெரியாது.

..

கோடை முடிய இருக்கிற ஒரு நாளின் காலையில் சில்வியாவைக் காணச் சென்றிருந்தேன்.

"கிட்டவா.. உன் முகத்தில் படவுர் திட்டுத் திட்டா இருக்கு" என்றாள் சில்வியா.

"நானே துடைச்சிக்கிடுறேன்" என்றேன்.

"ஏன் நான் துடைக்கக் கூடாதா. கிட்டவா" எனக்கையைப் பிடித்து அருகில் இழுத்தாள்.

கூச்சத்துடன் அவளை நெருங்கினேன். தன் கைகளால் என் முகத்தில் இருந்த படவுரைச் சரிசெய்து விட்டபடியே கேட்டாள்:

"பாண்ட்ஸ் பவுடரா போடுறே?"

"ஆமாம்" எனத் தலையாட்டினேன்.

"யார்ட்லிதான் வாசமா இருக்கும்."

"அதெல்லாம் எங்க வீட்ல வாங்கமாட்டாங்க."

"உனக்குப் பவுடர் போடவே தெரியலை. என் கூடவா" என அவள் தனது படுக்கை அறைக்குள் அழைத்துக் கொண்டு போனாள். அங்கே ஆள் உயர நிலைக்கண்ணாடி முன்னால் நாலைந்து விதமான படவுர்கள். க்ரீம்கள். தைல பாட்டில்கள். தலையில் மாட்டும் கிளிப்புகள் இருந்தன. ஒரு படவுர் டின்னை என் கையில் கொடுத்துப் போடு என்றாள்.

நான் பவுடரைக் கையில் கொட்டினேன். அப்படியே அதைத் தட்டிவிட்டுச் சொன்னாள்:

“பவுடரைக் கையிலே போடக்கூடாது. பஞ்சு வச்சுதான் கன்னத்துல ஒத்திக்கிடணும்.”

“நான் இப்படித்தான் போடுவேன்.”

“நீ எதுக்குப் பவுடர் போட்டுகிடுறே.. பொண்ணுக பாக்கட்டும்னுதானே.”

“அதெல்லாமில்லை. ரொம்ப வியர்க்கும் அதான்.”

“படவுர் டப்பால கொஞ்சமா பவுடரைப் போட்டு இந்த ஸ்பாஞ்சை வச்சி லேசா தொட்டு கன்னத்துல போடணும். அப்படியே நில்லு, நான் போட்டுவிடுறேன்.”

“வேணாம் சில்வியா.”

“பேசாம நில்லு” என்று பவுடரை ஒத்தி என் கன்னத்தில் போட்டுவிடத் துவங்கினாள். குழந்தையாக இருந்தபோது அம்மா இப்படி பவுடர் போட்டுவிட்டிருப்பாள். அதன்பிறகு யாரும் இப்படி பவுடர் போட்டு விட்டதில்லை. கூச்சமாகவும் சந்தோஷமாகவும் இருந்தது,.

“இப்போ கண்ணாடில பாரு” என்றாள்.

என் முகம் எப்போதும் போலத்தான் இருந்தது.

“இப்போ அழகா இருக்கு” என்றாள்.

அவளுக்குப் பிடித்திருக்கிறது என்றால் அதுபோதும் தானே.

“இனிமே எப்போவாவது பவுடரைக் கையில் தட்டி அப்பினேனு வச்சிக்கோ. அவ்வளவுதான்” என்று பொய்யாக மிரட்டினாள்.

சின்னஞ்சிறு விஷயங்களின் வழியே வெளிப்படும் அன்பு நிகரற்றது. வாழ்வில் இன்று ஒரு பாடத்தை சில்வியாவிடமிருந்து கற்றுக் கொண்டேன். பவுடர் போடக்கூட ஒரு ஆணுக்குத் தெரியவில்லை. வெட்கக்கேடான விஷயம்தான்.

••

பிள்ளையார் கோவிலை ஒட்டிய ஒரு வீட்டில் நிறைய போகன்வில்லா பூக்கள் பூத்திருந்தன. அதைக் கவனித்த சில்வியா சொன்னாள்:

“யாரும் அந்த வீட்ல பூவைப் பறிக்கவே மாட்டாங்களா”

“போகன்வில்லா பூவை யாரு பறிப்பா?” எனக்கேட்டான்.

"அழகா இருக்குல்லே..நாம பறிப்போம்."

"பார்த்தா திட்டுவாங்க."

"பூப்பறிக்கிறதுக்கெல்லாம் திட்டமாட்டாங்க."

"பூப்பறிக்க கேட்டைத் திறந்து உள்ளே போகணும்."

"நான் போயி பறிச்சிட்டு வர்றேன்."

"அந்த வீட்ல ஒரு நாய் இருக்கு. அது கடிக்க வரும்."

"என்னைக் கடிக்க வராது. நீ வெளியேவே நில்லு."

என பெரிய இரும்பு கேட்டைத் திறந்து உள்ளே போனாள்.

வெளியே வரும்போது போகன்வில்லா பூக்கள் அவள் கைநிறைய இருந்தன.

அந்தப் பூவை முகர்ந்தபடியே சொன்னாள்:

"வாசமே இல்லை."

"அதான் யாரும் பறிக்கமாட்டேங்குறாங்க" என்றேன்.

"இதை என்ன செய்றது?"

"நீதானே பறிச்சே?"

"அதுக்கு ஒரு ஐடியா வச்சிருக்கேன். வா போவோம்" என அழைத்துக் கொண்டு போனாள்.

மார்டன் பேக்கரியை ஒட்டிய புளியமரத்தில் தபால் பெட்டி தொங்கிக் கொண்டிருந்தது. மதியம் 2.30 மணிக்கு பெட்டி திறக்கப்படும் என்று எண் காட்டியது. அந்த தபால் பெட்டியில் தான் கையில் வைத்திருந்த பூக்களைப் போட ஆரம்பித்தாள்.

எல்லா பூவையும் தபால்பெட்டியில் போட்டுவிட்டு சிரித்தபடியே சொன்னாள்:

"தபால்காரர் பெட்டியைத் திறந்தவுடன் ஆச்சரியப்படுவார். இந்தப் பூவை எந்த ஊருக்குக் கொண்டு போய் சேர்க்கிறதுனு அவருக்குத் தெரியாதுல்லே."

"ஆச்சரியப்படமாட்டார் கோபப்படுவார். திட்டுவார்."

"அதைப்பற்றி எனக்குக் கவலையில்லை. வா போவோம்" என வீட்டினை நோக்கி என்னை அழைத்துக் கொண்டு போனாள்.

போகன்வில்லாவை எதற்குப் பறிக்கவேண்டும், எதற்கு இப்படித் தபால்பெட்டியில் போட வேண்டும். என்ன வேடிக்கையிது. சில்வியைப் புரிந்துகொள்வது எளிதேயில்லை.

••

சில்வியாவிற்க்குக் கோபம் கோபமாக வந்தது. ஏன் வீட்டுக்கு வரக்கூடிய யாராக இருந்தாலும் அறிவுரை சொல்கிறார்கள். அதுவும் பொம்பளைப்பிள்ளைன்னா தலைமுடியை நீளமாக வளர்க்கணும். இப்படி பேண்ட் சர்ட் போட்டுக்கிடக்கூடாது என்ற அறிவுரையைக் கேட்டுக்கேட்டு சலித்துப் போய்விட்டது. அதுவும் சொந்தக்காரர்கள் என வருகிறவர்கள் மிகஅதிகமான உரிமை எடுத்துக்கொண்டு அவள் எவ்வளவு எடையிருக்கிறாள் என்றுகூட கேட்கிறார்கள். அசிங்கம் பிடித்த ஜென்மங்கள். மெட்ராஸிலுள்ள அவளது வீட்டிற்கு சொந்தக்காரர் என ஒரு ஆள் வருவதில்லை. அம்மா வழியிலும் யாரும் வந்து போனதில்லை. அப்பாவிற்கு சொந்தக்காரர்கள் எவரையும் பிடிக்காது.

அம்மாவின் தோழியான ஒரு நர்ஸ் நெல்லூரில் இருந்தார். அவர்தான் சில சமயம் தன் வேலையாக மதராஸ் வரும்போது வீட்டிற்கு வந்து போவார். குடும்ப நண்பர்கள் என்றும் அதிகம் கிடையாது. அப்பாவின் மருத்துவமனையில் வேலை செய்கிறவர்கள், டிரைவர், வீட்டு வேலையாட்கள் இவ்வளவுதான் அவளுக்கு அறிமுகமான மனிதர்கள்.

பள்ளியில் உடன் படிக்கும் மாணவிகள், ஆசிரியர்கள், தெருமுனையிலிருக்கும் கடை, தேவாலயத்தின் பாதிரியார், தேவாலயத்தின் வெளியே உட்கார்ந்திருக்கும் இரண்டு பிச்சைக்காரர்கள் இவ்வளவுதான் அவளுக்கு அறிமுகமான உலகம்.

ஆனால் ஜெபசிங் தாத்தாவைத் தேடி தினமும் யாராவது ஒரு உறவினர் வந்து கொண்டேயிருந்தார்கள். அவர்களுக்கு வீட்டில்தான் சாப்பாடு. ஒரு ஆள் பாக்கியில்லாமல் சாப்பாட்டைக் குறை வேறு சொன்னார்கள். பாட்டிக்கு இந்த உறவினர்களைப் பிடிப்பதில்லை. ஆனால் தொழில் நிமித்தம் இவர்கள் தேவைப்படுகிறார்கள் என்பதாலும்தான் சமையல் செய்யவில்லை என்பதாலும் அவர்களைக் கண்டுகொள்வதில்லை.

இரண்டு நாட்களுக்கு முன்னதாக ஜான்சன் என்ற உறவினர் எல்லோரையும் தன் வீட்டிற்கு ஞாயிற்றுக்கிழமை சாப்பிட வரும்படி அழைத்தார். அவளுக்குப் போக இஷ்டமில்லை. ஆனால் தாத்தா

ஒரு சிறிய விடுமுறைக்கால காதல் கதை | 163

போய் வரும்படி கட்டாயப்படுத்தினார். வேறு வழியில்லாமல் அவர் வீட்டிற்கு சாப்பிடப் போனார்கள்.

குறுகலான தெருவில் அந்த வீடு இருந்தது. ஒரு ஆள் உள்ளே நுழையும்படியாக பாதிக்கதவு மட்டுமே திறந்து இருந்தது. மூன்று மாடிகள் கொண்ட வீடு. சிறிய சிறிய அறைகள். அந்த வீட்டிலிருந்த ஜான்சனின் மகள் மரியா அவளைத் தன் அறைக்கு அழைத்துக் கொண்டு போனாள். அவள் மெடிக்கல் காலேஜில் படிப்பதாகச் சொல்லிக் கொண்டாள். அவளது அறையில் மைக்கேல் ஜாக்சன் படம் பெரியதாக ஒட்டப்பட்டிருந்தது.

“நீ மைக்கேல் ஜாக்சன் கேட்பியா. சூப்பரா இருக்கும்” என்றாள் மரியா.

“எனக்குப் பிடிக்காது” என்றாள் சில்வியா

“மைக்கேல் ஜாக்சன் அழகா இருக்கார்ல.. இவரைக் கல்யாணம் பண்ணிகிடணும்னு ஆசையா இருக்கு. ஆனா இவரு நம்ம ஆட்கள் இல்லே. வேற காஸ்ட்தானே.”

சில்வியாவிற்க்கு எரிச்சலாக வந்தது.

“உன்கிட்ட எத்தனை பவுன் நகையிருக்கு.. என் நகை எல்லாம் பாக்குறயா?” எனக்கேட்டாள் மரியா.

“வேண்டாம். நான் நகையே போடமாட்டேன்.”

“வருஷம் வருஷம் நான் முப்பது பவுன் வாங்கிருவேன். என்கிட்ட இருநூற்றி முப்பது பவுன் இருக்கு.. எல்லாம் என் கல்யாணத்துக்குத்தான். வைர நெக்லஸ் கூட வாங்கிட்டேன்.”

“வைர நெக்லஸ் போட்டுட்டு தான் ஆஸ்பிடல்ல வேலை பாப்பியா?” எனக்கேட்டாள் சில்வி.

“வீட்ல இருக்கும்போது போட்டுக்கிடுவேன். நீ போட்டுக்கிற பேண்ட் மாதிரி நானும் வச்சிருக்கேன். அதை காலேஜ் ஹாஸ்டல்ல இருக்கும்போதுதான் போட்டுக்கிடுவேன். வீட்ல போட்டா என்னடீ ஆம்பளைப்பையன் மாதிரினு திட்டுவாங்க.”

அவள் பேசுவதைக் கேட்க எரிச்சலாக இருந்தது. வேண்டாம் என்று சொன்னபோதும் அவள் படுக்கை அறைக்குள் போய் பீரோவைத் திறந்து தனது நகைகளை எடுத்து வந்து காட்டினாள். ஒரு நகையை அவளுக்கு அணிவித்துப் பார்க்க முயன்றாள். சில்வியா அதை விரும்பாதவள் போல தட்டிவிட்டாள்.

மரியா முறைத்தபடியே கேட்டாள்:

"உங்கம்மா தெலுங்கா?"

சில்வியா பதில் சொல்லவில்லை.

"உங்கம்மா கிறிஸ்டீனா, இந்துவா" எனக்கேட்டாள் மரியா.

"எனக்கு பசிக்குது" என்றாள் சில்வியா

"பிரியாணி இன்னும் ரெடியாகலை. நாம பேசிக்கிட்டு இருப்போம். நான் 'மைக்கேல் ஜாக்சன்' பாட்டை சூப்பரா பாடுவேன். பாடவா?"

வேணாம் என பதற்றமாகத் தலையாட்டினாள் சில்வியா. ஆனால் அதைக் கண்டுகொள்ளாமல் மரியா பாட ஆரம்பித்தாள். அத்தனை கேவலமான குரலில் யாரும் பாடவே முடியாது. அதுவும் தப்பு தப்பா உச்சரிப்பு. இவளை யார் மைக்கேல் ஜாக்சன் கேட்கச்சொன்னது. பாடி முடித்தவுடன் அவள் பெருமையாக "எப்படியிருந்தது?" எனக்கேட்டாள்.

"நாய் பீ மாதிரி இருந்துச்சி" என்றாள் சில்வியா.

அதைக்கேட்டதும் மரியா முகம் இறுகிப்போனது. அவள் அவசரமாக கீழே இறங்கிப் போனாள். சுவரில் ஒட்டியிருந்த மைக்கேல் ஜாக்சன் படத்தை சில்வியா கிழித்துப் போட்டுவிட்டு அமைதியாக கீழே இறங்கினாள்.

சமையல் அறைக்குள் மரியா அழும் சப்தம் கேட்டது. நிச்சயம் அவளது அம்மா வந்து விசாரிப்பாள். எதற்கு அவளுக்குப் பதில் சொல்ல வேண்டும் என முடிவு செய்து சில்வியா விடுவிடுவென வீட்டை விட்டு வெளியேறினோள். ஜெசியும் சாராவும் இன்னொரு அறையில் பொம்மைகளை வேடிக்கை பார்த்துக் கொண்டிருந்தார்கள்.

பசியோடு நடந்தே தாத்தா வீட்டிற்கு வந்தாள். சாப்பிடவும் இல்லை. பாட்டி 'மற்றவர்கள் எங்கே?' எனக்கேட்டதற்கு 'செத்துட்டாங்க' என்று கோபமாக சொன்னாள் சில்வியா.

அன்றிரவு ஜான்சன் தாத்தாவைப் பார்க்க வந்திருந்தார். அவளைப்பற்றி நிறைய புகார்கள் சொன்னார். தாத்தா எதையும் அவளிடம் கேட்டுக் கொள்ளவில்லை. ஆனால் எல்லாவற்றையும் போனில் அவளது அப்பாவிடம் சொல்லியிருக்கக் கூடும். அதைப்பற்றி சில்வி கவலைப்படவில்லை. ஆனால் இனிமேல்

சொந்தகாரர் என எவர் கூப்பிட்டாலும் அவர்கள் வீட்டிற்குப் போய்விடக்கூடாது என்பதில் உறுதியாக இருந்தாள்.

..

சில்வியாவின் அம்மா ஒருமுறை இதே போல ஒரு நிகழ்ச்சியைப் பற்றி அவளிடம் சொல்லியிருக்கிறாள்.

அப்பாவின் நண்பர் ஒருவர் வீட்டில் திருமணமான புதிதில் விருந்திற்குப் போயிருக்கிறார்கள். அங்கே அப்பாவிற்கு சாதாரண தட்டு. அம்மாவிற்கு வெள்ளித்தட்டு. வெள்ளி டம்ளர். நிறைய அசைவ உணவுவகைகள் பரிமாறியிருக்கிறார்கள். வெள்ளித்தட்டில் சாப்பிடுகிற சந்தோஷம், அம்மா தன்னைப் பெருமையாக நடத்துகிறார்களே என்று மகிழ்ச்சி அடைந்திருக்கிறாள். சாப்பிட்டு முடித்து சில மணி நேரம் உரையாடிவிட்டு வீடு திரும்பியபோது அப்பா சொல்லியிருக்கிறார்.

"நீ ஒண்ணும் தப்பா எடுத்துக்கிடலையே?"

"எதுக்கு?"

"அவங்க வெள்ளிதட்டுல சாப்பாடு போட்டதுக்கு."

"அது பெருமைதானே."

"அப்படியில்லை. வெள்ளித்தட்டுக்குத் தீட்டு கிடையாது. அதான் வேற சாதிக்காரங்க வீட்டுக்கு சாப்பிட வந்துட்டா.. வெள்ளிதட்டுல சாப்பாடு போடுவாங்க."

"அப்போ வெள்ளித்தட்டு வச்சது நான் வேற சாதின்னா?"

"ஆமாம்."

"அது தெரியாம பைத்தியக்காரி மாதிரி சாப்பிட்டு இருக்கேன்."

"சிட்டில இருந்தாலும் நிறைய பேர் இப்படித்தான் சாதி பாக்குறாங்க."

"நீங்க ஏன் இதைப் பார்த்து ஒண்ணுமே சொல்லலை."

"அவன் என் பிரண்ட். நம்ம காஸ்ட் வேற.."

"அதுக்காக உங்க பொண்டாட்டியைக் கேவலப்படுத்தியிருக்கான். கோவம் வரலையா?"

"கோவப்பட்டா பிரண்ட்ஷிப் போயிடும்."

“போகட்டும். இவன் எல்லாம் பிரண்டா இருந்து என்ன பிரயோசனம்?”

“உனக்கும் வெள்ளித்தட்டு விஷயம் தெரியும்னு நினைச்சேன்.”

“தெரிஞ்சா சாப்பாட்டுத் தட்டைத் தூக்கி மூஞ்சில அடிச்சிருப்பேன்.”

“விடு. அவ்வளவுதான் அவங்க புத்தி.”

“சே. அந்த வீட்ல போயி ஏன் சாப்பிட்டேன். முதல்ல அதை வாந்தி எடுக்கணும்.”

கஷ்டப்பட்டு வாயில் விரலை விட்டுக் குமட்டி சாப்பிட்ட உணவை வாந்தி எடுத்திருக்கிறாள். அந்த சம்பவம் அம்மா மனதில் ஆழமாகப் பதிந்து போய்விட்டது. எங்கே சாப்பிடப்போனாலும் கவனமாக இருப்பாள். சில நேரம் சாப்பிடாமலே வந்துவிடுவாள்.

அதிலிருந்தே யார் சாப்பிடக் கூப்பிட்டாலும் அவர்கள் போவதேயில்லை. சில நேரம் ஸ்டார் ஹோட்டல்களில் பார்ட்டி நடக்கும் அதற்கு மட்டும் அம்மாவும் அப்பாவும் போய் வருவார்கள்.

••

ஒரு நோட்டை என் கையில் கொடுத்து படித்துப்பார் என்றாள் சில்வியா.

எண்பது பக்க அளவுள்ள நோட்டு. ஏதாவது ஆங்கிலத்தில் எழுதியிருப்பாள் என நினைத்தபடியே புரட்டினேன். தமிழில்தான் எழுதியிருக்கிறாள். ஆனால் ஒரு வார்த்தையைக்கூடப் படிக்க முடியவில்லை.

“இதைக் கண்ணாடி வச்சிதான் படிக்க முடியும். தலைகீழா எழுதியிருக்கேன் ” என்றாள்.

“இதைத் தான் ரெண்டு நாளா எழுதினாயா?” எனக்கேட்டேன்.

“ஆமாம்” எனத் தலையாட்டினாள்.

வீட்டுக்கு எடுத்துக் கொண்டு போய் படித்துவிட்டுத் தருவதாக எடுத்துக் கொண்டு போனேன்.

ஆச்சிக்குத் தெரியாமல் கண்ணாடியை எடுத்துக் கொண்டு வெளியே வந்தேன்.

தீப்பெட்டி கம்பெனி குடோன் பின்புறம்போய் உட்கார்ந்து கொண்டு கண்ணாடியை வைத்துப் படிக்க ஆரம்பித்தேன். இப்போது அந்த வரிகளைப் படிக்க முடிந்தது.

எண்பது பக்கமும் என்னைப் பற்றிதான் எழுதியிருந்தாள். அவள் என்னைப் பார்த்த நாள் முதல் என்னைப் பற்றி நினைத்த எல்லாவற்றையும் மறைக்காமல் எழுதியிருந்தாள். அதைப் படிக்கப் படிக்க நிர்வாணமாக நிற்பதுபோலக் கூச்சமாக இருந்தது.

இவ்வளவு என்னைக் கவனித்திருக்கிறாள், என் மனதை புரிந்து வைத்திருக்கிறாள் என்று வியப்பாகவும் இருந்தது.

இதை ஏன் இப்படிக் கண்ணாடியில் படிக்கும்படி எழுதியிருக்கிறாள், யாரும் படித்துவிடக் கூடாது என்று தானா?

அந்த நோட்டின் கடைசிப்பக்கத்தில் சில்வியா எழுதியிருந்தாள்.

"கண்ணாடியில் உன்னைப் பார்ப்பது போல இருக்க வேண்டும் என்பதற்காகத்தான் இப்படி எழுதியிருக்கிறேன். படித்து முடித்தவுடன் இந்த நோட்டின் காகிதங்களைக் கிழித்துப் போட்டு எரித்துவிடு."

இதைப்போய் எப்படி எரிப்பது, ரகசியமாக வைத்துக் கொள்ளலாமே என்று தோன்றியது.

இன்னொரு பக்கம் சில்வியா சொல்வதை எப்படி மறுப்பது என்று குழப்பமாகவும் வந்தது.

நான் படிப்பதற்காக மட்டுமே எழுதியிருக்கிறாள். கிராமத்துப் பையன்களுக்கே உரித்தான தயக்கம், குழப்பம், பயம், அசட்டுத் தைரியம். எதிர்காலம் என்னவாகும் என்று தெரியாத கவலை. வீட்டைப் பற்றிய அச்சம், மனம் முழுவதும் நிறைவேறாத ஆசைகள், அத்தனையும் சேர்ந்ததுதான் என் முகம்.

இப்போதுதான் ஒன்பதாம் வகுப்பு படித்து முடித்திருக்கிறேன். இன்னும் நிறைய படிக்க வேண்டும். என்ன வேலை கிடைக்கும். எந்த ஊரில் வேலை கிடைக்கும். அப்போது எப்படியிருப்பேன் எதுவும் தெரியாத குழப்பம். இப்படியே வயது வளராமல் போய்விட்டால் நன்றாக இருக்குமே என்றும் அந்த நிமிசம் தோன்றியது.

தீப்பெட்டி கம்பெனியினுள் சென்று வேஸ்ட்டாகப் போட்டு வைத்திருந்த தீப்பெட்டிகளில் ஒன்றை எடுத்து வந்து சில்வியா சொன்னதுபோல அந்த நோட்டின் காகிதங்களைக் கிழித்துப் போட்டு எரிக்க ஆரம்பித்தேன்.

இந்த உலகில் மிகத்துயரமானது, நேசத்துக்குரிய பெண் எழுதியதை எரிப்பது. அதுவும் இத்தனை ஆசையாக என்னைப் பற்றி எழுதியதை நானே தீ வைத்து எரிப்பது.

சொற்கள் எரியும்போது உடம்பில் தீப்பற்றிக் கொண்டது போலத்தானிருந்தது.

நெருப்பு ஆசை ஆசையாக சொற்களை விழுங்கியது.

காற்றில் அந்த சாம்பல் பறந்தபோது திடீரென மனது கனத்துப்போய் விட்டதாக இருந்தது. காற்றில் பறக்கும் சாம்பல் புகையைக் கையில் பிடிக்க முயன்றேன்.

ஏதோ புகை வருகிறதே என ஒரு ஆள் எட்டிப்பார்த்துப் போனான்.

அவசரமாக மண்ணை அள்ளிப்போட்டு அந்த இடத்தை மறைத்தேன்.

இந்த சில்வியா ஏன் இப்படி என் உணர்வுகளுடன் விளையாடுகிறாள்.

மாலை அவளை சந்திக்கப் போனபோது அவள் கண்சிமிட்டியபடியே “படிச்சியா ” எனக்கேட்டாள்.

மௌனமாகத் தலையாட்டினேன்.

“ஏன் உம்முனு இருக்கே. கோபமா?”

“அதெல்லாமில்லே.”

“நீ எதுக்கு இப்படி இருக்கேனு எனக்குத் தெரியும். உன் மனசில என்ன நினைச்சிட்டு இருக்கேனு நல்லா தெரியும்..”

“எதைப்பற்றிப் பேசுகிறாள் என் காதலையா. அவளிடம் இன்னமும் ஐ லவ் யூ கூட சொல்லவில்லையே. நிஜமான நேசம் என்பது லவ் யூ சொல்லி உருவாவதில்லை தானே .”

சில்வியா என் கைகளைப் பிடித்தபடியே சொன்னாள்:

“என் மனசும் உனக்கு நல்லா தெரியும். இன்னும் நிறைய வயசும் இருக்கு. நாளும் இருக்கு. அதுவரைக்கும் வெயிட் பண்ணுவோம்.”

அவள் பேசுவதைக் கேட்டால் எங்கள் காதலைப்பற்றிதான் சொல்கிறாள் எனத் தெரியாது. பொதுவாக சொன்னது போலவும்

இருந்த்து. ஏன் இப்படி குழப்புகிறாள் என அவளையே பார்த்துக் கொண்டிருந்தேன்

“ரொம்ப தலைவலியா இருக்கு.. நான் தூங்கப்போறேன்.”

மாலை ஆறுமணிக்கே சில்வியா தூங்கப்போவதாகச் சொன்னது வியப்பாக இருந்தது.

“சரி போய் தூங்கு” என்று அவளை விட்டு விலகினேன்.

சில்வியா தளர்ந்த நடையுடன் அவள் வீட்டினை நோக்கிச் சென்று கொண்டிருந்தாள்.

••

கேரம் விளையாடுவது போரடித்துவிடவே நாங்கள் சீட்டு விளையாடிக் கொண்டிருந்தோம். சில்வியின் பக்கத்தில் நான் உட்கார்ந்திருந்தேன். அவள் என் சீட்டுகளை ரகசியமாக எட்டிப்பார்ப்பது தெரிந்தது. நன்றாகப் பார்த்துக் கொள்ளட்டும் என்பது போல விரித்து வைத்துக் கொண்டேன். சீட்டு விளையாடிக் கொண்டிருக்கும்போது சில்வியா கேட்டாள்:

“ஏன். சீட்டை கவனிக்காம அடிக்கடி என் முகத்தையே பார்த்துக்கிட்டு இருக்கே?”

“அப்படியெல்லாம் இல்லை நான் சீட்டைத்தான் பாக்குறேன்.”

“என் மூஞ்சில அப்படி என்ன இருக்கு. இது என்ன சினிமா போஸ்டரா. நின்னு பாத்துகிட்டே இருக்கிறதுக்கு?” என சீண்டினாள் சில்வி.

இதைக்கேட்டு சாரா சிரித்தாள். நானும் சிரிப்பதுபோல பாவனை செய்து கொண்டேன். சில்வியா எப்படி எனது சிறுசிறு அசைவுகளைக்கூட கவனித்துவிடுகிறாள். அவளும் என்னைப் பார்த்துக் கொண்டேயிருக்கிறாள் என்றுதான் அர்த்தமா. என்னை அப்படிப் பார்க்க வைக்க வேண்டும் என்பதற்காகத்தான் இப்படி சொல்கிறாளா. சில்வியின் பேச்சில் எது கோபம், எது சீண்டல் என்று கண்டுபிடிக்க முடியவில்லை. தன்னை மறைத்துக் கொண்டு விளையாட்டு காட்டுவதுதான் பெண்ணின் இயல்பா.

அவள் கோவித்துக் கொண்டபிறகு சீட்டைப் போடுவது போல, எடுப்பது போல அடிக்கடி அவளைப் பார்க்க துவங்கினேன். முகத்தை மட்டுமில்லை, அவளது கைகளை, மார்பை வெறித்துப் பார்க்கத் துவங்கினேன். நைசாக என்னைப் பிறர் அறியாமல்

கிள்ளியபடியே சில்வியா சீட்டை பார்த்து விளையாடு என்று சைகை செய்தாள்.

சில்வியா ஜெயிக்கட்டும் என்பது போலவே என் கையில் இருந்த அவளுக்குத் தேவையான சீட்டுகளைப் போட்டேன். இரண்டு ரவுண்ட் வருவதற்குள் அவள் ஜெயித்துவிட்டாள். அதைக்கண்டு ஜெசிந்தா கோபம் கொண்டு “இது கள்ளாட்டம். நீங்க ரெண்டு பேரும் ஒண்ணு சேர்ந்துக்கிட்டு விளையாடுறீங்க. சில்வி, நீ இந்தப் பக்கம் வா. சாரா, அந்தப் பக்கம் போ என்றாள்.

“அப்படி ஒண்ணும் விளையாட வேண்டியதில்லை” என சீட்டை விசிறி அடித்தாள் சில்வியா.

ஜெசிந்தாவிற்கும் கோபம் வந்தது. அவள் ஒரு சீட்டை எடுத்துக் கிழித்துப் போட்டாள். மறுநிமிசம் இவரும் ஒருவரையொருவர் அடித்துக் கொண்டார்கள். சாரா வீறிட்டுக் கத்தினாள்.

ஜெசிந்தா அடிவாங்கி அழுதபடியே உள் அறையை நோக்கிச் சென்றாள்.

மூர்க்கம் தணியாதவள் போல சில்வியா என்னை பார்த்து சொன்னாள்:

“எல்லாம் உன்னாலேதான். நீ ஏன் என் பக்கத்துல வந்து உட்காருறே. ஏன் சீட்டைக் காட்டிகிட்டே இருக்கே.”

என்ன சொல்வதென அறியாமல் தலைகவிழ்ந்திருந்தேன்.

சில்வியா கோபமாக அந்த அறையை விட்டு வெளியேறி மொட்டைமாடிக்குப் போவதற்காகப் படியேறத் துவங்கினாள். நான் அவர்கள் வீட்டிலிருந்து வெளியேறி வந்தேன்.

என்னை ஏன் கோவித்துக் கொள்கிறாள் என்று கோபமாக வந்தது. இனி சில்வியாவே கூப்பிட்டாலும் அவளுடன் போய் விளையாடக்கூடாது என்று முடிவு செய்தவனாக வீதியில் நின்று கொண்டிருந்தேன்.

இரவுவரை வீட்டிற்கு வரக்கூடாது. எங்கேயாவது போய் தனியே சுற்ற வேண்டும் போலிருந்தது. மேற்கு நோக்கி நடக்க ஆரம்பித்தேன். புளியமரங்கள் அடர்ந்த சாலையது. எங்கே போவது என்று தெரியாமல் நடந்து கொண்டிருந்தேன்.

சில்வியா செய்வது போலவே விளையாட்டுத்தனமாக நானும் ஏதாவது செய்யலாம் என்று தோன்றியது.

புளியமரத்தடி ஒன்றில் நின்று கொண்டேன். ஒரு டவுன் பஸ் வந்தது. எந்த ஊருக்குப் போகிறது என்றுகூட கவனிக்கவில்லை. அதில் ஏறிக்கொண்டேன். பஸ்ஸில் கூட்டமேயில்லை. ஜன்னலோர சீட்டில் உட்கார்ந்து கொண்டேன். அந்த டவுன் பஸ் எங்கே போகிறது என்று கண்டக்டரிடம் கேட்டேன். அவர் சிரித்தபடியே நீ எந்த ஊருக்குப் போகணும் என்று கேட்டார்.

பதில் சொல்லாமல் அவரையே பார்த்துக் கொண்டிருந்தேன்.

"வீட்ல சண்டைபோட்டுட்டு வந்துட்டயா?" எனக்கேட்டான்.

'ஆமாம்' என்பது போல தலையாட்டினேன். பச்சை நிற டிக்கெட் ஒன்றைக் கிழித்துக் கொடுத்து காசு வாங்கிக் கொண்டார்.

எந்த ஊருக்குப் பஸ் போகிறது எனத்தெரியாது. ஆனால் மேற்கு நோக்கி சென்று கொண்டிருந்தது. வெம்பரப்பாக விரிந்து கிடந்த நிலத்தின் ஊடே அந்தப் பேருந்து புழுதியைக் கிளப்பியபடியே சென்று கொண்டிருந்தது. உலர்ந்த கிராமங்கள். தொலைவில் தெரியும் பனைமரங்கள். காலத்தின் பின்னோக்கிப் போவது போல உணர முடிந்தது.

..

திடீரென ஒரு நாள் மதியம் வானம் இருள ஆரம்பித்தது. கோடை மழை எப்போது துவங்கும் என யாருக்குத் தெரியும். மழை வரப்போகிறது என்ற சந்தோஷம் அனைவர் முகத்திலும் இருந்தது. சில்வியா தன் வீட்டு மொட்டை மாடியில் நின்று வானம் கறுத்துக் கொண்டு வருவதைப் பார்த்துக் கொண்டிருந்தாள். அதை வேடிக்கை பார்க்க என்னையும் மாடிக்கு அழைத்துப் போயிருந்தாள்.

"மழையோட முதல்துளி எங்கே பெய்யும்?" என்று கேட்டாள்.

"எனக்கு எப்படித் தெரியும்" என்றேன்.

"இந்த ஊர்ல யார் வீட்டுமேல முதல் மழைத்துளி பெய்யுதோ. அவங்க அதிர்ஷ்டசாலி."

"எங்க ஊர்ல வருஷத்துக்கு நாலுநாள் மழை பெய்தாலே ஜாஸ்தி " என்றேன்.

"நிஜமாவா!" என வியப்போடு கேட்டாள்.

"கரிசக்காட்டுல மழை எப்படி பெய்யும். எப்போவும் வெயில் அடிச்சிக்கிட்டே இருக்கும், மழை பெய்தா நாங்க பானை குடம் பாத்திரம் எல்லாம் தண்ணி பிடிச்சி வச்சிக்கிடுவோம்."

“மழை பெய்தா நான் என்ன செய்வேன் தெரியுமா?”

“நனைவியா?”

கண்சிமிட்டியபடியே சொன்னாள்:

“மழை பெய்யும்போது காட்டுறேன் பாரு.”

நாங்கள் பேசிக் கொண்டிருக்கும்போதே மழை வானிலிருந்து தரையிறங்கத் துவங்கியது. கிழக்கே பெரிய இடிச்சப்தம். வானம் இருண்டிருந்தது. மேகங்கள் பரபரப்பாக ஓடத்துவங்கின.

ஆலங்கட்டி மழை. வானிலிருந்து யாரோ கல்மழையால் அடிக்கிறார்கள். தகரத்தில் விழுந்த ஆலங்கட்டி மழை சப்தம் எழுப்பியது. தன்மீது கல்லெறிந்தது யார் என்பது போல ஏறிட்டுப் பார்த்தது தெருநாய்.

மழையின் வேகம் மிகஅதிகமாக இருந்தது.

நான் மொட்டை மாடியில் இருந்து கீழே இறங்க ஓடினேன்.

“எங்க ஓடுறே?” என்று கேட்டாள் சில்வியா.

“மழையில நனைஞ்சிட்டா காச்சல் வந்துரும்.”

“வந்தா வரட்டும். நீ இங்கேயே நில்லு. வர்றேன்.”

என அவள் கீழே இறங்கிப் போய் இரண்டு ஸ்டூல் சேர்களைக் கொண்டு வந்தாள்.

அதை மழைக்குள்ளாகப் போட்டு “உட்காரு” என்றாள்.

மழையில் யாராவது சேர் போட்டு உட்காருவார்களா என்ன.

நான் தயங்கியபடியே ஓரமாக நின்றிருந்தேன்.

ஏதோ நிலவொளியில் அமர்வது போல சில்வியா மழையினுள் நனைந்தபடியே சேரில் உட்கார்ந்து கொண்டாள்.

தயங்கித்தயங்கி நானும் மழையினுள் நனைந்தபடியே சேரை விரித்துப் போட்டு உட்கார்ந்து கொண்டேன்.

எங்கள் இருவர்மீதும் மழை கொட்டியது. முதுகில் மழைத்தண்ணீர் இறங்கிப்போவது உடலைச் சிலிர்க்கவைத்தது.

தாவரம் ஒன்று மழைக்குள் ஆனந்தமாக இருப்பதைப்போல சில்வியா மழைக்குத் தன்னை ஒப்புக் கொடுத்திருந்தாள். எனக்குதான் நடுங்க ஆரம்பித்தது.

ஒரு சிறிய விடுமுறைக்கால காதல் கதை | 173

மழை என் தலையில் அடித்து ஓடு ஓடு என்றது.

சில்வியா கண்ணாடியைக் கழட்டிவிட்டு கண்களை மூடி தியானத்தில் இருப்பவள் போலிருந்தாள். அவள் முகத்தில் வழிந்தோடும் மழைத்தண்ணீரைக்கூடத் துடைக்கவில்லை. எனக்குக் கைகள் நடுங்க ஆரம்பித்தன. நான் மழையின் வேகம் தாங்க முடியாமல் 'போவமா' என்று கேட்டேன். சில்வியா பதில் சொல்லவில்லை.

எழுந்து போய்விடலாமா என்று தோன்றியது. ஆனால் சில்வியா திட்டுவாள். மழையின் வேகமோ அதிகமாகிக் கொண்டேயிருந்தது.

இதற்குமேல் தாங்க முடியாது என்ற நிலையில் சேரிலிருந்து இறங்கி ஓடினேன். சில்வியா கண்களைத் திறக்கவேயில்லை. நனைந்த கோழிக்குஞ்சைப் போலாகியிருந்தேன்.

மாடியிலிருந்த ஈரம்சொட்டக் கீழே வந்தபோது சாரா என்னிடம் கேட்டாள்:

"அக்கா மழையிலதான் நனையுறாளா?"

"ஆமாம்" எனத் தலையாட்டினேன்.

"அவ எப்பவும் இப்படித்தான். ஊர்ல மழையில டான்ஸ் எல்லாம் ஆடுவா."

நடுங்கும் கால்களுடன் என் வீட்டை நோக்கி ஓடினேன்.

ஆச்சி "எங்கடா போயி இப்படி தொப்பல் தொப்பலா நனைச்சிக்கிட்டு வர்றே?" என்று கேட்டாள்.

"கிரவுண்ட்ல விளையாடிக்கிட்டு இருந்தேன்" என்று பொய் சொன்னேன்.

தலையைத் துவட்டி மாற்று உடைகளை அணிந்து கொண்டபோதும் உடல் நடுங்கிக் கொண்டேயிருந்தது. ஆச்சி சுக்குகாபி போட்டு தருவதாகச் சொன்னாள். என் வீட்டின் வாசலில் நின்றபடியே மழையை வேடிக்கை பார்த்துக் கொண்டிருந்தேன். சில்வியா இன்னும் மழையைவிட்டு எழுந்து கொண்டிருக்க மாட்டாள். விசித்திரமான பெண் என்று அவளையே நினைத்துக் கொண்டிருந்தேன்.

அன்றிரவு எனக்குக் குளிர்காய்ச்சல் வந்தது. கைகால்கள் இழுத்துக் கொண்டதுபோல நடுங்கின. ஆச்சி நாட்டுமருந்து எதையோ கொடுத்தாள். விடிந்தும் காய்ச்சல் நிற்கவில்லை.

கணேசன் டாக்டரிடம் என்னை தாத்தா அழைத்துக் கொண்டு போனார். ஊசி போட்டு மாத்திரை கொடுத்தார்கள். வீட்டிற்கு வந்து தாத்தா கட்டிலில் படுத்துக்கொண்டேன். மூன்று நாட்களுக்கு வெளியே போகவேயில்லை. வாய் கசப்பு. உடம்பு வலி. தலைப்பாரம். கூடவே குழப்பமான கனவுகள். நான்காம் நாள் காலை வெயிலில் வந்து நின்றபோது உலகமே புதுசாகத் துடைத்து வைத்தது போலிருந்தது. மெதுவாக நடந்து சில்வியா வீட்டிற்குப் போனேன்.

ஜெசிந்தா என்னை முறைத்தபடியே சொன்னாள்:

“சில்வியாவுக்குக் காய்ச்சல். நாலு நாள் ஆச்சு.. பெட்லயே கிடக்கா.. எப்போ பாரு வாந்தி. டெய்லி ஒரு ஊசி போடுறாங்க.”

“எனக்கும் காய்ச்சல்” என்றேன்.

“மழைல நனைஞ்சா காச்சல் வராம என்ன செய்யும்” எனச் சொல்லி முறைத்தாள்.

சில்வியாவை மழை ஒன்றும் செய்யாது என்றாளே. சில்வியா உறங்கிக் கொண்டிருப்பதால் அவளைப் பார்க்காமலே வீடு திரும்பினேன்.

ஐந்து நாட்களின் பின்பு வெளிறிப்போன முகத்துடன் சில்வியா வெளியே வந்தாள். அவள் முகம் வற்றிப்போயிருந்தது. கண்ணாடிக்குள் கண்கள் சுருங்கியிருந்தன. வெளிறிய உதடுகள். மெதுவான பேச்சு. என்னைப் பார்த்து சிரித்தபடியே கேட்டாள்:

“உனக்கும் காச்சலா?”

“ஆமாம்” எனத் தலையாட்டினேன்.

“என் கனவில நீ வந்தே” என்றாள்.

“நிஜமாவா” எனக்கேட்டேன்.

“உனக்கும் டாக்டர் ஊசி போட்டாரா?”

“ஆமாம்” என தலையாட்டினேன்.

“புது மழைல நனையக்கூடாதுனு தாத்தா சொன்னாரு. எனக்கு கைகால் எல்லாம் வலிக்குது. நண்டு சூப் வைக்கச் சொல்லியிருக்கேன்” என்றாள்.

“மழைல ஏன் இப்படி நனையுறே?” எனக்கேட்டேன்.

"மரஞ்செடி எல்லாம் நனையுது, அதுக்கு என்ன காச்சலா அடிக்கு " எனக்கேட்டாள்.

"என்னால மழையைத் தாங்க முடியலை. அந்த அடி அடிக்குது."

"மழைக்குள்ளேயே இருந்தா அது உடம்பை என்னமோ செய்யுது. உனக்கு அதைபத்தி சொன்னா தெரியாது."

"எனக்குக் கை எல்லாம் விறைச்சிபோச்சி. அதான் ஓடிட்டேன்."

வெளிறிய முகத்துடன் சில்வியா சிரிப்பதைப் பார்க்க வருத்தமாக இருந்தது. சில்வியா பழையபடி எப்போது ஆவாள் என கவலையாக இருந்தது.

ஏழாம் நாள் நலமாகி வந்தவுடன் சில்வியா சொன்னாள்:

"மழைத்தண்ணீரைக் குடிச்சிட்டேன். அதான் காச்சல் வந்துருச்சி."

அதைச் சொல்லும்போது அவள் கண்ணடித்தாள். அதன் மறுநாள் அவர்கள் விடுமுறை முடிந்து ஊருக்குக் கிளம்பினார்கள். இந்த முறை அவள் கிளம்பும்போது ஒரு காகிதத்தில் தனது கையை வரைந்து என்னிடம் தந்தாள்.

"என்ன இது?"

"இதை உன்கூட வச்சிக்கோ. நானே உன்கூட இருக்கிறது மாதிரி இருக்கும்."

வலதுகையின் ஐந்துவிரல்களையும் சுற்றிக் கோடு போட்டு வரையப்பட்டிருந்தது அந்தப் படம். காகிதத்தில் இருந்த அவளது கைகளைப் பார்த்துக் கொண்டிருந்தேன்.

"அடுத்த வருஷம் எல்லாம் நாங்க லீவுக்கு வரமாட்டோம். நீ மெட்ராஸ்க்கு வா."

"வீட்ல விடமாட்டாங்க."

"அப்போ திருட்டு ரயில் ஏறி ஓடி வந்துரு."

அதைக் கேட்டு சிரித்தேன். அவர்கள் ஊருக்குக் கிளம்பி போன இரவில் நெடுநேரம் நான் விழித்திருந்தேன். சென்னைக்குப் போக வேண்டும்.. கடற்கரையில் அவளோடு சுற்ற வேண்டும் என மனது எதையெதையோ கற்பனை செய்து கொண்டிருந்தது.

...

அத்தியாயம் 15

"காலையில ஊருக்குக் கிளம்பணும்." என்றேன். கிறிஸ்துமஸ் தினம் முடிவடையப்போகிறது. இந்த இரவு மட்டுமே பாக்கி. மதியம் சில்வியா சமைத்த ருசியான பிரியாணியைச் சாப்பிட்டேன். அதுவே வயிறு நிறைய இருந்தது. இரவில் வேறு என்ன சாப்பிடுவது என எதையும் செய்யவேண்டாம் என சில்வியாவிடம் சொன்னேன்.

"ரெண்டு தோசை மட்டும் சாப்பிடு" என்றாள்.

ஏதாவது சாப்பிட்டுத்தான் ஆகவேண்டும். இல்லாவிட்டால் சில்வியா விடமாட்டாள்.

"இப்போ வேணாம். பத்து மணிக்கா சாப்பிடுறேன்" என்றேன்.

"அடுத்த கிறிஸ்துமஸ்க்குத்தான் வருவியா" என ஆதங்கமாகக் கேட்டாள்.

"ஏன் நீ கூப்பிட்டா எப்பவும் வரத்தான் செய்வேன்."

"வருஷத்துக்கு இரண்டுநாள் எனக்கு அப்படித்தானே."

"ரெண்டு முழுநாள்" என்று சொல்லி சிரித்தேன்.

"நாள் போனதே தெரியலை. நல்ல விஷயம் எல்லாம் வேகமா முடிஞ்சி போயிருது."

"அடுத்த கிறிஸ்துமஸ் இப்போ வந்துரும்."

"அப்படி நினைச்சிக்கிட்டுதான் நாளை ஓட்டணும்."

"போகும்போது நான்சி ஸ்கூலுக்குப் போயி பாத்துட்டுப் போறேன்."

"நீயாச்சி அவளாச்சி.."

"உனக்கு ஏதாவது வேணுமா?"

"ஒண்ணும் வேணாம். நீ நல்லா இருந்தா அதுவே போதும்."

"புது போன் வாங்கித் தரட்டுமா."

"இருக்கிறதுலயே பேச முடியலை. என்னை யாரு கூப்பிடப்போறா?"

"நான்சிக்கு லீவு விடட்டும். நாம கோவில்பட்டிக்குப் போவோம்."

"வேணாம்பா.. அங்கே போனா மனசு கனத்துப் போயிடும்."

"நீதான் போகணும்னு ஆசைப்பட்டே."

"அப்போ தோணுச்சி. இப்போ வேண்டாம்னு தோணுது, காலையில் நீ எப்போ கிளம்பணும்?"

"ஆறுமணிக்கு கிளம்பிட்டா. மைசூர் போயி அங்கேயிருந்து சென்னைக்குப் போயிடுவேன்."

"பத்துமணி நேரத்துக்குமேல ஆகிரும்லே."

"அது பஸ்ஸைப் பொறுத்தது. போற வழியெல்லாம் இந்த ரெண்டு நாளை நினைச்சிக்கிட்டே போவேன். எனக்கும் வேற சந்தோஷம் ஒண்ணுமில்லே."

"ஏன் அப்படி சொல்றே. உன் வொய்ப் இருக்கா, வீடு இருக்கு."

"ஆனா குழந்தைகள் இல்லையே ."

"அதுக்கு நீ டாக்டர்கிட்ட காட்டி ட்ரீட்மெண்ட் எடுக்கணும்."

"காட்டியாச்சி. நிறைய மாத்திரை சாப்பிட்டாச்சி கடவுள் எங்க மேல கருணை காட்டலே."

"அப்படி சொல்லாதே.. ஒண்ணுக்கு ரெண்டா புள்ளை பொறக்கும் பாரு."

"பிறந்தா சந்தோஷம்."

"உன் கூடவே மெட்ராஸ் வரைக்கும் வரலாமானு ஆசையா இருக்கு."

"வா.. போவோம்."

"நாங்க குடியிருந்த வீட்டைத் திரும்ப பாக்கணும்னு தோணுது."

"அதெல்லாம் இப்போ இடிச்சி அபார்ட்மெண்ட் கட்டியிருப்பாங்க."

"அந்த வீடு என் மனசில அப்படியே இருக்கு."

"அதுதான் மிச்சம்."

"அடுத்த வருஷம் ஒருவாரம் முன்னாடியே வாயேன்."

"பாக்குறேன்."

"நீ ஊருக்குப் போயிட்டா நாலைந்து நாளைக்கு எந்த வேலையும் செய்ய முடியாது. தனியா ஒத்தை ஆளா சமைச்சி சாப்பிட்டுத் தூங்குறது நரகம்."

"அப்போ ஏன் இங்கே இருக்கே?"

"இதுதான் நான்சியோட அப்பா ஊரு.. இந்த வீடு ஒண்ணுதான் அவரோட மிச்சம். அதை விட்டு எங்க போறது?"

"அடுத்த வருஷம் நம்ம வீட்லயும் கிறிஸ்துமஸ் ட்ரீ வைப்போம். நிறைய சீரியல் லைட் கட்டி அலங்காரம் பண்ணுவோம்."

நான் பேசப்பேச அவள் முகம் மலர்ந்து கொண்டிருந்தது.

••

அன்றிரவு சில்வியா எப்போதும் படுக்கும் கட்டிலில் படுத்துகிடந்தாள். கட்டிலை ஒட்டி கிழே எனக்காக சிறிய மெத்தை போட்டிருந்தாள். அது நான்சியின் படுக்கை. இரவில் நல்ல குளிராக இருந்தது. கம்பளியை கால்வரை இழுத்துப் போர்த்திக் கொண்டேன். தலையணையில் முகம் புதைத்தபடியே என்னையே பார்த்துக் கொண்டிருந்தாள் சில்வியா

"உன்னை மாதிரி பிரண்ட் யாருக்கும் கிடைக்கவே மாட்டாங்க"

"கல்யாணம் ஆகிட்டா நமக்குள்ளே எதுக்கு பிரண்ட்ஷிப் கட் ஆகணும்"

"அதுதான் உலக வழக்கு. ஆம்பளைங்க வாழ்க்கை பூரா பிரண்டா இருக்கலாம். ஆனா ஒரு பொண்ணு அப்படி இருக்கமுடியாது. புருஷன், புருஷனை விட்டா பிள்ளை. இல்லேன்னா கூட படிச்ச பொண்ணு. இவ்வளவுதான் உலகம். நல்லவேளை நீ ஒருத்தனாவது அப்படியில்லை."

"உன் புருஷன் இருந்தா என்னை துரத்திவிட்டிருப்பான்"

"அது என்னவோ உண்மைதான். நானே இப்படி வீட்ல உட்கார வச்சி பேசிகிட்டு இருக்க மாட்டேன். அவருக்கு நம்ம உறவெல்லாம் புரியாது."

"எல்லாம் இந்த உடம்பு படுத்துற பாடு. உலகத்துக்கு யாரு யாருகூட படுக்கிறாங்கிறது தான் கவலை."

“உடம்பு சுகம் எல்லாம் வேகமா வடிந்து போயிரக்கூடியது. அது பெரிய விஷயமேயில்லை. ஒரு பொண்ணோட மனசை புரிஞ்சிகிடுறதுதான் முக்கியம். மனசு சந்தோஷமா இருந்தா உடம்பு தானே கனிஞ்சிரும். ஒருத்தரை ஒருத்தர் கட்டிகிடுறதுங்கிறது சந்தோஷத்திலதான் நடக்கணும்.”

“உலகத்துக்கு பயந்து பயந்து நம்ம வாழ்க்கையை நாசமாக்கிடுறோம்”

“மீறி நடந்தா உலகம் என்ன செய்யப்போகுது. இந்த உலகத்தில நடக்காத விஷயமா.”

“ஒரு பையன் அவங்க அம்மா லவ் பண்ணின ஆளை திரும்ப கண்டுபிடிச்சி கல்யாணம் பண்ணி வச்சதா ஒரு செய்தி பேப்பர்ல படிச்சேன். காலம் எவ்வளவு மாறிகிட்டு இருக்குனு சந்தோஷமா இருந்துச்சி”

“நானும் படிச்சேன். அந்த அம்மாவுக்கு ஐம்பது வயசு. மகனுக்கு இப்போதான் அம்மாவோட லவ் விஷயம் தெரிஞ்சிருக்கு. அவங்களுக்கு பிடிச்ச ஆளை அவனே போயி பேசி கல்யாணம் பண்ணி வச்சிருக்கான். ”

“உலகம் மாறிகிட்டே வருது. நம்ம பிள்ளைக காலத்துல இன்னும் நிறைய நல்லது நடக்கும்னு தான் தோணுது”

“நீ ஒருத்தன்தான் இப்படி சொல்றே. எனக்கெல்லாம் அந்த நம்பிக்கை இல்லை. பொண்ணை பெத்து வச்சிருக்கேனு கவலையா இருக்கு”

“அப்படி ஒண்ணும் ஆகிடாது. கவலைப்படுறது அப்பா அம்மாவோட இயல்பு. எல்லா நாட்டிலும் அப்பா அம்மா ஒண்ணுபோலதான் இருக்காங்க”

“பேப்பர்ல வர்ற செய்தி எல்லாம் பார்த்தா மனசுல குழப்பமா இருக்கு”

“அதை போய் ஏன் படிக்கிறே. நம்ப பிள்ளைக மேல நாம நம்பிக்கை வச்சா எந்த தப்பும் நடக்காது.”

“இப்படி ஆறுதல் சொல்றதுக்குகூட எனக்கு ஆள் இல்ல சுப்பு”

“உனக்கு என்ன பேசணும்னாலும் என்கிட்ட போன்ல பேசு. நமக்கு வயசாகிருச்சி.”

"அதை சொல்லி தெரியவேண்டியதில்லை" எனச் சிரித்தாள் சில்வியா

அன்றிரவு என்னால் உறங்க முடியவில்லை. சில்வியாவும் விழித்துக் கொண்டுதான் படுத்திருந்தாள். இரவின் நீலவெளிச்சம் எங்கள் துயரை அதிகப்படுத்துவதாகயிருந்தது.

...

அத்தியாயம் 16

கோடையில் மட்டும்தான் சில்வியாவைச் சந்திக்க முடிந்தது. ஒரு கோடையில் இருந்து இன்னொரு கோடைக்குப் போவதற்குள்தான் எத்தனை நிகழ்வுகள். மாற்றங்கள். அதுவும் பத்தாம் வகுப்பு தேர்வு முடிந்து கோடைவிடுமுறைக்கு கோவில்பட்டி போயிருந்தபோது சில்வியா வந்திருக்கவில்லை. குமார் தனது பெரியப்பா ஊரான பாண்டிச்சேரி போயிருந்தான். கேசவன் வேலைக்குச் சேர்ந்திருந்தான். ஊரில் கடும் தண்ணீர் பஞ்சம். பகலிரவாக ஆட்கள் குடங்களுடன் தண்ணீருக்கு அலைந்து கொண்டிருந்தார்கள். தண்ணீர் குழாயில் நீண்ட வரிசையாக பிளாஸ்டிக் குடங்கள் வைக்கப்பட்டிருந்தன. சைக்கிள் கேரியரின் இரண்டு பக்கமும் இரண்டு குடங்களைக் கட்டிக் கொண்டு தண்ணீர் தேடி கிராமங்களை நோக்கி இளைஞர்கள் சென்றார்கள். நானும் அப்படிக் குடத்துடன் அலைந்து கொண்டிருந்தேன்.

கம்யூனிஸ்ட் கட்சியினர் குடிநீர் வசதி கேட்டு சாலை மறியல் செய்தார்கள். போலீஸ் அவர்களை அடித்துத் துரத்தியது. ஊரெங்கும் தண்ணீர் பற்றியே பேச்சாக இருந்தது. உலர்ந்த வானத்தைக் காணும் போது தொண்டை அடைத்தது. வானில் பறவைகள் போவதை காண முடியவில்லை. நள்ளிரவிலும் தண்ணீர் தேடி சைக்கிளில் போய்க் கொண்டிருந்தார்கள்.

கலைவாணி சித்திக்குத் திருமணம் நிச்சயம் ஆகியிருந்தது. சினிமா தியேட்டரில் ஒன்று புதுப்பிக்கும் பணிக்காக மூடப்பட்டிருந்தது. ஊரில் புதிதாக ஜவுளிக்கடை ஒன்று திறந்து பெரும் கூட்டம். அந்த வருஷப் பொருட்காட்சியில் எம்.எஸ்.வி. கச்சேரி நடைபெறப்போவதாகச் சொல்லிக் கொண்டார்கள். கோடை முடியும்போது ஜெசி மட்டும் வந்திருந்தாள்.

“அக்கா இப்போது பெங்களூரில் இருக்கிறாள்” என்றாள்.

“எதற்காக சில்வியா பெங்களூர் போனாள்?” என்று கேட்டேன்.

“அங்கதான் இப்போ படிக்கிறா.”

“மெட்ராஸ்லதானே படிச்சா.”

"ஸ்கூல் மாறிட்டா.. டாடி அவளை பெங்களூர்ல உள்ள போர்டிங் ஸ்கூல்ல சேர்த்துட்டாரு."

"எதற்காக" எனக் கேட்டபோது ஜெசிந்தா பதில் சொல்லவில்லை. பெங்களூரில் உள்ள பள்ளிகளுக்கு கோடை விடுமுறை கிடையாதா என்ன. எந்த ஊரில் படித்தாலும் விடுமுறைக்கு தாத்தா வீட்டிற்கு வர வேண்டியதுதானே. ஆனால் சில்வியா வரவில்லை.

ஜெசியிடம் இரண்டு மூன்று முறை இதைப்பற்றிக் கேட்டபோது அவள் பதில் சொல்லாமல் நழுவிக் கொண்டேயிருந்தாள்.

ஒரு நாள் ஜெசியாக என்னிடம் வந்து சொன்னாள்:

"அக்கா போன் பேசினாள். நீங்க வந்து இருக்கீங்களானு கேட்டா."

"சொன்னயா?"

"சொன்னேன். அவளும் வர்றேன்னு சொன்னா."

"அப்போ வருவாளா?"

"தெரியலை. அப்படித்தான் சொன்னா.."

அதைக்கேட்கவே சந்தோஷமாக இருந்தது.

"ரோஸ்மில்க் குடிக்கப் போவமா" எனக்கேட்டேன்.

சற்று தயக்கத்துக்குப் பின்பு ஜெசிந்தா வருவதாகத் தலையாட்டினாள்.

அன்று மாலை நாங்கள் இருவரும் ரோஸ்மில்க் கடைக்குச் சென்றோம். எந்த பெஞ்சில் சில்வியா உட்கார்ந்து கொள்வாளோ அதே பெஞ்சில் ஜெசிந்தா உட்கார்ந்து கொண்டாள்.

ரோஸ்மில்க்கை உறிஞ்சியபடியே சொன்னாள்:

"அக்கா ஸ்கூல்ல ஒரு பெண்ணோட சண்டை போட்டுட்டா."

"எதுக்கு?"

"அம்மாவை பத்தி தப்பா சொன்னாளாம்."

"அதுக்காக அடிச்சிட்டாளா?"

"அடிக்கலை. பிளேடாலே முகத்தைக் கீறி விட்டுட்டா. ஒரே ரத்தம் கொட்டுச்சாம். அந்தப் பொண்ணை ஸ்கூல்ல இருந்தே டாக்டர்கிட்ட கூட்டிக்கிட்டுப் போயிருக்காங்க. அந்தப்

பொண்ணோட அப்பா ஒரு லாயராம். அதான் பெரிய இஷ்யூ ஆகிருச்சி."

இதைச் சொல்லும்போது சில்வியா சொல்வது போலவே இருந்தது.

"டாடி ஸ்கூல்ல போயி சாரி கேட்டாரு. ஆனா அவங்க சில்வியை டிஸ்மிஸ் பண்ணிட்டாங்க. வீட்ல இதனாலே டாடிக்கும் மம்மிக்கும் சண்டை. நான் இனிமே படிக்கவே மாட்டேனு அக்கா சொல்லிட்டா. மம்மிதான் அவளைச் சமாதானப்படுத்தி பெங்களூர் ஸ்கூல்ல சேர்த்துவிட்டாங்க. அங்கே ஹாஸ்டல்ல இருக்க பிடிக்காம ஒரு தடவை ஓடி வந்துட்டா. டாடி அவளைத் திட்டிக் கொண்டுகிட்டுப் போயி விட்டுட்டு வந்தாரு. அதுக்கு அப்புறம் வீட்டுக்கே வரலை. ஹாஸ்டல்லயே இருக்கா. ரெண்டு மாசம் ஒருக்கா மம்மி மட்டும் பார்த்துட்டு வருவாங்க."

"நீங்க யாரும் போகலையா?"

"டாடி போகக்கூடாதுனு சொல்லிட்டாரு. போன்ல தான் பேசிக்கிடுவோம்."

வீட்டைவிட்டு விலகி ஹாஸ்டலில் தங்கிக் கொண்டு கசப்பான நாட்களை ஓட்டிக் கொண்டிருக்கிறாள் சில்வியா என்பது வருத்தம் தருவதாக இருந்தது.

"லீவுக்கு சாரா ஏன் வரலை?"

"அவ பிரெஞ்சு கிளாஸ் போறா.. அவளுக்கு இந்த ஊரே பிடிக்கலை."

"உனக்குப் பிடிச்சிருக்கா?"

"லீவுல எத்தனை நாள் வீட்லயே இருக்கிறது.. அதான் நான் வந்துட்டேன்."

"சில்வியா எப்போ வருவேனு சொன்னா?"

"அவங்க ஸ்கூல்ல பேரண்ட்ஸ் வந்து கூப்பிடாம வெளியே விடமாட்டாங்க."

"யாரு அவளைக் கூப்பிட்டு வருவா."

"டாடிதான்."

"எப்போ வருவா?"

“தெரியலை. டாடி எப்போ பாரு பிசியா இருக்காரு” என்று சலித்துக் கொண்டாள்.

“இன்னொரு ரோஸ்மில்க் குடிக்கிறயா” எனக்கேட்டேன்.

சரியெனத் தலையாட்டினாள். ஆசையாக இன்னொரு ரோஸ்மில்க்கை குடித்தாள். வீடு திரும்பி வரும்போது அவளாகச் சொன்னாள்:

“மெட்ராஸ் எனக்குப் பிடிக்கவே இல்லை.”

சில்வியா இல்லாத மெட்ராஸை எனக்கும் பிடிக்கவில்லை. ஏதோ யோசனையுடன் ஜெசி நடந்து வந்து கொண்டிருந்தாள்.

••

அடுத்த இரண்டு வாரத்தில் சில்வியா வந்திருந்தாள். ஆனால் அவளுடன் மார்த்தா என்ற வகுப்புத் தோழியை அழைத்துக் கொண்டு வந்திருந்தாள். காலையில் அவளைக் காண்பதற்காக அவளது தாத்தா வீட்டிற்கு சென்றிருந்தேன். உலர்ந்த புன்னகையோடு பெரிய பிரேம் போட்ட கண்ணாடியை விரலால் உயர்த்தியபடியே “எப்படியிருக்கே” என்று கேட்டாள். யாரோ பெரிய மனுஷி கேட்பது போலிருந்தது. உடம்பு சதை போட்டிருந்தது. அவளது உடை, தலை அலங்காரம் எல்லாமும் மாறியிருந்தன.

“பெங்களூர் எப்படியிருக்கு” என்றேன்.

“சொல்றதுக்கு ஒண்ணும் பெரிசாயில்லை.”

“உடம்புக்கு முடியலையா?” எனக்கேட்டேன்.

“ஏன்.. நல்லாதானே இருக்கேன்.”

“முகம் என்னமோ மாதிரி இருக்கு.”

“இருந்தா இருந்துட்டுப் போகட்டும். நீ கிளம்பு.”

அவளது கோபத்தின் அர்த்தம் புரியாமல் வெளியே வந்தேன்.

பேட்டையினை ஒட்டிய பூங்கா எதிரே புதிதாக ஒரு பேக்கரி திறந்திருந்தார்கள். அதில் எப்போதும் கூட்டம் நிரம்பி வழிந்தது. அந்த பேக்கரிதான் இப்போது எங்களின் மையமாக மாறியிருந்தது. நானும் புதிய நண்பனாக இருந்த மகியும் பகல்நேரத்தில் அங்கேதானிருந்தோம். பேக்கரியில் வேலை செய்கிறவர்கள் நண்பர்களாகியிருந்தார்கள். அங்கே அமர்ந்திருந்தபோது சில்வியும்

மார்த்தாவும் சர்ச்சிற்கு போவதைக் கண்டேன். இருவர் கையிலும் பைபிள் இருந்தது. இன்றைக்கு ஞாயிற்றுக்கிழமை இல்லையே, பின்பு ஏன் சர்ச்சிற்குப் போகிறார்கள்.

அன்று மாலை சில்வியா என்னை அழைத்திருந்தாள். அவளது வீட்டின் மொட்டை மாடியில் உட்கார்ந்திருந்தோம்.

“பெரிய பிரேம் போட்ட கண்ணாடி போட்டபிறகு நீ வேற ஆள் மாதிரி இருக்கே.”

“யாரு மாதிரி?” எனக்கேட்டாள்.

“சொல்லத் தெரியலை. ஆனா என்னமோ மாதிரி இருக்கு.”

“போன வருஷமே கண்ணாடி போட்டு இருந்தேனே.”

“இந்த பிரேம் இல்ல. அது வேற.”

“அந்தக் கண்ணாடியை உடைச்சிட்டேன். இது புதுசு.”

“ஸ்கூல்ல சண்டை போட்டேனு ஜெசி சொன்னா.”

“எனக்கு என்னமோ ஆகிருச்சிப்பா.. தப்புத்தப்பா செய்றேன். தப்புத்தப்பா நினைக்குறேன்.”

“தனியா இருந்தா அப்படித்தான் இருக்கும்.”

“உனக்கும் அப்படி இருந்திருக்கா?”

“வீட்ல யாரும் இல்லாட்டி எனக்கும் என்ன என்னமோ தோணும்.”

“தேவையில்லாமல் கோவம் வருது. திடீர்னு அழுகை வர்றமாதிரி இருக்கு. எனக்குனு யாருமே இல்லேனு தோணுது.”

“ஏன் அப்படி நினைக்குறே?”

“தெரியலை. ஆனா மனசில அப்படி நினைக்க ஆரம்பிச்சா உடனே கைகால் எல்லாம் நடுங்க ஆரம்பிக்குது”

“உனக்கு ஒண்ணும் இல்லே, தேவையில்லாம எதையும் நினைச்சிகிடாதே.”

ஏற்றுக் கொண்டது போல சில்வியா தலையாட்டினாள். நாங்கள் பேசிக் கொண்டிருந்தபோது மார்த்தா மாடிக்கு வந்தாள்.

நான் எழுந்து நின்று கொண்டேன். மார்த்தாவைப் பார்த்து சில்வியா சொன்னாள்:

"நான் சொன்னேன்ல் இது தான் சுப்பு" என்றாள்.

அவள் என்னைப் பார்த்து உதடு விரிக்காமல் புன்னகை செய்தாள்.

"கிளம்புறேன்" என்று அவர்களை விட்டு வெளியேறினேன். சில்வியின் பாட்டி என்னை முறைத்தபடியே ஏதோ சொன்னாள். என் காதில் எதுவும் விழவில்லை.

..

சில்வியா மிகவும் மாறியிருந்தாள். சதா பைபிள் படிப்பதும் பிரார்த்தனை செய்வதுமாக அவளது உலகம் மாறியிருந்தது. முகத்தில் தீராத கவலையின் ரேகைகள். சிலநேரம் அவள் மொட்டைமாடியில் நின்று கண்களை மூடிக் கொண்டு தனக்குத் தானே ஆறுதல் சொல்லிக் கொண்டாள் இப்படி மிகவும் ஒடுங்கிப்போன பெண்ணாக சில்வியா மாறிவிடுவாள் என்று நினைத்துக்கூடப் பார்க்கவில்லை.

போர்டிங் ஸ்கூல் வாழ்க்கை அவளை மிகவும் மாற்றியிருந்தது. விருப்பமான ஐஸ் க்ரீமை சாப்பிடுவதற்குக்கூட யோசித்தாள்.

மார்த்தாவும் அவளும் மட்டுமே எதையோ பேசிக் கொண்டிருந்தார்கள். திடீரென சில நாட்கள் சில்வியா தான் இப்படியிருக்கக் கூடாது என்பது போலவும் நடந்து கொண்டாள்.

ஊரில் எங்கோ ஜெபக்கூட்டம் நடக்கிறது என நான்கு நாட்கள் மார்த்தாவும் சில்வியாவும் சென்று வந்தார்கள். அவர்களைப் பின்தொடர்ந்து நானும் போயிருந்தேன். அந்தக்கூட்டத்தில் அரைமணி நேரம் என்னால் இருக்க முடியவில்லை. ஆனால் இரவு வரை சில்வியா அங்கேயிருந்தாள். இவள் என்னுடைய சில்வியா இல்லை. இவள் யாரோ புதுப்பெண். சில்வியாவை நினைவுபடுத்தும் சில விஷயங்கள் மட்டுமே இவளிடம் இருக்கின்றன. பழைய சில்வியா இப்படி மாறிப்போவாள் என்று நான் கனவில் கூட நினைக்கவில்லை. பெண்களுக்கு எல்லாமே சட்டென நடந்துவிடுகிறது. அவர்களும் மாறிவிடுகிறார்கள்.

..

கோடை எந்த சந்தோஷத்தையும் நீடிக்க விடுவதில்லை. எல்லாமும் சில மணி நேரங்களில் உருமாறிவிடுகின்றன. அதிலும் சிறுநகர வாழ்க்கையில் ஒவ்வொரு நாளும் புதுப்புது பிரச்சனைகள்.

குழப்பங்கள். கோடையில்தான் இத்தனையும். கோடை முடியும் போது மனிதர்களும் மாறிவிடுகிறார்கள்.

ரயிலில் அடிபட்டு ஒருஆள் தலைதுண்டாகிச் செத்துக்கிடக்கிறான் என்ற சேதி ஊர் முழுவதும் பரவியிருந்தது. அதைப்போய் பார்க்கலாம் என்றாள் சில்வியா.

ரைஸ் மில் பின்னால் உள்ள தண்டவாளத்தைக் கடக்கும்போது அந்த ஆள் கால் தடுமாறி விழுந்து இறந்து போய்விட்டான் என்றார்கள்.

யார் அந்த ஆள் என்று தெரியவில்லை.

நாங்கள் அந்த இடத்திற்குப் போனபோது ஒரே ஜனத்திரளாக இருந்தது. அந்த ஆளின் தலையில்லாத உடல் மட்டும் துணியால் போர்த்தப்பட்டிருந்தது. செத்துப்போன ஆளுக்கு நாற்பது வயதிருக்கும். கால்பாதங்கள் புழுதிபடிந்திருந்தன. சிதைந்துபோன தலை தண்டவாளத்தின் மறுபக்கம் நசுங்கிப்போய் கிடந்தது. இரண்டு போலீஸ்காரர்கள் அந்த உடலுக்குக் காவல் நின்று கொண்டிருந்தார்கள்.

"கிட்டபோயி அந்தத் தலையைப் பாப்போம்" என்றாள் சில்வியா.

"வேணாம்" என அவள் கையைப் பிடித்து இழுத்தேன்.

போதையில் வந்த ஆள் தடுமாறி விழுந்திருக்கிறான் என்று பேசிக் கொண்டார்கள். தண்டவாளத்தில் ரத்தகறையாக இருந்தது. இப்படி நாய் அடிபட்டுப் பார்த்திருக்கிறேன். ஆனால் ஆள் அடிபட்டு தலை துண்டாகியிருப்பதை இப்போதுதான் பார்த்தேன்.

நான் சொல்லிக் கொண்டிருப்பதற்குள் சில்வியா சிதைந்து கிடந்த அந்த ஆளின் தலையருகே போய் குனிந்து பார்த்துக் கொண்டிருந்தாள்.

யாரோ அவளை விலகிப்போகும்படி சொல்லிக் கொண்டிருந்தார்கள்.

நான் திரும்பவும் சில்வியாவின் கையைப் பிடிச்சி இழுத்தேன்.

கூட்டத்தில் ஒருவன் "அந்த ஆள் குதிரைவண்டிக்கார முத்தையா" என்றான்.

போலீஸ் கான்ஸ்டபிள் அந்த ஆளிடம் "உனக்குத் தெரியுமா. நீ பார்த்து இருக்கியா" என கேட்டுக் கொண்டிருந்தான். அந்த

ஆளுக்குக் கடலையூர் ரோட்ல வீடு என்றான். இதற்குள் யாரோ மற்றவர் "இப்போ குதிரைவண்டி ஓட்டலே.. பரோட்டோ கடையில சப்ளையராக வேலை செய்றாரு" என்றார். ஆள் அடையாளம் கொஞ்சங்கொஞ்சமாகத் தெரிய ஆரம்பித்தது.

"ஒரு ஆளை அடிச்சிக்கொன்னு போட்டு ரயில் பாட்டுக்குப் போயிட்டா எப்படி" என ஒரு பெரியவர் கோவித்துக் கொண்டார்.

"நைட்ல அ்டிபட்டு இருக்கான். ரயில் டிரைவருக்குத் தெரிந்திருக்காது" என மற்றொரு ஆள் சமாதானம் சொன்னான்.

இன்னும் எதற்காக அங்கே நின்று கொண்டிருப்பது எனப்புரியாமல் சில்வியாவிடம் "போவோம்" என்றேன்.

"இரு.. போகலாம்" என்றாள்.

எனக்குத் துண்டிக்கப்பட்டுக் கிடந்த தலையைப் பார்க்கப் பார்க்க என்னவோ செய்தது. அதைப் பார்த்துக் கொண்டிருந்தால் எனக்கு மயக்கம் வந்துவிடும்.

நான் சில்வியாவை விட்டு விலகி வீடு நோக்கி நடக்க ஆரம்பித்தேன். சில்வியா எப்போது திரும்பி வந்தாள் என்று தெரியாது. ஆனால் மறுநாள் சந்தித்தபோது சொன்னாள்:

"பாவம்பா. அந்த குதிரைவண்டிக்காரன். அவன் வீட்ல ரெண்டு குட்டிபாப்பா. டுவின்ஸ்... அந்த ஆளோட பொண்டாட்டி அழு அழுனு அழுகுறா."

"நீ அந்த வீட்டுக்குப் போனயா?"

போனேன். சின்னவீடு. அந்த ஆளோட குதிரை செத்துப்போனதுல இருந்து ஒரே குடியாம். வெறும் வண்டி அந்த ஆள் வீட்டு முன்னாடி நிக்குது. பரோட்டா கடைல வேலை செய்து இருக்காரு.. அந்த வேலை பிடிக்கவேயில்லையாம். செத்துப்போகப் போறேன். செத்துப்போகப்போறேன்னு சொல்லிக்கிட்டே இருப்பாராம். அந்தப் பொம்பளை சொல்லிச் சொல்லி அழுகுறா.

"பாவம்லே" என்றேன்.

"மாமா பொண்ணாம். அந்த ஆளைவிட அவரோட பொண்டாட்டிக்கு வயசு கம்மி. பதினெட்டு வயசுகூட ஆகலை. ரெட்டைபுள்ளை பெத்துருக்கா.. இரண்டு வயசுகூட ஆகலை. அதுக்குள்ளே இந்த ஆளு செத்துட்டான். அந்தக் குழந்தைகளுக்கு

அப்பா செத்துப்போனதுகூட தெரியலை. அது பாட்டுக்கு விளையாண்டுகிட்டு இருக்கு."

கேட்கவே மனது பாரமாகியது.

"ஏன்பா இப்படி எல்லாம் செத்துப்போறாங்க!" என்று கேட்டாள் சில்வியா.

"குடிச்சிட்டு அடிபட்டு இருக்கான். நாம என்ன செய்ய முடியும்" என்றேன்.

"அந்தக் குழந்தைக பாவம்." என்று மறுபடியும் சொன்னாள்.

இந்த நிகழ்விற்கு அப்புறம் சில்வியா இரண்டு நாட்கள் ஏதோ யோசனையோடு இருந்தாள். அதிகமும் வீட்டிற்குள்ளாகவே இருந்தாள். தனிஆளாக தேவாலயத்திற்குப் போய் பிரார்த்தனை செய்து வந்தாள்.

சில்வியா ஏன் இப்படி மாறிப்போனாள். இந்த சில்வியா எனக்குப் புதிய மனுஷியாக இருந்தாள்.

••

ஹாக்கி மேட்ச் பார்ப்பதற்குப் போகலாம் என்று அழைத்தபோது வரமாட்டேன் என்று சொன்ன சில்வியா. மேட்ச் முடிந்து போனபிறகு யாருமே இல்லாத இந்த மைதானத்திற்கு எதற்காக என்னை அழைத்துக் கொண்டு வந்தாள் என்று குழப்பமாக இருந்தது

சில்வியாதான் மேட்ச் நடக்கிற மைதானத்திற்கு போய் வரலாம் என்று அழைத்தாள். அப்போது அவள் கண்களில் ஏதோ மாற்றமிருப்பதைக் கண்டேன்

விளையாட்டு முடிந்துபோன மைதானத்தைக் காண வெறுமையாக இருந்தது. அன்று பஞ்சாப் அணி ஜெயித்திருந்தது. மிக நன்றாக விளையாடுவார்கள். மைதானமே ஆர்ப்பரித்திருக்கும். இந்த மேட்சைப் பார்க்க மூனுமணிக்கே போகலாம் என்று எவ்வளவோ சொன்னேன். ஆனால் சில்வியா கேட்கவில்லை. கூட வந்தால் என்ன குறைந்து போய்விடப்போகிறது. பெண்கள் ஏன் சிறிய விஷயங்களில் இவ்வளவு பிடிவாதம் பிடிக்கிறார்கள்.

ஏமாற்றத்துடன் தீப்பெட்டி கம்பெனி குடோனின் வெளியே உட்கார்ந்திருந்தபோது ஆறுமணிக்கு சில்வியா என்னைத் தேடி வந்தாள்.

"வா. கிரவுண்ட்டுக்குப் போவோம்" என்றாள்.

"இந்நேரம் மேட்ச் முடிஞ்சிருக்கும்."

"முடிஞ்சா முடிஞ்சிட்டு போகுது. நாம போவோம்."

"அங்கே போய் என்ன செய்றது?"

"நீ வா, நான் காட்டுறேன்."

யாருமில்லாத மைதானத்திற்கு எதற்காகப் போவது, ஆனால் சில்வியா கூப்பிடும்போது எப்படி மறுப்பது. இருவரும் ஆளுக்கொரு சைக்கிளில் கிளம்பினோம்.

அந்த மைதானம் ஊரை விட்டு விலகியிருந்தது. ஹாக்கி போட்டிகள் நடப்பதற்காகவே கட்டப்பட்ட பெரிய மைதானமது. அதன் கேலரிகள் மிக உயரமானவை. இந்திய அளவில் ஹாக்கி போட்டி அங்கே நடப்பதுண்டு. சில்வியா வருவதற்கு முந்தைய வருஷங்களில் நிறையமுறை நான் ஹாக்கி மேட்ச் பார்த்திருக்கிறேன்.

அன்றைக்கு மேட்ச் முடிந்துவிட்டதால் அந்த கேலரியில் ஒரு ஆள்கூட இல்லை.

மைதானத்தின் காவலாளியைக்கூட காணவில்லை. மாலை நேரத்தின் மென்னொளி பரவியிருந்தது. சைக்கிளை நிறுத்திவிட்டு கேலரியினை நோக்கி நடந்தோம்.

சில்வியா கேலரியில் தாவித்தாவி ஏறி உயரமான ஒரு இடத்தில் உட்கார்ந்து கொண்டாள்.

அவள் அருகில் நானும் உட்கார்ந்து கொண்டேன்.

எதிரே காலி மைதானம் விரிந்து கிடந்தது.

சில்வியா அண்ணாந்து பார்க்க ஆரம்பித்தாள்.

என்ன பார்க்கிறாள் எனப்புரியாமல் அவளேயேப் பார்த்துக் கொண்டிருந்தேன்.

"வானத்தை பாரு" என்றாள்.

வானத்தில் என்ன இருக்கிறது என்ற சலிப்போடு ஏறிட்டுப் பார்த்தேன். நிறைய நீலமேகங்கள். சிறியதும் பெரியதுமாக ஒன்றையொன்று விரட்டிக் கொண்டிருந்தன.

வானில்தான் எத்தனை ஆச்சரியங்கள். வேடிக்கைகள்.

"நீ என்னை லவ் பண்ணுறயா" எனக்கேட்டாள் சில்வியா

"ஆமாம்" என தலையாட்டினேன்

"இப்போ உன் வயசு என்ன தெரியுமா"

"18" என்றேன்.

"நாம லவ் பண்ணினா.. கல்யாணம் பண்ணிகிட நிறைய வருஷம் காத்துகிட்டு இருக்கணும்"

"காத்துகிட்டு இருப்பேன்"

"இன்னும் பிளஸ் டூ படிக்கணும். அப்புறம் காலேஜ் படிக்கணும். வேலைக்கு போகணும். அதுவரை நாம லவ் பண்ணிகிட்டே இருக்க முடியுமா"

"இருந்தா என்ன தப்பு"

"இருப்போமானு சந்தேகமா இருக்கு."

"நான் இருப்பேன்"

"என்னாலே இருக்க முடியாதுப்பா" என பொய்யாகச் சிரித்தாள்

"எத்தனை வருஷம் ஆனாலும் நான் உன்னை லவ் பண்ணிகிட்டே தான் இருப்பேன்"

அப்போ சரி என்பது போல அருகில் வந்து தோளில் கைபோட்டுக் கொண்டபடியே கேட்டாள்

"நாம கிஸ் பண்ணலாமா"

இப்படி வெளிப்படையாக கேட்பாள் என்று நினைக்கவில்லை. மௌனமாக தலையாட்டினேன்

இந்த உலகில் நானும் சில்வியாவும் மட்டுமே இருக்கிறோம். இந்த உலகம் எங்களுக்கானது.

"என் தோள்மேல கையைப் போட்டுக்கோ" என்றாள்.

எனக்குக் கூச்சமாக இருந்தது.

தயங்கித் தயங்கி அவள் தோள் மீது கைபோட்டுக் கொண்டேன். அவளது உடல் என்னை உரசியது. அவளிடமிருந்து வரும் சுகந்தம் என்னை மயக்கியது. சில்வியாவை முத்தமிட்டேன்..

என் உதட்டினைக் கவ்வி முத்தமிட்டாள். வாழ்வில் முதன்முறையாக ஒரு பெண்ணை முத்தமிடுகிறேன். எத்தனை மிருதுவான இதழ்கள். பனிக்கட்டியை நாக்கால் தொடுவது போன்ற இன்பம்.

முகத்தில் மழைநீர் படுவது போன்ற சிலிர்ப்பு. சில்வியா முகத்தில் கள்ளச்சிரிப்பு. சட்டென விலகிக்கொண்டோம். என்னாச்சி என்பது போல கண்ணாலே கேட்டாள். பதில் சொல்லவில்லை. சிரித்தேன். சில்வியா என் கேசத்தைக் கோதிவிட்டாள்..

மறுபடியும் அழுத்தமாக முத்தம் கொடுத்தாள். மாறிமாறி முத்தமிட்டுக் கொண்டோம். அதுவே ஒரு விளையாட்டு போலாகியது. அவளை இறுக்கமாக அணைத்துக் கொண்டு கன்னத்தில், உதட்டில், நெற்றியில் முத்தமிட்டேன். அந்த நாள் ஆசிர்வதிக்கபட்ட தினமாக மாறியது.

திடீரென அந்த மைதானம் மிகச்சிறியதாகி விட்டதாகத் தோன்றியது. கைகள் அழுத்திவிடாமல் தோளில் போட்டிருந்தேன். அதை இழுத்துப்பிடித்துக் கொண்டாள் சில்வியா.

திடீரென நாங்கள் இருவரும் மழையில் ஒன்றையொன்று சரிந்து ஒட்டிக்கொள்ளும் இரண்டு தாவரங்கள் போலாகிவிட்டதாகத் தோன்றியது.

சில்வியாவின் கண்கள் என்னையே பார்த்துக் கொண்டிருக்கின்றன.

தண்ணீரில் விழுந்த காகிதம் போலாகியிருந்தேன். திடீரென காலின் பெருவிரல் கனத்துப்போய் விட்டிருந்தது.

நாங்கள் பரஸ்பரம் எதற்கோ சிரித்துக் கொண்டோம்.

காலியான மைதானத்தின் குறுக்கே ஒரு நாய் ஓடிக்கொண்டிருந்தது.

நூல் அறுபட்டு காற்றில் பறக்கும் பலூனைப் போலிருந்தேன்.

நிஜமாகவே வானத்தில் பறப்பது போலவேயிருந்தது.

சில்வியா என்னுடையவள்.

மைதானத்தின் காவலாளி தொலைவில் இருந்து எங்களை நோக்கி ஏதோ கத்துவது கேட்டது.

காதில் விழுந்தபோதும் கவனிக்காதது போலவே இருந்தோம்.

அந்த கிழவர் எங்களை நோக்கி நடந்து வரத்துவங்கினார்.

நாங்கள் வந்தது போலவே தாவித்தாவி கடந்து கேலரியின் மேற்கு வாசல் நோக்கி ஓடினோம்.

கிழவர் எங்களை மோசமாகத் திட்டுவது கேட்டது.

சைக்கிளை எடுத்துக் கொண்டு வேகமாக வெளியேறியபோது சில்வியா சிரித்தாள்.

ஆள் அற்ற மண்சாலையில் மிதமான காற்றில் நாங்கள் இருவர் மட்டுமே சைக்கிள் ஓட்டிக் கொண்டிருந்தோம்.

தொலைவில் ஊர் விரிந்திருந்தது.

வேறு கிரகத்திலிருந்து பூமிக்கு வந்தவர்கள்போல நாங்கள் வியப்போடு நகரை நோக்கிச் சென்று கொண்டிருந்தோம். அவள் தந்த முத்தம் மனதில் சந்தோஷத்தை கொப்பளிக்கச் செய்து கொண்டிருந்தது.

வீடு வந்த பிறகும் அதே நினைவில் தானிருந்தேன். அன்றிரவு சில்வியாவும் அப்படித்தான் இருந்திருப்பாள். நாங்கள் பரஸ்பரம் ஐ லவ் யூ சொல்லிக் கொள்ளவில்லை. முத்தம்தான் எங்கள் ஆசையின் அடையாளம். அன்றிரவு படுக்கையில் புரண்டபடியே அதையே நினைத்துக் கொண்டிருந்தேன். மனதில் ஏதேதோ கற்பனைகள். கனவுகள். வாழ்வின் மிகச்சிறந்த நாள் அதுவே என்று தோன்றியது.

••

ஊருக்குக் கிளம்பும் முதல்நாள் என்னை அழைத்தாள் சில்வியா.

வீட்டு மொட்டை மாடியில் நானும் அவளும் மட்டுமேயிருந்தோம்

“நான் ஊருக்கு கிளம்புறேன்” என்றாள்

“அடுத்த வருஷம் வரைக்கும் நான் காத்துகிட்டு இருக்கணுமா” என ஏக்கத்துடன் கேட்டேன்

“உன்னை விட்டு எப்படி இருக்கப்போறேனு கவலையா இருக்கு”

“என்னாலேயும் இருக்கமுடியாது”

“அப்போ நான் படிக்கிறதை விட்றவா.. என்னை இப்பவே கல்யாணம் பண்ணிகிடுறயா”

“இப்போ எப்படி சில்வியா கல்யாணம் பண்ணிகிட முடியுமா”

“பிறகு ஏன் என்னை லவ் பண்ணுறே”

"அதான் சொன்னேனே"

"என்னால அப்படி இருக்கமுடியாது. என் உடம்பு என்னமோ செய்யுது."

"நான் உன்னை பார்க்க பெங்களூர் வர்றேன்"

"ஸ்கூல்ல வெளியே போக விடமாட்டாங்க"

"சுவர் ஏறி தப்பி குதிச்சி வா"

"அப்புறம் படிப்பு கோவிந்தாதான்"

"லீவுல எங்கேயாவது மீட் பண்ணுவோம்"

"அதைப் பற்றி பிறகு பேசுவோம். மார்த்தா வரப்போறா"

நான் அமைதியாகினேன். சட்டென என்னை தன்னோடு இழுத்து அணைத்துக்கொண்டாள் சில்வியா

இந்த முறை அவளது முத்தம் பிரிவின் மொத்த வலியோடும் இருந்தது. என் உதட்டினை கடித்துவிட்டாள். நானும் ஒரு வருஷத்திற்கு தேவையான மனவலிமையும் பெறுவது போல அவளை முத்தமிட்டேன்.

மார்த்தா படியேறி வரும் சப்தம் கேட்டது

அவள் வருவதற்குள் நாங்கள் பிரிந்துவிட்டோம். அவள் குறுகுறுப்பான கண்களுடன் எங்களைப் பார்த்து சிரித்தபடியே "பேசி முடிச்சாச்சா" எனக்கேட்டாள்

சில்வியா தலையசைத்தபடியே "நைட் நாங்க கிளம்புறோம்" என்றாள்

நான் தலையசைத்தேன். அதன்பிறகு சில்வியாவை நான் பார்க்கவில்லை. அந்த முத்தம்தான் எங்கள் பிரிவின் சாட்சி

மறுநாள் காலை அவள் வீட்டிற்குப் போனபோது இரவே அவர்கள் கிளம்பிப் போய்விட்டார்கள் என்றார்கள்.

தாங்க முடியாமல் மனது வலித்தது.

...

அத்தியாயம் 17

அதிகாலையில் நான் கிளம்பிக் கொண்டிருந்தேன். மலைப்பிரதேசங்களின் காலை ஒன்றுபோலவே இருக்கிறது. ஒரு நாளைக்கும் இன்னொரு நாளைக்கும் பெரிய மாறுதல் இல்லை. சில்வியா எனக்காக காபி போட்டுக் கொடுத்தாள். பேருந்து நிறுத்தம்வரை கூடவே வந்தாள். என் பையில் அவள் செய்த கேக் இருந்தது.

பேருந்து வருவதற்கு நேரமிருந்தது. அவள் என் கைகளைப் பிடித்துக் கொண்டாள்.

"உனக்கு ஏதாவது மனக்கஷ்டம்னா இங்கே வந்துரு" என்றாள்.

"நீயும்தான். என்ன கஷ்டம்னாலும் என்னைக் கூப்பிடு."

"எனக்கு வேற யாரு இருக்கா?"

"இந்தக் காலை நேரத்துல நீயும் நானும் மட்டும்தான் வெளியே நிக்குறோம். வேற ஒரு ஆளைக்காணோம்."

"ஊரு ரொம்ப அழகா இருக்குல்லே."

"உன் மூக்குல குளிரு புகையா வருது."

"உன் மூக்குலயும்தான்."

"இப்பவும் கையிலதான் பவுடர் போடுறயா?"

"சே.. ஸ்பாஞ்சிலதான்."

"உன்னை நிறைய தடவை நான் அடிச்சிருக்கேன்ல."

"இப்போதான் அடிக்கவே மாட்டேங்குறே."

"அடி வாங்குறதுக்கு அவ்வளவு ஆசையா?"

"உன் கையால வாங்க ஆசை."

"நான் உன்னை அடிக்கவே மாட்டேன்."

"பிடிச்சவங்க கையால அடிவாங்குறதும் ஒரு சுகம்தானே."

"நீ அப்படியே இருக்கப்பா.. நான்தான் ரொம்ப மாறிட்டேன். உண்மையைச் சொல்லு நான் கிழவிதானே?"

"பாதிக்கிழவி" என்றேன்.

"அப்போ நீயும் பாதிக்கிழவன்" என்றாள்.

இருவரும் சிரித்துக் கொண்டோம். தூரத்தில் பேருந்து வரும் வெளிச்சம் தெரிந்தது. என் பையை எடுத்துக் கொண்டேன்.

பேருந்தில் நான் ஏறிக் கொண்டபோது அவள் கண்களைத் துடைத்தபடியே கையசைத்தாள்.

பேருந்து நகர ஆரம்பித்தபோது அவள் அங்கேயே நிற்பது தெரிந்தது.

மனதின் பாரம் தாங்கமுடியாமல் கீழே இறங்கிவிடலாமா எனத் தோணியது. பேருந்து குளிர்காற்றைக் கிழித்துக் கொண்டு முன் செல்ல ஆரம்பித்தது.

சில்வியா மெதுவாக வீடு திரும்பிச் செல்வாள்.

சில்வியாவைப் பற்றி நினைத்தபடியே கண்களை மூடிக் கொண்டேன். மனதில் கோடையின் பிரகாசம் ததும்ப ஆரம்பித்திருந்தது.

...

அத்தியாயம் 18

நான் பத்தாம் வகுப்பு முடிந்தவுடன் என்ன படிப்பது என்ற பிரச்சனை வீட்டில் பெரியதாக இருந்தது. பாலிடெக்னிக் படிக்க வையுங்கள் என்று யாரோ அப்பாவிற்கு ஆலோசனை சொல்லியிருந்தார்கள். அப்பா அதை உறுதியாகப் பிடித்துக் கொண்டிருந்தார். நான் பிளஸ் டூ படிப்பதாகச் சொன்னேன்.

"தென்காசி பாலிடெக்னிக்ல சீட்டுக்கு சொல்லி வச்சாச்சி. ரிசல்ட் வந்தவுடனே சேர வேண்டியதுதான்." என்றார் அப்பா.

"நான் பாலிடெக்னிக்ல படிக்கவே மாட்டேன்" என்று மறுத்தேன். கோபித்துக் கொண்டு வீட்டைவிட்டு ஓடிவிடலாமா என்று கூட யோசித்தேன். ஆனால் எங்கே ஓடுவது. ஓடிப்போய் என்ன செய்வது என்று தெரியவில்லை. ஒரேயொரு முறை மட்டும் அப்பா மார்க் வரட்டும் அப்புறம் என்ன படிக்கிறதுனு முடிவு செய்யலாம் என்றார். அந்த ஒரு நம்பிக்கைதான் என்னைக் காப்பாற்றி வைத்திருந்தது.

ரிசல்ட் வந்த நாளில் பாஸ் ஆனதை விடவும் எவ்வளவு மார்க் என்பதை அறிந்து கொள்ளவே ஆசைப்பட்டேன். 215 மார்க் எடுத்திருந்தேன். இதில் கணிதப்பாடத்தில் வெறும் 37. அப்பா கோபத்தில் காட்டுக்கத்தல் கத்தினார்.

"எடுத்திருக்கான் பாரு மார்க்... ஸ்கூல் பக்கம் தலை காட்ட முடியல. என் மானம் போகுது. இந்த மார்க்கை வைத்துக் கொண்டு பாலிடெக்னிக்கில் சீட் கிடைக்காது, தேர்ட் குரூப் படிக்கலாம்" என்றார்.

நல்லவேளை என்று நினைத்துக் கொண்டேன். ஆனால் அப்பா யாரோ ஒருவரைப் பிடித்து எப்படியோ தென்காசி பாலிடெக்னிக் ஒன்றில் சீட் வாங்கியிருந்தார்.

பாலிடெக்னிக்கின் ஹாஸ்டலில் தங்கிப் படிக்க வேண்டும் என்றார்கள். அப்பா என்னையும் ஹாஸ்டலில் சேர்த்துவிட்டார். விருப்பமே இல்லாமல் வேறுவழியின்றி அப்பா சொன்ன மெக்கானிக்கல் பிரிவில் சேர்ந்தேன்.

அழுக்கடைந்து போன ஹாஸ்டல். சுவர் முழுவதும் கிறுக்கலாக இருந்தது. அறைக்கதவு சரியாகயில்லை. கழிப்பறையில் கால் வைக்க முடியவில்லை. அதை விடவும் தண்ணீர் பஞ்சம். ஒரு வாளி தண்ணீர்தான் ஒருநாளில் தருவார்கள். அதுவும் உப்புத் தண்ணீர். வாயில் ஒரு சொட்டு பட்டால்கூட கரிப்பு தாங்க முடியாது. சில்வியா செய்தது போல ஹாஸ்டலை விட்டு ஓடிவிடலாமா என்று யோசித்தேன். வீட்டைத் தவிர போக்கிடம் கிடையாது. பாலிடெக்னிக்கின் வகுப்பறையில் சில்வியைப் பற்றியே நினைத்துக் கொண்டிருந்தேன். சில்வியா சில்வியா என்று அவள் பெயரைக் கண்ட இடத்திலும் கரித்துண்டால் எழுதி வைத்தேன். இனி எப்போது சில்வியைப் பார்ப்பேன் என்று ஏக்கமாக இருந்தது. அவளுக்குத் தெரியாது நான் இப்படி ஹாஸ்டலில் தங்கிப் படிக்கிறேன் என்று. அவள் நிச்சயம் என்னைப் போல குறைவான மதிப்பெண் வாங்கியிருக்க மாட்டாள். பிளஸ் டூதான் படித்துக் கொண்டிருப்பாள். அவளது டாடி பாரீன் அனுப்பி படிக்க வைக்கப் போவதாகச் சொல்லியிருந்தாள். அப்படியே காலேஜ் படிக்க டெல்லி போகவும் கூடும். எனக்குதான் அந்த அதிர்ஷடமில்லை.

மெக்கானிக்கல் பிரிவில் சொல்லித் தரப்பட்ட எந்தப் பாடமும் எனக்குப் புரியவில்லை. வொர்க் ஷாப் வேலையிலும் ஆர்வம் காட்டவேயில்லை. ஆனால் நிறைய நண்பர்கள் உருவானார்கள். நிறைய படம் பார்த்தோம். பரோட்டோ சாப்பிட்டோம். தனியாக இருக்கும் போதெல்லாம் சில்வியாவின் நினைவு வந்துவிடும். அந்த நினைவு வந்துவிட்டால் உடனே மனது வேதனை கொள்ள ஆரம்பித்துவிடும். அவளைப் போய் பார்ப்பதற்காக பெங்களூர் போய்வரலாமா என்றுகூடத் தோன்றும். சில சமயம் அவளுக்காகக் கடிதங்கள் எழுதுவேன். அந்தக் கடிதங்களை எழுதி முடித்தபிறகு கிழித்துப் போட்டுவிடுவேன். அனுப்ப முடியாவிட்டாலும் அது ஒரு சந்தோஷம்தானே.

சில நேரம் ஜவுளிக்கடைக்குப் போய் அவளுக்குப் பொருத்தமான உடை எதுவெனத் தேர்வு செய்வேன். பேருந்தில் சிலநேரம் யாராவது ஒரு பெண் அணிந்திருக்கும் கம்மலை, செயினை வெறித்துப் பார்த்தபடியே இருப்பேன். இது சில்விக்கு நன்றாக இருக்கும் என மனதிற்குள்ளாக அணிவித்துப் பார்த்துக் கொள்வேன். சிலநேரம் தேவாலயத்தின் வெளியே நின்று அவளுக்காகப் பிரார்த்தனை செய்வேன். அவள் செய்வது போலவே ரோஸ்மில்க் கண்ணாடி டம்ளரைக் கன்னத்தில் வைத்துப் பார்த்துக் கொள்வேன்.

தூண்டிலில் சிக்கிக் கொண்ட மீன் துடிப்பது போலவே இருந்தது எனது மனநிலை. ஆனால் என்னோடு படிப்பவர்கள் ஒருவரிடமும் சில்வியா பற்றி சொல்லிக் கொள்ளவேயில்லை.

பாலிடெக்னிக்கில் இருந்த நாட்களில்தான் சிகரெட் பிடிக்கப் பழகினேன். பாதி சிகரெட்டை அருண் கொடுத்துப் புகைக்கச் சொன்னான். அதிலிருந்து சிகரெட் பிடிக்க ஆரம்பித்தேன். எப்போதும் என் பையில் ஒரு சிகரெட் கிடக்கும். ஹாஸ்டலில் பையன்கள் உறங்குவது குறைவு. சீட்டுவிளையாட்டு, அரட்டை, குடி, கஞ்சா என எல்லாமும் உண்டு.

பாலிடெக்னிக்கில் சேர்ந்து ஆறுமாதங்களுக்குப் பிறகு பொங்கல் விடுமுறைக்கு வீட்டிற்குப் போனபோது அம்மா கவலையோடு கேட்டாள்.

"என்னடா இப்படி மெலிஞ்சி போயிட்டே?"

"அதெல்லாமில்லே."

"உன் முகத்தைக் கண்ணாடில பாரு. கழுத்து எலும்பெல்லாம் தெரியுது."

"தெரிஞ்சா தெரிஞ்சிட்டு போகுது.".

"ஒழுங்கா படிக்கிறயா.. இல்லை ஊரு சுத்துறயா?"

"ஊர் சுத்தத்தான் செய்வேன். படிச்சி என்ன பெரிய கலெக்டர் வேலைக்கா போகப்போறேன்."

"பிடிக்காட்டி எதுக்குப் படிக்கிறே."

"நானா பாலிடெக்னிக் படிக்கிறேன்னு சொன்னேன்."

அம்மா இதற்குப் பதில் சொல்லவில்லை. ஆனால் நான் எதையோ மறைக்கிறேன் என்பதை அவள் உணர்ந்திருந்தாள். அவள் பெற்ற பையன்தானே. அவளிடம் எப்படி உணர்ச்சிகளை மறைத்துவிட முடியும்.

ஊரில் இருக்கப் பிடிக்கவேயில்லை. பொங்கலுக்கு மறுநாள் ஆச்சி வந்திருந்தாள். நிறைய இனிப்பு வகைகள் செய்துகொண்டு வந்திருந்தாள். அதுவும் எனக்கு பிடித்தமான ரவா லட்டுகள்.

ஆச்சி ஏதோ பேச்சின் நடுவே சொன்னாள்:

"அந்த குடைக்கம்பெனி ஜெபசிங் இல்லே, ரெண்டு மாசம் முன்னாடி செத்துப்போயிட்டாரு. மெட்ராஸ்ல இருந்து அவரு

மகன் வர்ற வரைக்கும் உடம்பை எடுக்கலை. மறுநாள் காலையில தான் மகன் பொண்டாட்டி புள்ளைகளோட வந்தாரு. இப்போ அந்த வீடு பூட்டிக்கிடக்கு. அந்த அம்மா மக வீட்ல போயி இருக்கப்போறேனு திருநெல்வேலி போயிருச்சி.”

ஆச்சியிடம் சில்வி வந்தாளா என்று எப்படிக் கேட்பது என புரியாமல் இருந்தேன்.

சில்வியாவின் தாத்தா இறந்து போய்விட்டார். இனி அவர்கள் கோவில்பட்டிக்கு வரமாட்டார்கள்.

அவளைப் பார்க்க வேண்டும் என்றால் இனி மெட்ராஸோ பெங்களூரோ போக வேண்டியதுதானா.

ஆச்சி ஊர்கதையைச் சொல்லிக் கொண்டிருந்தாள். என்னால் இந்த வலியைத் தாங்கிக்கொள்ள முடியவில்லை. தனியே நடந்து போய் ஊரைவிட்டு விலகி இடிந்து போன மடத்தின் திண்ணையில் உட்கார்ந்து கொண்டு சிகரெட் பிடிக்க ஆரம்பித்தேன்.

மூன்று விடுமுறைக் காலத்தை அவளுடன் கழித்திருக்கிறேன். முதல் விடுமுறைக் காலத்தில்தான் எத்தனை வேடிக்கைகள். இரண்டாவது விடுமுறைக் காலத்தில் தலைவலி கொண்ட பெண்ணாக மாறியிருந்தாள். மூன்றாவது விடுமுறைக் காலத்தில் தேவாலயமும் பிரார்த்தனையும் மௌனமும் கொண்ட பெண்ணாக மாறியிருந்தாள். பெண்கள் ஏன் இப்படி சட்டென மாறிவிடுகிறார்கள்.

இந்த மாற்றம் அவர்களின் தோற்றத்திலும் நடந்துவிடுகிறது. முதன்முறையாகப் பார்த்த சில்வியாதான் மனதில் ஒளிர்ந்து கொண்டிருக்கிறாள்.

அன்று இரவு வீடு திரும்ப மனமேயில்லை. வைத்திருந்த எல்லா சிகரெட்டுகளையும் ஊதித் தள்ளினேன். எல்லோரும் உறங்கிய பிறகு வீடு திரும்பினேன். காலை டிபன் சாப்பிட்ட கையோடு ஹாஸ்டலுக்குக் கிளம்பிவிட்டேன். பொங்கலுக்கு ஊருக்குப் போகாத ஒன்றிரண்டுபேர் மட்டுமே இருந்தார்கள்.

அறையை மூடிக்கொண்டு கட்டிலில் படுத்து சில்வியாவை இனி பார்க்க முடியாது என நினைத்து அழுதேன்.

என் அழுகை சப்தம் கேட்டு சுவரில் இருந்த பல்லி ஒன்று தலை நிமிர்த்திப் பார்த்தது. பின்பு அதுவும் தனக்கு இந்த விஷயத்தில் ஈடுபாடு கிடையாது என்பது போல விலகியோடியது.

எதை மறக்க விரும்புகிறோமோ அதுதான் நினைவில் ஆழமாகப் பதிந்துவிடுகிறது. கொந்தளித்துக் கொண்டேயிருக்கிறது. ஏன் இந்த சில்வியா என்னோடு பழகினாள். ஏன் அவளைப் பற்றியே நினைத்துக் கொண்டிருக்கிறேன். அவள் எங்கே போனால் எனக்கென்ன.

சில நேரம் இனி அவளைப்பற்றி நினைக்கவே கூடாது என்று தோன்றும். சில நேரம் அவள் எங்கேயிருந்தாலும் தேடிப்போய்விட வேண்டும். அவள் இருக்கும் ஊரிலே ஏதாவது ஒரு வேலையைத் தேடிக் கொள்ள வேண்டும். தொலைவில் இருந்தபடியே அவளைப் பார்த்தால்கூட போதும். வாரம் ஒருமுறை அவளுடன் தேவாலயம் வரை ஒன்றாக நடந்து போனால்கூடப் போதும்.

பிரிவு அவளைப்பற்றிய நினைப்பை மிகவும் அதிகமாக்கியது. வகுப்பில் கவனமேயில்லை. ஒரு நாள் தென்காசியிலுள்ள தேவாலயம் ஒன்றுக்குச் சென்று வந்தேன். அதன் வாசலில் உள்ள கடையில் சிறிய சிலுவை ஒன்றை வாங்கி கறுப்புக் கயிற்றில் கட்டி கழுத்தில் அணிந்து கொண்டேன். சாலையில் எங்காவது லேடீஸ் சைக்கிளைக் கண்டால் சில்வியா நினைவு பீறிடும். பள்ளி மாணவிகள் கடந்து போகையிலும், ஆங்கிலப்படங்களின் போஸ்டர்களைக் காணும்போதும் அவளை நினைத்தபடியே நின்றிருப்பேன். சிலநாட்கள் பின்னிரவில் விழிப்பு வந்துவிடும். ஹாஸ்டலின் படிக்கட்டில் தனியே உட்கார்ந்து சிகரெட் பிடித்துக் கொண்டிருப்பேன். உலகம் மிகவும் சிறியதாகிவிட்டிருந்தது. எதிலும் எனக்கு விருப்பமில்லை. யாரோடும் பேசப் பிடிக்கவில்லை. எப்படியும் சில்வியைத் திரும்பப் பார்ப்பேன் என்று மட்டும் மனது சொல்லிக் கொண்டேயிருந்தது.

திடீரென ஒரு நாள் சலூனுக்குப் போய் மொட்டை அடித்துக் கொண்டேன். கண்ணாடியில் என்னைப் பார்க்க எனக்கே பயமாக இருந்தது. கண்கள் குழிவிழுந்து போயிருந்தன. மொட்டை அடிக்கப்பட்ட தலையோடு வகுப்பிற்குப் போனபோது பையன்கள் என்னவென்று விசாரித்தார்கள். தாத்தா செத்துப்போய்விட்டார் என்று பொய் சொன்னேன். மொட்டைத்தலையைக் காற்று தடவும் போதெல்லாம் சில்வியா தொடுவது போலிருந்தது. என்ன செய்தும் மனதின் கொந்தளிப்பை அடக்கிக் கொள்ளமுடியவில்லை.

சில்வியா இப்படி எல்லாம் அவதிப்பட்டிருப்பாளா. என்னை நினைத்துக் கொண்டிருப்பாளா. ஒருவேளை நினைத்துக்

கொண்டிருந்தால்கூட வெளிப்படையாக காட்டிக்கொள்ள மாட்டாள்தானே.

இரண்டு ஆண்டுகள் எப்படிப் போனது என்றே தெரியவில்லை. நிறைய அரியர்ஸ். ஆசிரியர்களின் கோபம் அதிகமாகயிருந்தது. இரண்டுமுறை பரீட்சை எழுதப் போகவேயில்லை. இன்னும் இருப்பது ஒருவருஷம். அதை முடித்துவிட்டால் வெளியே போய்விட வேண்டும். வேலைக்குப் போய் சம்பாதிக்க வேண்டும். என்னால் அப்படி எதையும் செய்ய முடியாது என்று தோன்றியது.

ஒருநாள் மதியம் இளமஞ்சள் வெயில் அடித்துக் கொண்டிருந்தது. பிடித்துக் கொண்டிருந்த சிகரெட்டை ஆழ்ந்து இழுத்தபடியே வெயிலைப் பார்த்துக் கொண்டிருந்தேன்.

இனி அவளைப் பற்றி நினைக்கவே கூடாது. நான் படிக்க வேண்டும். வேலைக்குப் போவதைப்பற்றி நினைக்க வேண்டும். ஒழுங்காகப் படிக்க வேண்டும் என்று மனதிற்குள் ஒரு குரல் கேட்டது. பிடித்துக் கொண்டிருந்த சிகரெட்டைத் தூக்கி எறிந்தேன்.

திடீரென உலகம் பிரகாசமானது போலிருந்தது. எனக்குள் ஏதோவொரு வெறி பீறிட்டுக் கிளம்பியது. படிக்க ஆரம்பித்தேன். அந்த வருஷத்திற்குள் அரியர் வைத்த எல்லா பாடங்களையும் பாஸ் செய்தேன். வொர்க் ஷாப்பிலும் எனது ஈடுபாடு அதிகமாக இருந்தது. நாங்கள் ஐந்து பேர் ஒசூரில் உள்ள நிறுவனம் ஒன்றில் வேலைக்குத் தேர்வு செய்யப்பட்டோம். வேலை கிடைப்பது இத்தனை எளிதா என்ன. வீட்டில் போய் அம்மாவிடம் சொன்ன போது அவள் சந்தோஷத்தில் அழுதாள்.

“எங்கே நீ படிக்காமலே போயிருவியோனு நினைச்சேன். நல்லவேலை கிடைச்சிருக்கு” என்றாள்.

அப்பா “எவ்வளவு சம்பளம்?” என்று மட்டும் கேட்டார்.

ஒசூருக்கு வேலைக்குப் போகும்போதும் என் மனதின் ஓரத்தில் சில்வியா இருந்தாள். ஆனால் அவளை நினைக்கக் கூடாது என்பதில் உறுதியாக இருந்தேன். ஒசூரின் வாழ்க்கை என்னை மாற்றியது. புதிய சூழல், புதிய மனிதர்கள். ஒரு அறையினை நாங்கள் ஆறு பேர் பகிர்ந்து கொண்டோம். காலை ஏழுமணிக்கு ஷிப்ட் துவங்கிவிடும். மாலை அறைக்குத் திரும்பியதும் குளித்துவிட்டு ஊர் சுற்ற ஆரம்பித்துவிடுவோம். சினிமா, குடி. உற்சாகமாக அரட்டை, பெங்களூருக்கு பைக்கில்

போய்வருவது என வாழ்க்கை இழுத்துக் கொண்டு போனது. பெங்களூருக்குப் போகையில் மட்டும் எங்காவது சில்வியா கண்ணில் படுவாளா என ரகசியமாகத் தேடுவது உண்டு. அவள் கண்ணில் படவேயில்லை ஊரோடு அவளுக்கு இருந்த தொடர்பும் அறுந்து போனது. அவளை இனி சந்திக்கவே முடியாதோ என்று நினைத்துக் கொண்டிருந்தேன்

..

என்னோடு வேலை செய்யும் மாதவனின் திருமணத்திற்குப் போவதற்காக ஜோலார்பேட்டை வந்திறங்கியிருந்தேன். அதுவும் ஒரு கோடைகாலமே. அக்னி நட்சத்திரம் நடந்து கொண்டிருந்தது. ஜோலார்பேட்டையில் நான் இன்னொரு ரயிலுக்கு மாற வேண்டும். அந்த ரயில் மூன்றரை மணிக்குத்தான் வந்து சேரும். இன்னும் இரண்டு மணி நேரமிருக்கிறது என்று வெயில் கொப்பளிக்கும் பிளாட்பாரத்தில் அங்குமிங்கும் சுற்றிக் கொண்டிருந்தேன். மதிய நேரம் என்பதால் கூட்டமில்லை. கொய்யப்பழம் விற்கும் ஒருவர் தரையில் கூடையை வைத்துவிட்டு சில்வர் தூக்குவாளியில் இருந்த சோற்றைச் சாப்பிட்டுக் கொண்டிருந்தார். ஒரு பூனை சாவகாசமாக ரயில் தண்டவாளத்தை தாண்டிப் போய்க்கொண்டிருந்தது. சிமெண்ட் பெஞ்சில் ஏதோவொரு குழந்தை பொம்மையை விட்டுப் போயிருந்தது. ரயிலில் நினைவு வந்து அழுதிருக்கும். அந்த பொம்மையைக் கையில் எடுத்துப் பார்த்தேன். நிறமழிந்து போன ரப்பர்பொம்மை. ஓட்டை விழுந்திருந்தது. அதைத் தூக்கி ரயில்வே தண்டவாளத்தில் எறிந்தேன். நேரத்தைக் கடத்த என்ன செய்வது எனத் தெரியவில்லை. ரயில் நிலையத்தில் விஜயவாடா ரயில் வரப்போவதாக அறிவித்தார்கள். இன்னொரு பிளாட்பாரத்திற்குள் விஜயவாடா ரயில் நுழைந்து கொண்டிருந்தது. நீண்ட தூரம் ரயிலில் போய்வர வேண்டும் என்று தோன்றியது.

அந்த ரயிலில் இருந்து இறங்கி சிலர் கடைகளில் வாழைப்பழமும், பிஸ்கட்டும் வாங்கிக் கொண்டிருந்தார்கள். தேநீர் விற்பவன் வேகமாக நடந்து முன்னால் போய்க்கொண்டிருந்தான். ஒரு ஆள் குடிதண்ணீர் பிடிப்பதற்காகக் குழாயைத் தேடி முன்னால் போய்க் கொண்டிருந்தார். அப்போது ஒரு குரல் கேட்டது.

"சுப்பு. சுப்பு."

சட்டென திரும்பினேன்.

என்னைத்தான் அழைக்கிறார்களா. இல்லை, வேறு யாரையுமா?

குழப்பத்துடன் திரும்பியபோது விஜயவாடா செல்லும் ரயிலில் எஸ் 8 பெட்டியின் வாசலைப் பிடித்தபடியே சில்வியா நின்று கொண்டிருந்தாள். சேலை கட்டிய அவளது உருவம் முற்றிலும் மாறியிருந்தது. கட்டிட வேலைக்குச் செல்லும் பெண்ணின் முகம் போல அத்தனை இறுக்கம். வலி. சோர்ந்து போன கண்கள்.

அவள் முகத்தில் என்னைக் கண்டுவிட்ட மலர்ச்சி.

"சுப்பு, என்ன இங்கே உட்கார்ந்துகிட்டு இருக்கே?" என வியப்போடு கேட்டாள்.

"நீ எப்படி இங்கே!" எனப் பேச்சுவராமல் திக்கித் திக்கிக் கேட்டேன்.

"விஜயவாடா போறேன்" என்றாள்.

"நல்லா இருக்கியா?" எனக்கேட்டேன்.

அவள் முகம் சட்டென மாறியது.

"அதை விடு. நீ எப்படியிருக்கே? ஆளே பெரிய மனுஷன் மாதிரி மாறிட்டே. வேலைக்குப் போறயா?"

"ஆமாம்" என தலையாட்டினேன்.

"எந்த ஊர்ல" எனக்கேட்டாள்.

"ஒசூர்."

"மீசை எல்லாம் பெருசா இருக்கு. உடம்பு கூட வச்சிருக்கு."

"நீ ஏன் இப்படி இருக்கே?" என்று கேட்டேன்.

"என்னை விடு.. அதைப்பற்றிப் பேசி ஒண்ணும் ஆகப்போறதில்லை. நீ எப்படியிருக்கே. கல்யாணம் பண்ணிக்கிட்டயா. உன்னை பாக்கணும் பாக்கணும்னு நினைச்சிகிட்டே இருந்தேன். பாத்துட்டேன்."

சில்வியாதானா இது. ஏன் இவள் பேச்சும் உருவமும் இப்படி மாறிவிட்டது. நான் அவள் முகத்தைப் பார்த்தபடியே இருந்தேன்.

"உனக்கு உடம்பு சரியில்லையா?" எனக் கேட்டேன்.

"ஆயிரம் பிரச்சனை இருக்கு.. நீ சாப்பிட்டயா?" எனக் கேட்டாள்.

"சாப்பிட்டேன். நீ ஏதாவது சாப்பிடுறயா?" எனக் கேட்டேன்.

"ஒரேயொரு ஆரஞ்சுப் பழம் வாங்கி குடேன். பசிக்குது".

ஆரஞ்சு பழம் விற்பவன் கண்ணில் படவில்லை. ஒருவேளை முன்னால் இருந்தாலும் இருக்கக்கூடும்.

"நான் பார்த்துட்டு வர்றேன்."

"வேணாம், ரயில் கிளம்பிடும். அதுவரைக்கும் பேசிக்கிட்டு இருப்போம்".

"இல்லை, நான் வாங்கிட்டு வர்றேன்" என அவசரமாக பிளாட்பாரத்தின் வடக்குப் பக்கம் நோக்கி ஓடினேன். சில்வியா என்னையே பார்த்துக் கொண்டிருந்தாள். எனது அதிர்ஷடம் ஆரஞ்சுப் பழம் விற்றுக்கொண்டிருந்தார் ஒரு கிழவர். நாலு ஆரஞ் சுப் பழமும் ஒரு பிஸ்கட் பாக்கெட்டும் வாங்கிக் கொண்டேன். ரயில் கிளம்புவது போலிருந்தது. வேகமாக சில்வியாவை நோக்கி ஓடினேன்.

அவள் ரயிலில் ஏறாமல் பிளாட்பாரத்திலே நின்று கொண்டிருந்தாள். சில்வியா ரொம்ப உயரமாக இருப்பது போல தோன்றியது. மூச்சிரைக்க ஓடி அவளிடம் ஆரஞ்சுப் பழத்தைக் கொடுத்தேன்.

"இவ்வளவு எதுக்கு.. ஒண்ணு போதும்" என்றாள்.

"வச்சிக்கோ" என்று கையில் திணித்தேன். என்னை வெறித்துப் பார்த்தபடியே இருந்தாள். சட்டென அவளை அறியாமல் கண்ணீர் பெருகியது. ரயில் கிளம்பிக் கொண்டிருந்தது. அவள் ரயிலினுள் ஏறியபடியே சேலையால் கண்ணைத் துடைத்துக் கொண்டாள்.

அதே ரயிலில் ஓடி ஏறிவிடலாமா என்று யோசித்தேன்.

ரயில் கிளம்பி கண்ணை விட்டு மறைந்தது.

நடந்தது எல்லாம் நிஜம்தானா? இல்லை, வெறும் தோற்றமயக்கமா. நான்தான் கனவு காணுகிறேனா.

காட்டில் தீப்பற்றிக் கொண்டது போல பழைய நினைவுகள் எரியத்துவங்கின. திடீரென அந்த மதியம் இருண்டுவிட்டது போலிருந்தது.

சூடான சிமெண்ட் பெஞ்சில் உட்கார்ந்து கொண்டேன்.

உருக்குலைந்து போன சில்வியாவின் முகம் மனதைத் துவளச் செய்தது. ஏன் இப்படியாகிவிட்டாள். விஜயவாடாவில் யார் இருக்கிறார்கள். தனியேதான் போகிறாளா. அவள் முகவரி கூட ஏன் கேட்கவில்லை.

அவள் அழுததை நினைக்கும்போது மனது கனத்துப் போனது. நான் அதே ரயிலில் போயிருக்க வேண்டும். சே. முட்டாளைப் போல நடந்து கொண்டுவிட்டேன்.

ஆசைப்பட மட்டும்தான் மனுசனால முடியும், நிறைவேற்றி வைக்க ஆண்டவரால மட்டும்தான் முடியும் என்று எப்போதோ சில்வியா சொன்னது மனதில் ஒலித்தது.

மாதவன் கல்யாணத்திற்குப் போக வேண்டும் என்று தோன்றவில்லை. இரவு வரை ஜோலார்பேட்டை ரயில் நிலையத்திலே இருந்தேன். அவளது நினைவு என்னை வதைக்க ஆரம்பித்தது. இரவு ஒசூர் திரும்பிய போது அறையில் யாருமில்லை. தனியாகப் படுக்கையில் கிடந்தபடியே சில்வியை நினைத்துக் கொண்டேன். சொல்லப்படாத அவளது துயரம் என்னைத் துயரத்தில் அழுத்தியது.

••

வாணியை நான் கல்யாணம் பண்ணிக் கொள்ள ஒத்துக் கொண்டதற்கு அவளுக்கு சில்வியின் ஜாடை லேசாக இருந்ததும் ஒரு காரணம்.

அதை யாரிடமும் நான் சொல்லவில்லை. வீட்டில்தான் பெண் பார்த்தார்கள். நிலக்கோட்டையைச் சேர்ந்த குடும்பம் என்றாள் அம்மா. நீயே பார்த்துப் பேசும்மா என்றேன். எவ்வளவோ அழைத்தும் நான் போகவில்லை. அம்மாவிற்கு வாணியைப் பிடித்திருந்தது. டீச்சராக வேலை செய்கிறாள் என்பது கூடுதல் சந்தோஷம். எனக்கு வாணியின் போட்டோவை அனுப்பி வைத்தார்கள். அடுத்த வார விடுமுறை நாளில் நானே கிளம்பிப் போய் வாணியைப் பார்த்து வந்தேன். அவள் ஒரு வார்த்தைகூட என்னிடம் பேசவில்லை. எங்கள் கல்யாணம் திருப்பரங்குன்றம் கோவிலில் நடந்தது. திடீரென அந்தக் கல்யாணத்திற்கு எங்கிருந்தாவது சில்வியா வந்துவிடுவாள் என்றுகூட நம்பினேன். அவளுக்கு எப்படி எனது திருமணம் பற்றித் தெரியும். எங்கிருந்து வருவாள், எதுவும் தெரியாதபோதும் ஒரு அசட்டு நம்பிக்கை. திருமணம் முடிந்து காரில் நாங்கள் ஊர் திரும்பிக் கொண்டிருந்த போது வாணி கேட்டாள்:

“உங்க பிரண்டு யாராவது கல்யாணத்துக்கு வரலையா. தேடிக்கிட்டே இருந்தீங்க.”

“ஸ்கூல் பிரண்டு வர்றேன்னு சொல்லியிருந்தான். வரலை.”

“ஸ்கூல் பிரண்டு எல்லாம் இன்னும்கூட இருக்காங்களா” என்று கேட்டாள்.

“ஏன் உன் ஸ்கூல் பிரண்ட்ஸ் யாரோடயும் டச் கிடையாதா” எனக் கேட்டேன்.

“அதெல்லாம் அப்பவே மறந்துட்டேன்” என்றாள்.

எங்க முதல் உரையாடலே சில்வியின் நினைவுகளை பற்றியதாக அமைந்துவிட்டது. வாணியிடம் எதையும் சொல்லிக் கொள்ளவில்லை. எதற்காக வாணியிடம் என்னுடைய கைவிடப்பட்ட காதலைச் சொல்ல வேண்டும். வாணி என் கைகளைப் பற்றிக் கொண்டபடியே கேட்டாள்.

“என்னைப் பிடிக்கலையா?”

“பிடிக்காமலா கல்யாணம் பண்ணிக்கிட்டேன்.”

“இல்ல. கல்யாண மேடைலகூட உங்க முகம் என்னமோ மாதிரி இருந்துச்சி.”

“சரியா தூங்கலை.”

“நானும்தான்” என்றபடியே என்மீது சாய்ந்து கொண்டாள். இனி கடந்தகாலத்தை நினைத்துக் கொண்டிருக்கக் கூடாது. என் முகம் காட்டிக் கொடுத்துவிடுகிறது. என்னை மறைத்துக் கொள்ள வேண்டும். கரிசலின் வெம்பரப்பில் கார் புழுதி கிளப்பியபடியே சென்று கொண்டிருந்தது.

என் ஊருக்கு சில்வியா வரவேயில்லை.

வந்திருக்கலாம்.

சே.. நான் ஏன் அவளைப் பற்றி நினைக்கிறேன்.

கானலைப் போல சில்வியா என் முன்னே மினுமினுத்துக் கொண்டேயிருந்தாள்.

•••

அத்தியாயம் 19

கோடை மழையைப் போலவே சில்வியா வந்தது தெரியாமல் போய்விட்டாள். அதன்பிறகு அவள் என் கண்ணில் படவேயில்லை. ஒருமுறை விஜயவாடா போயிருந்த போதுகூட அவள் எங்காவது கண்ணில்படுவாளா என்று தேடியிருக்கிறேன். அவளைக் காணமுடியவில்லை. வருஷங்கள் கழிந்து கொண்டேயிருந்தன. வீடு, மனைவி, வேலை என்று சில்வியாவை மறந்து அலைந்து கொண்டிருந்தேன். ஒவ்வொரு கோடையும் அவளை நினைவுபடுத்தத் தவறவேயில்லை. என் தாத்தாவும் இறந்து போனார். பாட்டி சித்தியின் வீட்டிற்கே மாறிப்போனாள். கோவில்பட்டியில் எனக்கும் யாருமில்லை என்றானது. பழைய நினைவுகளில் சிலமுறை நானாக போய் வந்தேன். ஒன்றிரண்டு நண்பர்கள் மட்டுமே இருந்தார்கள். ஊரும் மாறியிருந்தது. பேருந்து நிலையம் மாறிவிட்டது என்றார்கள். புதிய கடைகள் நிறைய உருவாகியிருந்தன. விவசாய நிலங்களை ரியல் எஸ்டேட் ஆட்கள் வளைத்து பிளாட் போட்டிருந்தார்கள். கோடை வெயில் அப்படியே இருந்தது.

எங்கே போனாலும் அவளது ஜாடையில் யாரைக்கண்டாலும் உடனே அவள்தானா என்ற சந்தேகம் வந்து நின்றுவிடுவேன். எந்த ஊரில் தேவாலயத்தைக் கண்டாலும் அவளது நினைவே வந்து போகும். ஒரு முறை அவள் கண்ணில் படுவாளா என்பதற்காகவே சென்னைக்குச் சென்றிருந்தேன். அவள் வீடிருந்த அடையாறு முழுவதும் சுற்றியலைந்தேன். அவளை கண்டுபிடிக்க முடியவில்லை.

ஆறு வருஷங்களுக்குப் பிறகு ஒருநாள் தற்செயலாக கொடைக்கானலில் ஜெசிந்தாவை சந்தித்தேன். அதுவும் ஒரு கோடைக்காலம்தான். மனைவியோடு கோடையைக் கழிக்கவே கொடைக்கானல் வந்திருந்தேன். மருந்துக்கடை ஒன்றில் வைத்து தற்செயலாக ஜெசிந்தாவை சந்தித்தேன். அவள்தான் என்னை அடையாளம் கொண்டு “எப்படியிருக்கீங்க அங்கிள்?” என்றாள். அதன்பிறகே அவள் ஜெசிந்தா என்பதை உணர்ந்தேன்.

நல்ல உயரம். நான் பார்த்த சிறுபெண்ணில்லை. பச்சை நிற சுடிதார் அணிந்திருந்தாள். வெள்ளை துப்பட்டா.

"எப்படிப்பா இருக்கே?" என்றேன்.

"நல்லா இருக்கேன். நீங்க எப்படியிருக்கீங்க? எங்க வேலை பாக்குறீங்க?"

"பெல்காம்லே" என்றேன்.

சில்வியாவைப் பற்றி நான் கேட்க வேண்டும் என்று காத்திருந்தவள் போல என்னைப் பார்த்துக் கொண்டிருந்தாள்.

"அக்கா எப்படியிருக்கா."

"அவளுக்குக் கல்யாணம் ஆகிருச்சி. பெண் குழந்தையிருக்கு" என்றாள்.

"இப்போ எங்கே இருக்கா."

"கர்நாடகாவுல" என்றாள்.

எந்த ஊர் என்று கேட்பதற்குள் கடைக்காரன் மீதி சில்லறைகளை அவளிடம் நீட்டினாள். அவசரமாகக் கிளம்புகிறவள் போல அவள் சில்லறையை வாங்கிக் கொண்டு யாரோ காத்திருப்பதைக் காணுவதைப் போல திரும்பினாள்.

"கூட வந்தவங்க எல்லாம் வெயிட் பண்ணுறாங்க. நான் கிளம்புறேன்."

தலையாட்டினேன். ஜெசிந்தா சுற்றுலா வந்திருந்த பள்ளிப் பேருந்து ஒன்றைக் கடந்து சரிவில் இறங்கி நடந்து போய்க் கொண்டிருந்தாள்.

அறைக்குத் திரும்பியபோது மனைவி கேட்டாள்.

"மாத்திரை கிடைக்கலையா?"

"வாங்கிட்டேன்."

"பின்னே ஏன் முகம் ஒரு மாதிரியா இருக்கு?"

"லேசா தலைவலிக்குது."

"அப்போ வெளியே போக வேண்டாம். குளிர்காத்து உங்களுக்கு ஒத்துக்கிடலை."

டிவியில் ஏதோ பழைய பாடல் ஓடிக் கொண்டிருந்தது. கறுப்பு வெள்ளை காட்சிகள் பழைய நினைவுகளின் மிச்சம்தானே. அந்தப் பாடலைக் கேட்டுக் கொண்டிருந்தேன். மனதில் சில்வியாவைப் பற்றிய நினைவுகள் கொந்தளித்துக் கொண்டிருந்தன.

..

நாம் மறந்த விஷயங்களை வாழ்க்கை ஏதோ ஒருவிதத்தில் நினைவுபடுத்திவிடுகிறது. தேடி அலைந்து காண முடியாதவர்களைச் சட்டென கண்முன்னே கொண்டுவந்து நிறுத்திவிடுகிறது.

சில்வியாவை மறுபடி சந்தித்தது அப்படியான ஒரு நாளில்தான்.

அன்றைக்கு அடர் மஞ்சள் நிறத்திலிருந்தது வெயில்.

மதியம் இரண்டரை மணியிருக்கும். சாலையோர உணவகம் ஒன்றில் சாப்பாட்டிற்காக நான் வந்த பேருந்து நின்றது. இறங்கி உள்ளே சாப்பிட நடந்தேன். சாலையோர உணவகங்களைப் போல மோசமான இடம் எதுவுமில்லை. ஒருபோதும் அங்கே நல்ல உணவு கிடைக்காது. பசி தாங்க முடியாமல் ஏதாவது சாப்பிட்டால்தான் உண்டு. தயிர் சாதம் மட்டும் போதும் என்று சொல்லிவிட்டு காற்றே வராமல் வெறுமனே சுழன்று கொண்டிருக்கும் மின்விசிறியின் அடியில் போய் உட்கார்ந்தேன். புளிப்பான தயிர் சாதம். அதைவிட புளிப்பான ஊறுகாய். ஒரு கவளம் தயிர்சாதம் சாப்பிடும்போது ஒரு பேருந்து வந்து நின்று ஆட்கள் இறங்கி உள்ளே வந்து கொண்டிருந்தார்கள்.

பாவம் அவர்கள் என நினைத்து சாப்பிட்டுக் கொண்டிருந்தேன். அந்தப் பயணிகளில் ஒருத்தியாக சில்வியாவும் வந்திருப்பாள் என நினைக்கவேயில்லை. கை கழுவிக்கொள்ள நடந்து போகையில் நான் அவளை அடையாளம் கண்டுவிட்டேன்.

"சில்வியா" என்று சப்தமாகவே அழைத்தேன்.

அவள் என்னை எதிர்பார்த்திருக்கவில்லை.

"சுப்பு" என அழுத்தமாக அழைத்தாள்.

களைத்துப் போன முகம். ஆள் உருக்குலைந்திருந்தாள். கசங்கிப்போன காட்டன் சேலை. மூக்கில் சரியாகப் பொருந்தாத கண்ணாடி. கையில் பிளாஸ்டிக் வளையல்கள். கழுத்தில் கறுத்துப் போன வெள்ளி சிலுவை. குழிவிழுந்த கண்கள்.

"கூட யாரு வந்துருக்கா?" எனக்கேட்டேன்.

"என் மக" என்றாள்.

நான் தயிர்சாதத் தட்டினை அப்படியே வைத்துவிட்டு கைகழுவ எழுந்து கொண்டேன்.

"நீ சாப்பிடு" என்றாள்.

"போதும்" என்றபடியே அவசரமாகக் கைகழுவிவிட்டு வரச்சென்றேன்.

என்னோடு சில்வியாவும் கைகழுவ வந்தாள்.

தண்ணீர் குழாயைத் திருகியபடியே கேட்டேன்:

"ஏன்பா இப்படி இருக்கே?"

"உடம்புக்கு முடியலை. ரெண்டு மாசம் ஆஸ்பிடல்ல இருந்தேன்."

தண்ணீர் என் கையில் கொட்டி வழிந்து கொண்டிருந்தது.

அவள் கைகழுவிவிட்டு என்னுடைய தண்ணீர் குழாயை மூடினாள்.

அவள் முன்னால் நடந்துபோக பின்னாடியே சென்றேன்.

பசி தாங்க முடியாமல் சில்வியாவின் மகள் கேட்டாள்:

"கை கழுவிட்டு வர்றதுக்கு இவ்வளவு நேரமா. நான் பிரைடு ரைஸ் ஆர்டர் பண்ணிட்டேன். உனக்கு என்ன வேணுமோ சொல்லு."

"நான்சி" என்று மகளை கைகாட்டிவிட்டு நான் உட்கார ஒரு நாற்காலியை விலக்கிவிட்டாள். நான்சியை வியப்போடு பார்த்துக் கொண்டிருந்தேன்.

எட்டு வயதுப் பெண். சில்வியாவின் ஜாடை. நான் யார் எனப்புரியாமல் அவள் குழப்பத்துடன் என்னைப் பார்த்துக் கொண்டிருந்தாள்.

"நான்சி. இது சுப்பு அங்கிள்" என்றாள்.

"பஸ் பத்து நிமிசம்தான்மா நிக்கும். அதுக்குள்ளே நீ ஆர்டர் பண்ணு" என்றாள் நான்சி.

"எந்த ஊருக்குப் போறீங்க" எனக்கேட்டேன்.

“கோயம்புத்தூர்” என்றாள் நான்சி.

நான் ஒரு வேலையாக பழனி போவதாகச் சொன்னேன்.

சர்வர் வந்து நின்றபோது சில்வியா தனக்கு ஒரு தோசை வேண்டும் என்றாள்.

சர்வர் என்னை ஏறிட்டுப் பார்த்தான்.

“நான் சாப்பிட்டேன்” என்றேன்.

“எங்க சாப்பிட்டே.. தயிர்சாதத்தை அப்படியே வச்சிட்டே. இன்னொரு தோசை குடுங்க” என்றாள்.

சர்வர் போனபிறகு சில்வியாவைப் பார்த்தபடியே இருந்தேன். காலம் எவ்வளவு மாற்றங்களை உருவாக்கிவிட்டிருக்கிறது.

“இப்போ எங்க வேலை?” எனக்கேட்டாள்.

“மாறிக்கிட்டே இருக்கேன். இப்போ சென்னையில.”

“நான் மெட்ராசை விட்டுப் போயிட்டேன் . நீ அங்க வந்துட்டயா.”

நான்சி கேட்ட ப்ரைடு ரைஸ் வந்திருந்தது. அவள் சாப்பிடத் துவங்கினாள்.

“உன் உடம்புக்கு என்ன செய்யுது?” எனக்கேட்டேன்.

“பெரிசா ஒண்ணுமில்லே.. மஞ்சக்காமாலை வந்து சாகப்பிழைக்கக் கிடந்தேன். இப்போ பரவாயில்லை.”

“எந்த ஊர்ல இருக்கே.?”

“இப்போ கோயம்புத்தூர். ஒரு வருஷம் முன்னாடி கர்நாடகா. நாளைக்கு எங்க போறம்னு யாருக்குத் தெரியும்.”

“உன் சிஸ்டரை ஒரு நாள் கொடைக்கானல்ல பார்த்தேன்.”

“யாரோடயும் தொடர்பு இல்லை. அது பெரிய கதை.”

இருவருக்கும் தோசை வந்தது. அவள் ஒரு சிறுதுண்டு தோசையைப் பிய்த்து சட்னியில் தொட்டு என்னிடம் நீட்டினாள்.

நான் என்ன சிறுகுழந்தையா. நான்சி அம்மாவை முறைப்பது தெரிந்தது.

அதை சில்வியா கண்டுகொள்ளவில்லை.

“நாம மீட் பண்ணி ஆறு வருஷம் இருக்கும்லே” என்றபடியே தோசை சாப்பிடத் துவங்கினாள்.

“கூட இருக்கும்” என்றேன்.

“என் லைப்ல என்னென்னமோ நடந்துருச்சி.. அப்பா அம்மா ரெண்டு பேரும் கார் ஆக்சிடெண்ட்ல செத்துட்டாங்க. வீடு, சொத்து எல்லாம் பறிபோயிருச்சி.. என் தங்கச்சிகளைக் கூட்டிக்கிட்டு நெல்லூருக்கு போனேன். அங்கே அம்மாவோட பிரண்ட் ஒருத்தவங்க வீட்ல தங்கிட்டு டைப்பிஸ்ட் வேலைக்குப் போனேன். ரொம்ப கஷ்டம். ஜெசியும் சாராவும் ஹோம்ல தங்கிப் படிக்கட்டும்னு வில்லியம்ஸ் பாதர் கூட்டிக்கிட்டு போயிட்டாரு.. நான் ஒரே ஆளு.. தெரியாத ஊரு.. தினம் தினம் நரகவேதனைதான். இந்த ஜெசியும் சாராவும்கூட எனக்கு லெட்டர் போட மாட்டாங்க. எல்லாம் வெறுத்துப் போயி ஒரு நாள் யார்கிட்டயும் சொல்லாமல் ஊட்டி கிளம்பிப் போனேன். அங்கேதான் நான்சி அப்பா பெலிக்ஸைப் பார்த்தேன். நான் ஒரு கம்பெனியில வேலை செய்தேன். அங்கே சேல்ஸ்மேனா இருந்தாரு..ரெண்டு வாரம்தான் பழகியிருப்போம். அவசரமா கல்யாணம் பண்ணிக்கிட்டோம். நான்சி பொறக்கிற வரைக்கும் ஊட்டில இருந்தோம். பிறகு சித்தாபுரா போயிட்டோம் கிடைச்ச வாழ்க்கை போதும்னு மனசைத் தேத்திகிட்டேன். ஆனால் அதுவும் நிலைக்கலை. என் கதை பெரிய கதை.”

பாதி தோசையைக்கூட அவள் சாப்பிடவில்லை. ஒரு டம்ளர் தண்ணீரைக் குடித்துவிட்டுச் சொன்னாள்:

“பஸ் கிளம்ப போகுது.”

“உன் போன் நம்பர் சொல்லு” என்றேன்.

நான்சி வேகமாக அம்மாவின் போன் நம்பரைச் சொன்னாள்.

குறித்துக் கொண்டேன். அவர்கள் பேருந்து கிளம்புவதற்காக ஹார்ன் சப்தம் கேட்டது.

“நான் பில் குடுக்குறேன். நீ கிளம்பு” என்றேன்.

அவள் சேலையில் கையைத் துடைத்தபடியே “போன்ல பேசு” என்றபடியே மகளை இழுத்துக் கொண்டு பேருந்தை நோக்கி கிளம்பினாள்.

சர்வர் என்னிடம் வந்து பில்லை நீட்டினான்.

சில்வியா ஏறிய பேருந்து கிளம்பிப் போனது. பில்லிற்காக பணம் கொடுத்துவிட்டு நான் பேருந்தில் ஏறி அமர்ந்தேன்.

அவளது துயரம் யாவும் என் தலைக்குள் ஏறி அமர்ந்துவிட்டது போலிருந்தது.

••

இது நடந்து இரண்டு வாரம் கழித்து ஒரு இரவு அவளிடம் தொலைபேசியில் பேசி முகவரியை வாங்கினேன்.

"நீ கோயம்புத்தூர் வா.. உன்கிட்ட பேசணும்" என்று அழுதாள் சில்வியா.

"அடுத்த வாரம் வர்றேன்" என்றேன்.

சொன்னது போலவே அடுத்தவாரம் கோயம்புத்தூர் சென்றேன். சிறிய வீடு. ஒரு மடக்கு கட்டில். ஒரு முக்காலி. கொஞ்சம் சமையல் பாத்திரங்கள். கொடியில் உலரும் சேலைகள்.

நான் ஏன் அவர்கள் வீட்டிற்கு வந்திருக்கிறேன் என்று புரியாதவள் போல நான்சி என்னை முறைத்தபடியே இருந்தாள்.

"சுப்பு அங்கிள் அம்மாவோட பிரண்டு." என அவள் நான்சியிடம் சொன்னாள்

அன்று நாள் முழுவதும் நாங்கள் பிரிந்து போன நாட்களைப் பற்றியே பேசிக் கொண்டிருந்தோம்.

வாழ்க்கை தன்னை நிர்க்கதியாக்கிய கதையை அழுது கண்ணீர் பெருகப் பேசினாள். சொற்களால் எப்படி ஆறுதல் சொல்லிவிட முடியும்.

"பெலிக்ஸ் ரொம்ப குடிப்பார். அதுவும் எப்படி ராத்திரி பகலா குடி". சாப்பிடவும் மாட்டார். என்ன கேட்டாலும் என்ன திட்டுனாலும் ஒரு வார்த்தை பேச மாட்டார். இவரைப் போய் ஏன் கட்டிக்கிட்டோம்னு நினைச்சி அழுவேன். நல்லவேளை நான்சி இருந்தா. இல்லாட்டி என்னைக்கோ தற்கொலை பண்ணி செத்துப் போயிருப்பேன்.

ஊட்டில பெலிக்ஸ் நிறைய கடன் வாங்கி கட்ட முடியலை.. கடன்காரங்க தொல்லைக்குப் பயந்து பெலிக்ஸ் சொந்த ஊரான சித்தாபுராவுக்குப் போயிட்டோம். அது சின்ன ஊரு. ஆனா நிறைய டூரிஸ்ட் வந்து போற இடம். அங்கே ஒரு ரெசார்ட்டில

பெலிக்ஸ் மேனேஜர் வேலை பார்த்தார். சொந்த வீடு இருந்துச்சி. சாயங்காலம் வீட்டுக்கு வரும்போதே போதையில்தான் வருவார். வீட்லயும் குடிப்பார். சிலநாள் வேலைக்குப் போகாமல் குடிச்சிக்கிட்டே இருப்பார். நான் சொன்னா கேட்கமாட்டார். ரெண்டு தடவை அவரோட சண்டை போட்டுட்டு நான்சியைத் தூக்கிட்டு வீட்டை விட்டுப் போயிருக்கேன். எங்கே இருந்தாலும் தேடி வந்துருவார்.

நான்சிக்கு டான்சில் வந்து ஆபரேஷன் பண்ணுறதற்காக மடிகெரே போயிருந்தோம்.. நானும் நான்சியும் ஆஸ்பிடல்ல இருந்தோம். அவரு மட்டும் ஊருக்குப் போயிட்டார். வீட்ல உட்கார்ந்து நாளும் பொழுதும் குடிச்சிருக்காரு.. போதையில மாரடைப்பு வந்து சேர்லயே செத்துட்டாரு.. ஒருத்தருக்கும் தெரியலை.

மறுநாள் காலையில நான் திரும்பி வரும்போது வீடு பூட்டியிருந்தது. நான்தான் கதவைத் தட்டினேன். அவரு திறக்கவேயில்லை. கதவை உடைச்சி திறந்தோம். நைட்டே செத்துட்டாரு போல. கண்ணு நிலைகுத்திப்போச்சி.

எனக்கு ஏன்பா இப்படி எல்லாம் நடக்குது.. நான் என்ன தப்பு பண்ணினேன். அன்னைக்கு நான் அழுத அழுகையிருக்கே. எல்லாத்துக்கும் சேர்த்து வச்சி அழுதேன். அதுக்கு அப்புறம் அழுகையே வரலை. கண்ணுல இருக்கிற கண்ணீர் பூரா வந்துருச்சி போல. நான்சியை வளர்த்துப் படிக்க வச்சா போதும்னு வைராக்கியம் வந்துருச்சி.. அதான் கோயம்புத்தூர் கிளம்பி வந்துட்டேன். இங்கே ஒரு ஸ்கேன் சென்டர்ல வேலை பாக்குறேன்" என்றபடியே சேலையால் முகத்தை துடைத்துக் கொண்டாள்.

கோவையில் உள்ள ஒரு பள்ளியில் நான்சி படித்துக் கொண்டிருந்தாள். அந்த சந்திப்பிற்குப் பிறகு சில்வியாவிற்குத் தேவையான உதவிகளை நானே செய்ய ஆரம்பித்தேன். இரண்டு ஆண்டுகளுக்குப் பிறகு பெங்களூரிலிலுள்ள பள்ளி ஒன்றில் நான்சிக்கு இடம் கிடைத்தது. போர்டிங் ஸ்கூல். அங்கே அவளைச் சேர்க்கும் நாளில் நானும் உடன் சென்றிருந்தேன்.

நான்சி ஹாஸ்டலுக்குப் போனபிறகு சில்வியா தன் கணவரின் ஊருக்கே சென்றுவிட்டாள். அங்கே போனபிறகுதான் கிறிஸ்துமஸ் கொண்டாட வரும்படி என்னை அழைத்தாள்.

முதன்முறையாக சித்தாபுரா போனபோது அந்தக் காபித்தோட்டங்களும், குளிர்ந்த காற்றும், எளிய மனிதர்களின் அன்பும் எனக்குப் பிடித்துப் போனது.

"இதுதான் சில்வியா உனக்கு ஏத்த ஊரு" என்றேன்.

"நல்ல ஜனங்க. என்ன உதவி கேட்டாலும் செய்வாங்க. இங்கே வந்த பிறகுதான் பயமில்லாமல் இருக்கேன்."

"இங்கேயே இருந்துரு" என்றேன்.

அந்த வருஷம் தேவாலயத்திற்கு நாங்கள் மூவரும் சென்றோம். திரும்பி வரும்போது ரகசியமான குரலில் சில்வியா சொன்னாள்:

"நான்சிக்கு உன்னை ரொம்ப பிடிச்சிருக்கு.. நல்ல அங்கிள்னு சொல்றா."

"நான் வர்றதுல உனக்கு ஒண்ணும் பிரச்சனை கிடையாதுல்ல."

"எந்தப் பிரச்சனை வந்தாலும் நான் கவலைப்படப் போறதில்லை. எனக்குனு நீ மட்டும்தானே சுப்பு இருக்கே."

அவளது குரலில் இருந்த ஏக்கம், தனிமை, அன்பு என் குழப்பத்தை நீக்கியது.

அதன்பிறகு ஒவ்வொரு ஆண்டும் கிறிஸ்துமஸிற்காக சில்வியாவைத் தேடிப் போகத்துவங்கினேன். அவளுடன் இரண்டு நாட்களைக் கொண்டாடுவேன். பின்பு வீடு திரும்பி விடுவேன்.

என்ன உறவிது.

காதலா. நட்பா.

ஏன் இந்த இரண்டைத் தவிர வேறு உறவு ஆணுக்கும் பெண்ணிற்கும் இருக்கக் கூடாதா?

அன்பு செலுத்துவதற்கு அடையாளங்கள் எதற்கு...

கோடைவிடுமுறையில் உருவான நட்பு கோடையோடு போய்விட வேண்டுமா என்ன.

இந்தத் தலைமுறை புதிய சிந்தனைகள் கொண்டது. அது பெயரற்ற உறவினைப் புரிந்துகொள்ளும். அனுமதிக்கும்.

அது போதும்தானே.

•••

அத்தியாயம் 20

நான்சி படிக்கும் பள்ளியின் விடுதிக்கு சென்று கொண்டிருந்தேன். நிறைய மரங்கள் அடர்ந்த பாதை. பள்ளி வளாகத்தில் செஞ் சந்தன மரங்கள் நிறைய இருந்தன. பள்ளிக்கூடத்து மரங்களுக்கும் மாணவர்களைப் போலவே பணிவு வந்துவிடுகிறது. பாதையோரமாக நடந்து செல்லும் ப்யூன் என்னைப் பார்த்துப் புன்னகைத்தபடியே சென்றார்.

பெங்களூர் வந்திறங்கியபோது மதியமாகியிருந்தது. நான்சி படிக்கும் பள்ளியில் விடுமுறை. ஆனாலும் மாணவிகளில் சிலர் விடுதியில் இருப்பார்கள். நான்சியும் விடுதியில்தானிருப்பாள். அவளைப் பார்த்துவரலாம் என்று தோன்றியது. ஒரு ஆட்டோ பிடித்து பள்ளியின் முன்னால் போய் இறங்கினேன். கிறிஸ்துவ பள்ளியது. சுவர் முழுவதும் பைபிளின் வாசகங்களை எழுதிப் போட்டிருந்தார்கள்.

நான்தான் நான்சியின் கார்டியன் என கையெழுத்துப் போட்டு அவளைப் பள்ளியில் சேர்த்திருக்கிறேன். பலமுறை வந்து போனவன் என்பதால் ஆசிரியர்களுக்கும் என்னை நன்றாகத் தெரியும்.

விடுதி வாசலில் மூன்று பெண்கள் பூவாளியில் செடிகளுக்குத் தண்ணீர் ஊற்றிக் கொண்டிருந்தார்கள்.

விசிட்டர்ஸ் ரூம் நோக்கிச் சென்றேன். அந்த அறை எப்போதும் சுகந்தமானதாகவே இருக்கும். சுத்தமான வெள்ளை விரிப்பு கொண்ட மேஜை. சுவரில் ஆட்டுக்குட்டியுடன் இருக்கும் இயேசுவின் ஓவியம். பொறுப்பாளராக உள்ள சோபியா டீச்சரின் சாந்தமான முகம். பூக்குவளை நிறைய மஞ்சள் நிறப்பூக்கள்.

சோபியா டீச்சர் என்னைப் பார்த்து மெலிதாக சிரித்தபடியே சிவப்பு நிற சிலிப்பை நீட்டினாள்.

அதில் நான்சி பெயரை எழுதிக் கீழே கையெழுத்து போட்டேன்.

ஹாஸ்டல் அறையில் உள்ள நான்சியை அழைத்து வரும்படி ஒரு மாணவியை அனுப்பி வைத்தாள்.

நான்சி வரும்வரை இயேசுநாதரைப் பார்த்துக் கொண்டிருந்தேன். ஆட்டுக்குட்டி முகத்திலும் சாந்தம் கசிந்து கொண்டிருந்தது.

நான்சி வரும் சப்தம் கேட்டது. மரப்பெஞ்சில் இருந்து எழுந்து கொண்டேன்.

நான்சி வளர்ந்திருந்தாள். சில்வியாவின் இளமை அப்படியே நான்சியிடம் திரும்பிப் போய்விட்டிருக்கிறது. "ஹலோ அங்கிள்" என்றபடியே என் கையைப் பிடித்துக் கொண்டாள் நான்சி.

நாங்கள் எப்போதும் பேசிக் கொள்ளும் மரத்தடியை நோக்கி நடந்தோம்.

"சாரி அங்கிள், கிறிஸ்துமஸ்க்கு ஊருக்கு வரமுடியலை. ஸ்பெஷல் கிளாஸ் வச்சிட்டாங்க."

"உங்கம்மா ரொம்ப கவலைப்பட்டா."

"அதான் போன்ல ஊருக்கு வந்தாதான் வருவேன்னு சொன்னனே."

"உன்னை விட்டா உங்க அம்மாவுக்கு யாரு இருக்கிறா."

"அதுக்காக லைப் பூரா அவங்க கூடவே இருக்கமுடியுமா." என சலித்துக் கொண்டாள்.

"உங்கம்மா உனக்கு கேக் கொடுத்துவிட்ருக்கா."

"பிரண்ட்ஸ் நிறைய கேக் கொடுத்துட்டாங்க. அதை நீங்களே வச்சிக்கோங்க அங்கிள். கிறிஸ்துமஸ்க்கு உங்ககூட இருக்கிறதுதான் அம்மாவுக்கு சந்தோஷம். நான் வந்தா அது கெட்டுப்போயிடும். அதான் நான் ஊருக்கு வரலை"

இந்த வயதில் இவளுக்கு எவ்வளவு மனமுதிர்ச்சி. அவளைப் பார்க்கவே சந்தோஷமாக இருந்தது.

"எப்பவும் போல எங்க ஹாஸ்டல் காபி குடிக்கிறீங்களா" எனக் குறும்பான புன்னகையுடன் கேட்டாள் நான்சி

"உன்கூட ஒரு காபி குடிக்கணும். அதுதான் முக்கியம்"

"என்னை பார்க்க வர்ற ஒரே கெஸ்ட் நீங்கதான் அங்கிள்"

"உன்னை பத்தி உங்கம்மா நிறைய கனவு கண்டுகிட்டு இருக்கா"

"பாவம் அம்மா. அவளுக்கு எதுவுமே நல்லது நடக்கலை அங்கிள். நிறைய நேரம் அம்மாவை பற்றி நினைச்சி பார்த்தா

ஒரு சிறிய விடுமுறைக்கால காதல் கதை | 219

எனக்கே அழுகையா வந்துரும். அம்மா ரொம்ப கஷ்டப்பட்டுட்டா அங்கிள். நீங்கதான் அவளுக்கு இருக்கிற ஒரே துணை”

“நீதான் அவளை பாத்துகிடணும்”

பெரிய மனுஷி போல தலையாட்டினாள். இருவரும் ஹாஸ்டலின் உள்ளே இருக்கும் சிறிய காபிக்கடைக்கு சென்றோம். அவளே இரண்டு கோப்பை காபி பெற்றுக்கொண்டு வந்தாள். இளவயது சில்வியாவோடு காபி குடிப்பது போலவே இருந்தது.

“ஐ கேன் அண்டர்ஸ்டேண்ட் யுவர் ரிலேசன்ஷிப். மம்மி நீட் இட்” என்றபடியே காபிக் கோப்பையை கிழே வைத்தாள் நான்சி.

யாரோ ஒரு பெண் கையில் புத்தகத்துடன் நடந்து படித்துக் கொண்டிருப்பது கண்ணில் தெரிந்தது.

“உனக்கு பணம் ஏதாவது வேணுமா” எனக்கேட்டேன்.

‘இல்லை’ எனத் தலையாட்டினாள்.

பர்ஸை வெளியே எடுத்து அதிலிருந்து கொஞ்சம் பணத்தை அவளிடம் நீட்டினேன்.

“இவ்வளவு வேணாம்” என இரண்டு ஐநூறு ரூபாய்களை மட்டுமே எடுத்துக் கொண்டாள். பிறகு “நான் படிக்கணும் எக்ஸாம் இருக்கு” என்றாள்.

“படி வேற ஏதாவதுன்னா எனக்கு போன் பண்ணு.”

தலையாட்டியபடியே உள்ளே நடந்தாள். தூரத்தில் அவள் நடந்து போவது சில்வியா போவது போலவே இருந்தது. அதே உற்சாகம், அதே துள்ளல்.

வெளியே வரும்போது வாட்ச்மேன் கேட்டார்:

“பொண்ணைப் பாத்துட்டீங்களா சார்?”

“ஆமாம்” எனத் தலையாட்டினேன்.

சில்வியா கொடுத்து அனுப்பிய கேக்கை வாட்ச்மேனிடம் கொடுத்தேன். ரொம்ப சந்தோஷம் என்று வாங்கிக் கொண்டார்.

எங்கள் உறவை எவ்வளவு ஆழமாகப் புரிந்து கொண்டிருக்கிறாள்.

நான்சியை நினைத்துப் பெருமை கொண்டேன்.

இந்த இரண்டு நாட்களும் தந்த மகிழ்ச்சி போதும் இனிவரும் நாட்களுக்கு.

எந்த பெயரில் அழைத்தாலும் உறவு என்பது அன்பு காட்டுதல் தானே.

இந்த நாளைப்போல அழகானது உலகில் வேறில்லை எனத் தோன்றியது.

அதை உறுதி செய்வது போல மாலை வெயில் சாலையை அழகுபடுத்திக் கொண்டிருந்தது.

அடுத்த கோடைக்கு சில்வியா நான்சி இருவரையும் அழைத்துக் கொண்டு கோவில்பட்டிக்கு நிச்சயம் போய்வர வேண்டும் என்று மனதில் தோன்றியது.

எங்களை வரவேற்க யார் இருந்தால் என்ன? இல்லாவிட்டால் என்ன?

கோடை வெயில் இருக்கும் தானே? அதற்கு எங்களைத் தெரியும் தானே?

எங்கள் உறவே கோடை உருவாக்கித் தந்ததில்லையா...?

...

தேசாந்திரி பதிப்பகம்

உபபாண்டவம்	ரூ.375
நெடுங்குருதி	525
யாமம்	400
துயில்	525
சஞ்சாரம்	340
இடக்கை	375
பதின்	235
கடவுளின் நாக்கு	350
உலக இலக்கியப் பேருரைகள்	325
எழுத்தே வாழ்க்கை	175
பதினெட்டாம் நூற்றாண்டின் மழை	230
தாவரங்களின் உரையாடல்	150
வெயிலைக் கொண்டு வாருங்கள்	140
விழித்திருப்பவனின் இரவு	225
காற்றில் யாரோ நடக்கிறார்கள்	325
கோடுகள் இல்லாத வரைபடம்	75
மலைகள் சப்தமிடுவதில்லை	250
வாசகபர்வம்	210
காண் என்றது இயற்கை	115
செகாவின் மீது பனி பெய்கிறது	150
கூழாங்கற்கள் பாடுகின்றன	75
எனதருமை டால்ஸ்டாய்	100

ரயிலேறிய கிராமம்	150
உலகை வாசிப்போம்	200
நாவலெனும் சிம்பொனி	140
இலக்கற்ற பயணி	175
செகாவ் வாழ்கிறார்	150
தனிமையின் வீட்டிற்கு நூறு ஜன்னல்கள்	150
காட்சிகளுக்கு அப்பால்	75
கால் முளைத்த கதைகள்	100
எலியின் பாஸ்வேர்டு	35
சிரிக்கும் வகுப்பறை	110
விலங்குகள் பொய் சொல்வதில்லை	225
கதாவிலாசம்	380
தேசாந்திரி	275
துணையெழுத்து	350
எனது இந்தியா	650
மறைக்கபட்ட இந்தியா	375
நிமித்தம்	450
நம் காலத்து நாவல்கள்	350
எஸ்.ராமகிருஷ்ணன் நேர்காணல்கள்	250
நகுலன் வீட்டில் யாருமில்லை	150
புத்தனாவது சுலபம்	200
காந்தியோடு பேசுவேன்	175
உறுபசி	175
ஆதலினால்	175
சிறிது வெளிச்சம்	450
இந்தியவானம்	240
வீடில்லா புத்தகங்கள்	250
நூறு சிறந்த சிறுகதைகள்	1000

அப்போதும் கடல் பார்த்துக்கொண்டிருந்தது	125
சைக்கிள் கமலத்தின் தங்கை	450
ஏழு தலைநகரம்	200
அயல் சினிமா	150
ஆயிரம் வண்ணங்கள்	140

எஸ்.ராமகிருஷ்ணன் கதைகள்

வாக்கியங்களின் சாலை
சித்திரங்களின் விசித்திரங்கள்
வெளியில் ஒருவன்
காட்டின் உருவம்
பால்ய நதி
மழைமான்
நீரிலும் நடக்கலாம்

குறத்திமுடுக்கின் கனவுகள்
குதிரைகள் பேச மறுக்கின்றன
கலிலியோ மண்டியிடவில்லை
சாப்ளினுடன் பேசுங்கள்
பிகாசோவின் கோடுகள்
பதேர் பாஞ்சாலி நிதர்சனத்தின் பதிவுகள்

உலக சினிமா
பேசத்தெரிந்த நிழல்கள்
இருள் இனிது ஒளி இனிது
பறவைக் கோணம்
சாமுராய்கள் காத்திருக்கிறார்கள்
கிறுகிறு வானம்
அக்கடா
குற்றத்தின் கண்கள்
என்றார் போர்ஹே